தேசாந்திரி

எஸ்.ராமகிருஷ்ணன்

தேசாந்திரி பதிப்பகம்

தேசாந்திரி பதிப்பக வெளியீடு: 55

தேசாந்திரி - கட்டுரைகள்
எஸ்.ராமகிருஷ்ணன்

மூன்றாம் பதிப்பு: டிசம்பர் 2025

தேசாந்திரி பதிப்பகம்,
டி-1, கங்கை அப்பார்ட்மெண்ட்,
110, 80 அடி ரோடு, சத்யா கார்டன்,
சாலிகிராமம், சென்னை 600 093.
தொலைபேசி: 044 23644947.
விலை: ரூ.275

Desanthiri - Essays
S.Ramakrishnan ©

Third Edition: Dec 2025, Pages: 256
Size: Demy 1x8, Paper: 18.6 kg maplitho

Published by :
Desanthiri Pathippagam
D-1, Gangai Apartments,
110, 80-Feet Road, Satya Garden, Saligramam,
Chennai - 600 093, Ph: 044 2364 4947
Email : desanthiripathippagam@gmail.com
www.desanthiri.com

ISBN: 978-93-87484-56-6
Book & Wrapper Design: Manikandan
Printed by: Ramani Print Solution, Chennai.

Price: Rs. 275

எஸ். ராமகிருஷ்ணன்

எஸ். ராமகிருஷ்ணன், விருதுநகர் மாவட்டம் மல்லாங்கிணறு கிராமத்தில் 1966இல் பிறந்தார். முழுநேர எழுத்தாளரான இவர் தற்போது சென்னையில் வசிக்கிறார்.

சிறுகதைத் தொகுப்புகள்: *எஸ். ராமகிருஷ்ணன் கதைகள், நடந்து செல்லும் நீருற்று, பதினெட்டாம் நூற்றாண்டின் மழை, அப்போதும் கடல் பார்த்துக்கொண்டிருந்தது, நகுலன் வீட்டில் யாருமில்லை, புத்தனாவது சுலபம், வெளியில் ஒருவன், காட்டின் உருவம், தாவரங்களின் உரையாடல், வெயிலைக் கொண்டு வாருங்கள், பால்ய நதி, மழைமான், குதிரைகள் பேச மறுக்கின்றன. காந்தியோடு பேசுவேன், நீரிலும் நடக்கலாம், என்ன சொல்கிறாய் சுடரே.*

நாவல்: *உபபாண்டவம், நெடுங்குருதி, உறுபசி, யாமம், துயில், நிமித்தம், சஞ்சாரம், இடக்கை, பதின்.*

கட்டுரைத் தொகுப்புகள்: *விழித்திருப்பவனின் இரவு, இலைகளை வியக்கும் மரம், என்றார் போர்ஹே, கதாவிலாசம், தேசாந்திரி, கேள்விக்குறி, துணையெழுத்து, ஆதலினால், வாக்கியங்களின் சாலை, சித்திரங்களின் விசித்திரங்கள், நம் காலத்து நாவல்கள், காற்றில் யாரோ நடக்கிறார்கள், கோடுகள் இல்லாத வரைபடம், மலைகள் சப்தமிடுவதில்லை, வாசகபர்வம், சிறிது வெளிச்சம், காண் என்றது இயற்கை, செகாவின் மீது பனி பெய்கிறது, குறத்திமுடுக்கின் கனவுகள், என்றும் சுஜாதா, கலிலியோ மண்டியிடவில்லை, சாப்ளினுடன் பேசுங்கள், கூழாங்கற்கள் பாடுகின்றன, எனதருமை டால்ஸ்டாய், ரயிலேறிய கிராமம், பிகாசோவின் கோடுகள், இலக்கற்ற பயணி, செகாவ் வாழ்கிறார், ஆயிரம் வண்ணங்கள்.*

திரைப்பட நூல்கள்: *பதேர் பாஞ்சாலி—நிதர்சனத்தின் பதிவுகள், அயல் சினிமா, உலக சினிமா, பேசத்தெரிந்த நிழல்கள், இருள் இனிது ஒளி இனிது, பறவைக் கோணம், சாமுராய்கள் காத்திருக்கிறார்கள்.*

குழந்தைகள் நூல்கள்: கால் முளைத்த கதைகள், ஏழு தலைநகரம், கிறுகிறு வானம், லாலிபாலே, நீளநாக்கு, தலையில்லாத பையன், எனக்கு ஏன் கனவு வருது, காசுகள்ளன், பம்பழாபம், சிரிக்கும் வகுப்பறை, அக்கடா.

உலக இலக்கியப் பேருரைகள்: ஆயிரத்தொரு அரேபிய இரவுகள், ஹோமரின் இலியட், ஷேக்ஸ்பியரின் மெக்பத், ஹெமிங்வேயின் கடலும் கிழவனும், தஸ்தாயெவ்ஸ்கியின் குற்றமும் தண்டனையும், லியோ டால்ஸ்டாயின் அன்னா கரீனினா, பாஷோவின் ஜென் கவிதைகள்.

வரலாறு: எனது இந்தியா. மறைக்கப்பட்ட இந்தியா.

நாடகத் தொகுப்பு: அரவான், சிந்துபாத்தின் மனைவி, சூரியனைச் சுற்றும் பூமி.

நேர்காணல் தொகுப்பு: எப்போதுமிருக்கும் கதை, பேசிக்கடந்த தூரம்.

மொழிபெயர்ப்புகள்: நம்பிக்கையின் பரிமாணங்கள், ஆலீஸின் அற்புத உலகம், பயணப்படாத பாதைகள்.

தொகை நூல்: அதே இரவு அதே வரிகள் (அட்சரம் இதழ்களின் தொகுப்பு), வானெங்கும் பறவைகள்.

ஆங்கிலத்தில் வெளிவந்துள்ள நூல்கள்: Nothing but water, Whirling swirling sky.

இணையதளம்: www.sramakrishnan.com

மின்னஞ்சல்: writerramki@gmail.com

முன்னுரை

உலகின் முதற்பயணி சூரியனே. அது முடிவில்லாமல் பயணித்துக் கொண்டேயிருக்கிறது. பயணமே மனிதர்களை மாற்றுகிறது. சைபீரியாவில் இருந்து பறந்து வரும் நாரைகள் வேடந்தாங்கலில் தங்கி இனத்தை விருத்தி செய்கின்றன. பறவைகள் தன் இனத்தை விருத்திசெய்யப் பறந்து வருவது போல நாம் அறிவையும் அனுபவத்தையும் விரிவு செய்யப் பயணம் செய்ய வேண்டும்.

பயணத்தில் நாம் புதிது புதிதாக அனுபவங்களைப் பெறுகிறோம். புதிய உணர்வுகள் தோன்றுகின்றன. உலகைப் பற்றி நாம் கொண்டிருந்த எண்ணங்கள் உருமாறத் துவங்குகின்றன. காணும் இடங்களை வியப்பதுடன் சிறகடித்து அகன்ற வானில் பறக்க துவங்குகிறோம். பயணம் என்பது வெறுமனே ஓரிடம் விட்டு ஓரிடம் செல்வதில்லை. நமக்குள் இருக்கும் ஆயிரம் கதவுகளை திறந்துவிடுவதே பயணம்.

எந்த வசதியும் இல்லாத காலத்திலே மனிதர்கள் நீண்ட தூரம் பயணித்திருக்கிறார்கள். கடல்வழிகளைக் கண்டறிந் திருக்கிறார்கள். நட்சத்திரங்களைத் துணையாகக் கொண்டு நடந்திருக்கிறார்கள். இன்று எல்லா வசதிகளும் வந்துவிட்டன. ஆனால் பயணம் போகிற மனநிலை பலருக்கும் வாய்க்கவில்லை. என் முடிவற்ற பயணத்தில் நான் கண்ட காட்சிகளை, மனிதர்களை. அனுபவத்தையே இந்தக் கட்டுரைகளாக எழுதி யிருக்கிறேன்.

ஆனந்த விகடன் இதழில் தொடராக வெளிவந்த இக்கட்டுரைகள் பயணத்தின் வழியே பரந்த இந்தியாவின் சிறப்புகளை அடையாளம் காட்டுகின்றன.

தேசாந்திரியைத் தொடராக வெளியிட்டு கௌரவித்த ஆனந்தவிகடன் ஆசிரியர் பாலசுப்ரமணியம், ஸ்ரீனிவாசன், அசோகன், கண்ணன் ஆகியோருக்கும் இந்த நூலை சிறப்பாக உருவாக்கிய மணிகண்டனுக்கும் என் தீராத நன்றிகள்.

என்னை வழிநடத்தும் ஆசான்கள் எஸ்.ஏ.பெருமாள், கவிஞர் தேவதச்சனுக்கும், என்னையும் எழுத்தையும் நேசிக்கும் அன்பு மனைவி சந்திரபிரபா, பிள்ளைகள் ஹரி மற்றும் ஆகாஷ் இருவருக்கும் இதை வெளியிடும் தேசாந்திரி பதிப்பகத்திற்கும் அன்பும் நன்றியும்.

மிக்க அன்புடன்
எஸ்.ராமகிருஷ்ணன்
டிசம்பர் 9, 2018.

பொருளடக்கம்

1. கடலளவு வெளிச்சம் — 9
2. சாரநாத்தில் ஒரு நாள் — 15
3. கூந்தல் கிணறு — 21
4. லோனாவாலாவில் பார்த்த மழை — 27
5. பாடப் புத்தகங்களுக்கு வெளியே...! — 33
6. கண்ணால் வரைந்த கோடு — 40
7. நிலமெங்கும் பூக்கள் — 46
8. நாரைகளின் நடனம் — 52
9. ஓலைச் சித்திரங்கள் — 58
10. அருவியாடல் — 64
11. சத்னாவில் ஒரு இரவு — 70
12. பெரிய உப்பு — 76
13. நினைவில் எறிந்த கல் — 82
14. அலையோரம் — 88
15. அறிந்த ஊர் — 95
16. மழையை அழைப்பவர்கள் — 101
17. பனாரஸில் ஒரு பகல் — 108
18. கூவாகத்தின் பௌர்ணமி — 114
19. சந்தேகத்தின் நிழல் — 120
20. காற்றின் ஊற்று — 126

21. கடல் சொன்னது	132
22. விடுமுறைக் கனவுகள்	137
23. கற்றுக் கொடுக்கும் காலம்	143
24. மூன்றாவது கரை	149
25. ஒரு கோயில்... சில காட்சிகள்!	155
26. திசையே ஆடைகளாய்...	161
27. கல்லில் மலர்ந்த பூக்கள்!	167
28. திரைக்குப் பின்னால்..!	173
29. பசித்த பூதம்	179
30. மணலின் சமுத்திரம்	185
31. தூரத்து மணியோசை	191
32. நினைவில் வாழும்...	196
33. சீர்திருத்தச் சாமியாட்டம்!	203
34. விண் பருந்து	209
35. ஒளிரும் எண்கள்	215
36. உறங்கும் கடல்	220
37. காலத்தின் வேர்கள்	226
38. எட்டிப் பார்க்கும் மேகம்	232
39. நிறம் அழிந்த பூக்கள்	238
40. உலகு அறிதல்	243
41. நோக்கும் திசையெல்லாம்	248

1

கடலளவு வெளிச்சம்

கடவுளைக் கண்டேன்
எதையும் கேட்கவே தோன்றவில்லை
அவரும் புன்னகைத்துப் போய்விட்டார்
ஆயினும் மனதினிலே ஒரு நிம்மதி

- ஆத்மாநாம்

உலகம் ஜன்னல் வழியாகத்தான் எனக்கு அறிமுகமானது. அப்போது நான் எக்கி நின்றால் மட்டுமே ஜன்னல் தெரியும் வயதில் இருந்தேன். அந்த ஜன்னலின் வெளியே என்ன இருக்கிறது என்று பார்ப்பதற்காக, முக்காலியை இழுத்துப் போட்டு அதன் மீதேறி, ஜன்னல் கம்பிகளைப் பிடித்துக்கொள்வேன். வெளியே சதா அலைந்துகொண்டே இருக்கும் வெயிலைப் பார்ப்பது எனக்கு ரொம்பவும் பிடிக்கும்.

ஊர் சுற்றும் ஆசை எந்த வயதில் முளைவிடத் துவங்கியது? ராமநாதபுர மாவட்டத்தில் சிறு கிராமம் ஒன்றில் வளர்ந்த என்னை, உலகின் விஸ்தாரணத்தை நோக்கி அலையச் செய்தது எது? எவரது

நிழலைத் தொடர்ந்து நான் சென்றுகொண்டு இருக்கிறேன் என்று எத்தனையோ முறை யோசித்துப் பார்த்திருக்கிறேன். என் நினைவில் எப்போதும் பசுமை மாறாமல் இருப்பது ஒரு ஜன்னல் மட்டுமே! உலகம் என்னோடு அப்படித்தான் உறவுகொள்ளத் துவங்கியது.

ஏழெட்டு வயதுகளில் ஜன்னலைப் பிடித்தபடி வெளியே பார்த்துக்கொண்டு இருப்பேன். தெருவில் இறங்கி விளையாட பயமாக இருக்கும். ஜன்னலுக்கு அப்பால் ஒரு வேப்பமரம் இருந்தது. அதன் பின்னால் சில வீடுகள் இருந்தன. அதற்கும் பின்னால் சில தெருக்கள் இருந்தன. அதற்கெல்லாம் அப்பால் ஆகாசம் இருந்தது!

எனக்கும் ஆகாசத்துக்கும் இடையில் ஒரேயொரு ஜன்னல் மட்டுமே இருப்பது போல் தோன்றும். தண்ணீருக்குள் ஒரு மீன் குஞ்சை விட்டால் அது எத்தனை லாகவமாகவும், சந்தோஷமாகவும் தண்ணீரின் பிரமாண்டம் பற்றிய பயமின்றி நீந்திப் போகிறதோ, அப்படி இந்த ஜன்னலைக் கழற்றி எடுத்துவிட்டால் நானும் காற்றில் மிதந்தபடியே ஆகாசம் வரை செல்லக்கூடும் என்று கற்பனை செய்து கொள்வேன்.

ஆனால், ஜன்னல்கள் மரத்தால் செய்யப்பட்டவை. வளைக்க முடியாத இரும்புக் கம்பிகள் குறுக்கே பொருத்தப்பட்டவை. ஒரு மக்காச்சோளத்தைக் கடித்துத் தின்பது போல, இந்த ஜன்னலைக் கடித்துத் தின்ன முடியாது. மரத்திலிருந்து இலை தானே உதிர்ந்து விடுவது போல வீட்டிலிருந்து ஜன்னல் உதிர்ந்துபோய்விடாதா என்றுகூட யோசித்துக்கொண்டு இருப்பேன். ஆனால், ஜன்னல்கள் இரக்கமற்றவை. கண்ணீரால் கரைந்து கொள்ளும் மாயக்கண்ணாடி போன்றிருந்தது.

வீட்டுக்குள்ளேயே நாலைந்து பசுமாடுகள் கட்டப்பட்டிருக்கும் அளவுக்குப் பெரியது எனது வீடு. அதில் நான் நின்று பார்க்கும் ஜன்னலைப் போல ஏழு இருந்தன. ஒவ்வொரு ஜன்னலுக்கு வெளியேயும் தனித்தனியான ஆகாசம் இருப்பதாகவே நம்பினேன். ஜன்னல்கள் பகலோடு மிக நெருக்கமாகவும், இரவோடு பகைமை கொண்டு இருப்பதும் ஏன் என்று அப்போது புரியவில்லை. சில நாட்களில் நான் பார்த்துக்கொண்டு இருக்கும்போதே, மாலை வெயில் அடங்கி குபுக் குபுக் என்று குமிழ்விடுவது போல் இருட்டு கசிந்து

பெருகத் தொடங்கும். என் கண் முன் இருந்த வேம்பை, வீடுகளை, தெருக்களை இருட்டு தன் கடைவாய்ப் பற்களால் மென்று தின்றுவிட்டது போல யாவும் மறைந்து போய்விடும். இருட்டுக்குள் கண்களால் துழாவியபடியே உலகம் எங்கே இருக்கிறது என்று தேடிக்கொண்டு இருப்பேன்.

'இருட்டை உற்றுப் பார்த்தால் அது உன்னைப் பிடித்துக் கொள்ளும்' என்று வீட்டில் இருந்தவர்கள் பயமுறுத்தி ஜன்னலை மூடுவார்கள். வீடு அப்போது ஒரு தீப்பெட்டி போலவும், நாங்கள் அதற்குள் பதுங்கியிருக்கும் தீக்குச்சிகளைப் போலவும் இருப்போம். இரவில் உலகம் என்னவாகிறது? இருட்டுக்கு எத்தனை கண்கள் இருக்கின்றன? எப்படிக் கரைந்து போய்விட்டது பகல்? இப்படிப் பதிலற்ற கேள்விகளுடன் இருந்த பால்யத்தில், இருட்டைப் போலவே மொத்த உலகையும் தின்று தீர்த்துவிட வேண்டும் என்ற பேராசை எழத் துவங்கியது.

நடை பழகும் வயதிலிருந்து என் விருப்பத்துக்குரியதாக இருக்கிறது வெயில். அது வெயில் என்று தெரியாமலே, தரையில் ஊரும் வெளிச்சத்தை நாக்கால் நக்கிக் குடித்து விட முயன்றிருக்கிறேன். சில நாட்கள் படிகளில் நின்று காணும்போது வெயில் தன் அகன்ற சிறகுகளை விரித்து தெருவில் நடனம் ஆடுவது போலிருக்கும். சப்தம் இல்லாமல் அது சுவரில் ஏறுவதும், வீட்டின் சமையல் அறை வரை நடந்து திரிவதும் அதிசயமானதாகத் தோன்றும்.

வெயில் என் முதல் தோழன்! பள்ளி நாட்களில் வெயிலின் தோளில் கைபோட்டபடியே தெருவிலும், தட்டான்கள் கிறங்கிக் கிடக்கும் தும்பை பூத்த வெளிகளிலும் சுற்றி அலைந்திருக்கிறேன். அப்போது உலகம் ஒரு எலுமிச்சைப் பழத்தைப் போல, எந்தப் பக்கமிருந்தும் ஒரே வாசனையை நுகரக்கூடியதாக இருந்தது. வெயில் எனக்குக் கற்றுக் கொடுத்ததெல்லாம் தன்னியல்பில் அலைந்து திரிவதற்குத்தான்!

வெயில், கரைகளற்ற ஒரு நதியைப்போல எல்லா திசைகளிலும் பாய்ந்தோடிக்கொண்டு இருக்கும். சில நேரங்களில் பூனையைப் போல மெல்ல ஜன்னல் வழியே எட்டிப் பார்க்கும். வீட்டின் ஓடுகள் வெயிலைக் குடித்து முறுக்கேறிச் சப்தம் இடும்போது வெயிலின் சிரிப்பைக் கேட்க முடியும். தெருவில் ஓடும் நாயின் முதுகில்கூட வெயில் தத்தியோடுவதைப் பார்த்திருக்கிறேன்.

தண்ணீரில், சமையல் பாத்திரங்களில் என யாவிலும் வெயிலின் ரேகைகள் படிந்திருப்பதைக் கண்டிருக்கிறேன். வெயில் என் உச்சந்தலையில் இறங்கி, கால் பெருவிரல் நகம் வரை என்னைப் பீடித்திருக்கிறது. உடலில் வெயில் வரைந்த சித்திரங்கள் ஒருபோதும் அழியாதவை.

ஆரம்பப் பள்ளியில் முதன்முதலாக சுற்றுலா அழைத்துப் போயிருந்தார்கள். கன்னியாகுமரி கடற்கரையில், விடியாத இரவில் பாதித் தூக்கமும் விழிப்புமாக நடந்து போனேன். அலைகளின் சப்தம் கேட்டதேயன்றி கடல் தெரியவில்லை. இருட்டு, கடலைக் கவ்வியிருந்தது. கிழக்கே வெகுதொலைவில் இருந்து வெளிச்சம் பீறிடத் துவங்கி, நெல்லிக்காய் அளவு தெரிந்த சூரியன், பார்த்துக்கொண்டு இருந்தபோதே பருத்து விரிந்து ஆவேசத்துடன் கடலைக் கிழித்துக்கொண்டு வானத்துக்கு ஏறி, வீரியமிக்க கால்களால் ஓங்கி மிதித்தபடியே வானில் நடக்கத் துவங்கியபோது, 'பகல் வந்துவிட்டது. பகல் வந்துவிட்டது' என்று கத்தினேன்.

கடலளவு வெளிச்சம் விரிந்து கொண்டு இருந்தது. அப்போதுதான் வெயில், கடலைவிடவும் விசாலமானது என்ற நிஜம் புரியத் துவங்கியது. வெளிச்சம் உலகின் கடைக்கோடி குத்துச் செடி வரை பரவி நீண்டது. இருளின் சுவடே இல்லை. துடைத்து வைத்த கண்ணாடி போல உலகம் பளீரெனத் தெரிந்தது.

சூரியனோடு உறவு கொள்வது எளிதானதில்லை. சூரியன் நம் தலைக்கு மேலாகச் செல்லும் ஒரு விண்கோள். பரவசமூட்டும் பொருள் வேறு என்ன இருக்கிறது உலகில்! சூரியனை நேர்கொள்வது எளிதானதில்லை. நாம் ஒரு தாவரமாக இருந்து பார்த்தால் மட்டுமே வெளிச்சத்தின் ருசியை அறிந்துகொள்ள முடியும். வெயில் எங்கே செல்கிறது எனத் துவங்கிய கேள்விதான் என் பயணங்களுக்கெல்லாம் முதல் புள்ளியாக இருந்தது.

மிக அதிசயமானதொரு நாளைப் போல் நினைவில் தேங்கியுள்ளது, கரடியைக் கூட்டிக்கொண்டு ஒருவன் வந்து நின்ற பகல். அப்போது எனக்குப் பத்து வயதிருக்கும். கரடியைக் கூட்டி வந்தவன் மெலிந்திருந்தான். அவனோடு இருந்த கரடிக்கு உடல் முழுவதும் மயிர் அடர்ந்திருந்தது. கரடியின் கண்கள் பழுப்பாக இருந்தன. அக்கண்களுக்குள்

கரடி வாழ்ந்த காடு ஒளிந்து கொண்டு இருப்பது போலிருந்தது. கரடிக்காரன் தெருத்தெருவாக கரடியைக் கூட்டிச்சென்று வித்தை காட்டினான். கரடியின் வலது கையில் ஒரு கடிகாரம் கட்டப்பட்டிருந்ததைச் சிறுவர்கள் வியப்போடு பார்த்துக்கொண்டு இருந்தனர்.

கரடி என் வீட்டின் வாசலில் வந்து நிற்கும் என்று நான் கனவிலும் யோசித்தது கிடையாது. ஆனால், அன்று கரடி தன் இரண்டு கால்களைத் தூக்கி வணக்கம் சொன்னபடியே வாசலில் நின்றிருந்தது. கரடிக்காரன், தான் மலபாரில் இருந்து நடந்தே வருவதாகச் சொன்னான். அம்மா ஒரு தட்டில் சாதம் கொண்டுவந்து அவனிடம் நீட்டியபோது, கரடிக்கும் சாப்பிட ஏதாவது தர வேண்டும் என்றான்.

நான் உள்ளே ஓடி ஒரு வெள்ளரிக்காய் கொண்டுவந்து நீட்டினேன். கரடி வாங்க மறுத்து, என்னை முறைத்துப் பார்த்தது. கரடி சாப்பிடுவதற்காக தேன் வாங்கக் காசு கேட்டான் கரடிக்காரன். அம்மா வீட்டில் காசில்லை என்றபோதும், அவன் விடாமல் காசு கேட்டுக்கொண்டே இருந்தான். வீட்டின் வாசலில் அதுவரை படுத்துக்கிடந்த நாய், தலையைச் சிலுப்பியபடி கரடியைப் பார்த்து குரைக்கலாமா, வேண்டாமா என்று யோசித்துக்கொண்டு இருந்தது.

கரடிக்குக் காசில்லை என்று விரட்டியபோது, கரடிக்காரன் சோர்ந்து போன முகத்துடன் தனக்கு ஒரு பழைய செருப்பு வேண்டும் என்று கேட்டான். டயர் செருப்பு ஒன்றை எடுத்துத் தந்தார்கள். அவன், தான் மதுரைக்குப் போவதாகச் சொல்லியபடியே கரடியைக் கூட்டிக்கொண்டு நடந்தான். சாப்பிட எதுவும் கிடைக்காத ரோஷத்தில், கரடி அதன் பிறகு எந்த வித்தையும் செய்ய மறுத்து, தன் ரோஷம் தீராமல் தெருவில் நடந்து போனது.

இந்த கரடிக்காரனோடு கூடவே நடந்து போய்விட முடியாதா என்ற ஏக்கத்துடன் அவன் பின்னாடியே நடந்து போனேன். அவன் திரும்பிப் பார்த்து, 'வீட்டுக்குப் போ!' என்று திட்டியபடியே நடந்தான். கரடி கண்களிலிருந்து மறைய மறைய, வேதனையாகவும் ஏக்கமாகவும் இருந்தது. 'ஒரு நாள் நானும் இவனைப் போல கரடியைக் கூட்டிக்கொண்டு நடந்தே அலைவேன்' என்று நானே சொல்லிக் கொண்டேன்.

எஸ்.ராமகிருஷ்ணன்

வயதும் ஆசையும் வளர வளர, கால்கள் வீட்டில் இருப்புக்கொள்ள மறுத்தன. ஆண்டின் வெவ்வேறு காலங்களில் ஊருக்குள் வந்து போகும் பரதேசிகளும், மாட்டுத் தரகர்களும், நாட்டு மருந்து விற்பவர்களும், ஏலம் போடுகிறவர்களும், உப்பு வியாபாரிகளும், பாவைக் கூத்துக்காரர்களும் ஊர்விட்டு ஊர் செல்வதை நியாயப்படுத்திக் கொண்டே இருந்தார்கள்.

மரத்தைத் தரை மேல் வீழ்த்தும் நிழலைப் போல, வீட்டின் கட்டுப்பாடுகளை என் காலடியில் வீழ்த்திவிட்டு வெளியேறிச் சென்றுவிட முடியும் என்று நம்பினேன். உறக்கத்தின்போதே ஒரு பட்டாம்பூச்சி என்னைத் தன் கால்களால் தூக்கிக்கொண்டு போய் ஏதாவது ஒரு மலையின் மீதோ, பாலைவனத்தின் மீதோ போட்டுவிடாதா என்று கனவு காணத் துவங்கினேன். நடுநிலைப் பள்ளி முடிப்பதற்குள் உலகின் கதவுகள் திறந்து கொண்டுவிட்டன. அருகில் இருந்த கிராமங்களில் தனியே சுற்றியலையத் தொடங்கினேன். வெயிலோடு கொண்ட சிநேகம் என்னை அலைந்து திரியச் செய்தது.

இன்று வரை ஏதேதோ இடங்களில் சுற்றியலைந்து நான் கண்டுகொண்ட ஒரே உண்மை... 'உலகம் முழுவதும் வீடுகள் இருக்கின்றன. எல்லா வீடுகளிலும் ஜன்னல்கள் இருக்கின்றன. எல்லா ஜன்னலுக்குப் பின்னாலும் ஒரு சிறுவனோ... சிறுமியோ உலகை வியப்பு கலையாமல் பார்த்துக்கொண்டே இருக்கிறார்கள்' என்பதுதான்!

◯

2

சாரநாத்தில் ஒரு நாள்

அள்ளி கைப்பள்ளத்தில் தேக்கிய நீர்
நதிக்கு அன்னியமாச்சு
ஆகாயம் அலை புரளும் அதில்
கை நீரைக் கவிழ்த்தேன்
போகும் நீரில் எது
என் நீர்?

- சுகுமாரன்

'இருள் என்பது குறைந்த ஒளி' என்கிறார் பாரதி. சாரநாத்தில் நான் இறங்கியபோது, அப்படியொரு இருள்தான் இருந்தது. பிரசித்தி பெற்ற அந்த பௌத்த ஸ்தலம், காசியில் இருந்து இருபது கிலோ மீட்டர் தூரத்தில் இருக்கிறது.

சார்நாத்தில் ஒரு இரவு தங்க வேண்டும் என்ற ஆசை. நான் காசியிலிருந்து இரவு ஒன்பது மணிக்குக் கிளம்பினேன். ஆட்டோவா இல்லை பேருந்தா என்று துல்லியமாகப் பிரித்து அறிய முடியாதபடியான வாகனத்தைச் சாலையோரமாக நிறுத்தி, 'சாரநாத்... சாரநாத்' எனக் கூவிக்கொண்டு இருந்தான் ஒரு ஆள்.

எஸ்.ராமகிருஷ்ணன்

வாகனத்தில் இரண்டு வெள்ளைக்காரர்கள் உட்கார்ந்து இருந்தார்கள். அவர்கள் கையிலிருந்த பயணக் கையேட்டில் புத்தர் தியானக் கோலத்தில் இருந்தார். பத்து பேருக்கும் அதிகமாக ஏறினால் மட்டுமே அந்த வேன் புறப்படும் என்ற உண்மை புரியாமல், நானும் அதில் ஒரு மணி நேரத்துக்கும் மேலாக அமர்ந்திருந்தேன். ஆனால், வண்டி புறப்படவே இல்லை.

காசிக்கு வரும் பயணிகளில் மிகச் சொற்பமானவர்களே சாரநாத்தைப் பார்ப்பதற்காகப் பயணம் செய்கிறார்கள். பத்தரை மணி அளவில் வேன் புறப்பட்ட சில நிமிடங்களில், அதிலிருந்த விளக்குகள் செயலிழந்து விட்டன. விளக்கு இல்லாமலே சாலையில் போய்விடலாம்' என்றான் வேன் ஓட்டுநர். இருள் படர்ந்த சாலைக்குள்ளாக வேன் மெதுவாகப் போய்க்கொண்டு இருந்தது. மனதில் புத்தர் சாரநாத்தை நோக்கி நடந்து வந்த நிகழ்வு, கொஞ்சங் கொஞ்சமாகப் பீறிட்டது. வழி முழுவதும் மாமரங்கள் அடர்ந்திருக்க வேண்டும். மரங்கள் கண்ணுக்குத் தெரியவில்லை. ஆனால், அந்த வாசம் முகத்தில் அடித்தபடியே வந்தது.

சாரநாத் வந்து சேரும் வரை எதிரில் ஒரு வாகனம் கூட கடந்து போகவில்லை. சிறிய கிராமம் போலவே இன்றும் சாரநாத் ஒடுங்கிப் போயிருக்கிறது. சாரநாத்தில் ஒரு விளக்குக் கம்பம் அருகே என்னை இறக்கிவிட்டு வேன் கடந்து போனது. எங்கே போய்த் தங்குவது என்று தெரியாதபடியே சாரநாத்தின் தெருக்களில் நடக்கத் துவங்கினேன்.

இந்தச் சாலைகள் ஆயிரம் ஆண்டுகளைக் கடந்தவை. சாரநாத்தில் இன்று நான் காணும் ஆகாயமும் காற்றும் நட்சத்திரங்களும் கௌதம புத்தரும் கண்டவை. சாரநாத்தின் காற்றில் புத்தரின் குரல் கரைந்துதானே இருக்கிறது!

புழுதி எழும்பும் தெருக்களில் ஆள் நடமாட்டமே இல்லை. எங்கே தங்குவது என்று தெரியாமல் சுற்றித் திரிந்தபோது, ஒரு டிராவல் கைடு என்னைப் பார்த்துச் சிரித்தபடி, 'தங்குவதற்கு அறை வேண்டுமா?' என்று கேட்டார். நான் தலையசைக்க, அவர் வீடு போன்ற ஒரு இடத்துக்குக் கூட்டிப் போனார். ஒரு பாதி வீடாகவும் மறுபாதி விடுதியாகவும் மாற்றப்பட்டிருந்தது. அதில் சிறிய சிறிய அறைகள் இருந்தன. ஒரு அறையின் கதவைத்

திறந்து காட்டி, அந்த அறையில் இருந்து பார்த்தால், ஸ்தூபி தெரியும் என்று சொன்னார். இருளின் அடர்த்தியைத் தவிர, வேறு எதுவும் அப்போது தெரியவில்லை.

இரவெல்லாம் உறக்கம் பிடிக்காமல் புரண்டு கொண்டு இருந்தேன். விடியற்காலையில் எழுந்து நடந்தபோது நிழல்கள் கடந்து போவது போல சப்தமில்லாமல் ஆட்கள் தெருவில் நடந்து போய்க்கொண்டு இருந்தார்கள். புகை போலப் பனி அப்போதும் தெருவில் படர்ந்திருந்தது. அவர்கள் பின்னாடியே நடந்து போன போது பூங்காவின் புல்வெளியில் நூற்றுக்கணக்கான ஆட்கள் மெல்லிய குரலில் பௌத்தச் சரணம் சொல்லியபடி பிரார்த்தனை செய்து கொண்டு இருந்தார்கள்.

பனிக்குள்ளாக அத்தனை ஆண்களும் பெண்களும் கற்சிலைகளைப் போல பிரார்த்தனை செய்வதைக் கண்ட போது உடலில் சிலிர்ப்பு ஏற்பட்டது. புத்தர் இதே இடத்தில் பிரசங்கம் செய்திருக்கிறார். இது போலத்தான் அன்றும் மக்கள் திரண்டு வந்து கேட்டிருப்பார்கள். இந்தக் கூட்டத்துக்குள் ஒரு வேளை இப்போதும் புத்தர் இருக்கிறாரா? என் கண்கள் தான் அவரைப் பார்க்கத் தெரியாமல் தடுமாறுகிறதா? பனிக்காற்று உடலை ஊசி குத்துவது போலத் துளையிட்டபடியே கடந்து சென்றது. அத்தனை பேரும் கிராமவாசிகள். பக்கத்துக் கிராமங்களில் வசிப்பவர்கள்.

பிரார்த்தனை செய்பவர்களின் முகங்களில் சாந்தமும், எதையோ நேரில் கண்டுகொண்டு இருப்பது போன்ற பரவசமும் கூடியிருந்தது. அவர்களைப் பார்த்தபடியே நின்றிருந்தேன். காலை வெளிச்சம் பீறிட்டபோது, அவர்கள் கலைந்து போகத் துவங்கினார்கள். இள வெயிலில் பிரமாண்டமான அந்த பௌத்த ஸ்தூபி கண்ணில் தெரியத் துவங்கியது. சுட்ட செங்கற்களால் கட்டப்பட்டிருந்த அந்த ஸ்தூபி, காலத்தின் ஒரு மௌன சாட்சியைப் போல் இருந்தது. அதன் அருகில், செல்போனில் பேசியபடியே ஒரு பயணி கடந்து போனான். சாரநாத் ஒரே நேரத்தில் இரண்டு காலங்களில் வாழ்ந்து கொண்டு இருக்கிறதோ என்று தோன்றியது.

உப்பு, தண்ணீரில் கரைந்து போவது போல, சாரநாத்தின் பழைமையில் என்னை கரையவிட்டிருந்தேன். உடம்பில் வெயில்

ஏறுவது போல காலத்தின் சாறு என் மீது படர்ந்து கொண்டு இருந்தது.

கண்களால் விழுங்க முடியாதபடி பிரமாண்டமாக இருந்தது அந்த ஸ்தூபி. கல் பரவிய பாதைகளும் அடர்ந்த மரங்களும் கொண்ட அந்தப் பூங்காவில் சுடுமண்ணில் செய்த புத்த உருவங்களை விற்றுக்கொண்டு இருந்தாள் ஒரு சிறுமி.

என் அருகில் வந்து ஒரு சிறிய புத்தரை விலைக்கு வாங்கிக்கொள்ளும் படி சொன்னாள். எங்கிருந்தோ உடைத்து எடுத்துக் கொண்டுவரப்பட்டிருந்த அந்தக் கற்சிலையைப் பார்த்ததும், ‘இது எங்கே இருந்து கிடைத்தது?’ என்று கேட்டேன். அவள் சிரித்தபடியே தனக்குத் தெரியாது என்றாள். நான் இது போல நாலைந்து சிற்பங்கள் வேண்டும் என்றதும், அவள் இன்னொரு சிறுமியைக் கூவி அழைத்தாள். அவளிடம் இது போல இரண்டு புத்தர் சிலைகள் இருந்தன. அவளும் எங்கிருந்தோ உடைத்துக் கொண்டு வந்திருக்கிறாள்.

அவள் எங்கேயிருந்து கொண்டு வந்தாள் என்று சொல்வதாக இருந்தால் ஐம்பது ரூபாய் தருகிறேன் என்றதும், சாரநாத்தில் இருந்து நாலைந்து மைல் தொலைவில் உள்ள ஒரு இடத்தில் இது போல பெரிய சிலை ஒன்று இருக்கிறது என்றும், அதில் நூற்றுக்கணக்கான சிறு புத்தர்கள் ஒன்று சேர்ந்திருக்கிறார்கள், அதை மொத்தமாக உடைத்து ஒவ்வொருவரும் கொஞ்சம் பிரித்து எடுத்துக் கொண்டார்கள் என்றும் தயங்கித் தயங்கிச் சொன்னாள்.

நாங்கள் நின்றிருந்த இடத்தின் அருகில் ஒரு மரத்தடியில், புத்த துறவி ஒருவர் தன் கையில் மணிமாலைய உருட்டியபடியே தியானத்தில் ஆழ்ந்திருந்தார்.

புத்த பிரதிமைகளில் ஆய்வாளர்கள் கண்டு எடுத்தவை சொற்பமே! இன்னமும் மண்ணுக்குக் கீழே எத்தனையோ சிற்பங்கள், கல்வெட்டுகள். ஏன்... சில நகரங்களே புதையுண்டு கிடக்கின்றன. எனில், நான் சிற்பங்களின் மீதும் நகரங்களின் மீதும்தான் நின்று கொண்டு இருக்கிறேனா?

நான் அந்த பௌத்தத் துறவி அருகில் சென்று அமர்ந்தபோது, அவர் பார்வையற்றவர் என்பதைக் கண்டுகொண்டேன்.

வெளிநாட்டுப் பயணிகளில் ஒருத்தி அவரைப் புகைப்படம் எடுத்துக்கொள்ளலாமா என்று கேட்க, பிக்குவின் முகத்தில் சிரிப்பு வந்தது. ஆமோதித்தவரைப் போல் தலை அசைத்தார். நான் அவர் முகத்தையே பார்த்துக்கொண்டு இருந்தேன்.

அருகில் நான் இருப்பதை உணர்ந்தவரைப் போல என் பக்கம் திரும்பிக் கேட்டார்... 'சாரநாத்துக்கு எதற்காக வந்திருக்கிறாய்?' நான், 'புத்தரைக் காண்பதற்காக...' என்றேன். 'புத்தரைப் பார்த்தாயா?' என்று கேலியான குரலில் கேட்டார். நான் புத்த ஸ்தூபியைப் பார்க்க வந்ததாகச் சொன்னேன். அவர் சிரிப்போடு, 'சுட்ட செங்கல்லை உங்கள் ஊரில் பார்த்ததே கிடையாதா?' என்று கேட்டார். 'இல்லை, இது ஆயிரம் வருடத்துக்கு முந்தியது இல்லையா?' என்றேன். அவர் தனக்குத்தானே சொல்லிக் கொண்டார். 'ஆயிரம் வருடங்கள்'.

பிறகு என்னிடம், 'உனக்கு என்ன வயதாகிறது?' என்று கேட்டார். நான் சொன்னதும் அவர் குழந்தை போல முகத்தை வைத்துக்கொண்டு கேட்டார்... 'ஆயிரம் வருடம் என்ற சொல் எவ்வளவு லகுவாக, எடையற்றதாக இருக்கிறது. ஆனால், ஆயிரம் வருடத்தை எப்படி நாம் புரிந்து கொள்வது?'

நான் மௌனமாக இருந்தேன். அவர் தன் அருகில் கிடந்த ஒரு துணிப்பையை இழுத்து, அதில் இருந்து ஒரு கல்லை எடுத்து என்னிடம் கொடுத்தார். நான் 'இது என்ன கல்?' என்றேன். அவர், 'இதுவும் புத்தர் சிலைதான். ஆனால், இன்னமும் இது சிற்பமாகவில்லை...' என்றார். நான் அந்தக் கல்லை கையில் வாங்கி வைத்துக்கொண்டேன். அவர் தொடர்ந்து பேசினார்...

'கல் எப்போதும் பழசாகவே தோன்றுகிறது இல்லையா? எப்போதாவது ஒரு கல்லைப் பார்த்து, இப்போதுதான் பூத்த பூ போலத் தோன்றுவதாக யாராவது உணர்ந்து இருக்கிறார்களா? ஏன்... கல் மட்டும் எப்போதுமே முன்னால் பார்த்த பொருள் போலவே தோன்றுகிறது?'

எனக்குப் பதில் தெரியவில்லை. அவர் சொல்ல ஆரம்பித்தார்... 'கற்கள் சிறகுகள் உள்ளவை. அவை வண்ணத்துப் பூச்சி பறப்பது போல பறந்து அலைகின்றன. எங்கோ ஒரு மலையில் இருந்து உடைந்து விழுந்த கல் இப்போது உன் கையில் இருக்கிறது. நீ ஒரு மலையை உன் கையில் வைத்திருக்கிறாய்

கற்கள் மிகவும் விசித்திரமானவை. கல்லின் உள்ளே என்ன இருக்கிறது என்று எவராவது உடைத்துப் பார்த்துக்கொண்டே போனால் இரண்டு... நான்கு... எட்டு... பதினாறு என்று கல் பெருகிக்கொண்டே போகுமே தவிர, கல்லின் உட்புறத்தைப் பார்க்கவே முடியாது. நீ சிற்பங்களைக் காண்பதைவிடவும் கற்களைக் கூர்ந்து கவனிக்கப் பழகினால், வடிவம் இல்லாமலே புத்தரைக் காண முடியும்!' என்றார்.

நான் அவரிடமிருந்து விடை பெறும்போது, சொன்னார். 'ஒரு மரம் விறகாகவோ, மேஜையாகவோ ஆவதை விடவும், பார்வையற்றவனின் கையில் உள்ள ஊன்றுகோலாக மாறும்போது மிகுந்த அர்த்தமுடையதாகிறது. இதோ என் கையருகே கிடக்கும் இந்த ஊன்றுகோல், என் பயணத்தில் நதிகளையும், மலைகளையும், கற்படுகைகளையும் தாண்டி வந்திருக்கிறது. இன்று என் உடலில் ஒரு உறுப்பாகவே மாறிவிட்டிருக்கிறது இந்த விருட்சம்!'

அந்தச் சொற்கள் என் உடலில் பச்சை குத்தப்பட்டது போலப் பதிந்து போயின. எல்லா கல்லினுள்ளும் புத்தர் இருப்பதை அறிந்து கொள்ள உதவியது அந்தத் துறவியின் வாக்கு. கற்கள் ஆசையாக எடுத்துச் சுவைக்க வேண்டிய மிட்டாயைப் போன்றவை என்பதை அன்றிலிருந்துதான் புரிந்து கொள்ளத் துவங்கினேன்.

○

3

கூந்தல் கிணறு

என் பார்வையைப் பறித்து சூடிக்
கொண்டுபோனது ஒரு காட்சி
காக்கி உடையில் ஒரு பெண் போலீஸ்
பஸ்ஸுக்குக் காத்திருந்தாள் தன்
கைக் குழந்தை தோள் சாய்த்து!

- பாதசாரி

நல்லதங்காள் கிணற்றைப் பார்ப்பதற்காக விருதுநகர் மாவட்டத்தின் அர்ச்சுனாபுரம் என்ற ஊருக்குப் போயிருந்தேன். ஸ்ரீவில்லிபுத்தூரில் இருந்து 25 கிலோ மீட்டர் தொலைவில் உள்ளது இந்த சிற்றூர். ஆண்டில் மழைக்காலத்தில் மட்டுமே நீர்வரத்துள்ள அர்ச்சுனா நதியின் கரையில் உள்ளது நல்லதங்காளின் கிணறு.

அர்ச்சுனாபுரத்துக்குச் செல்லும் டவுன் பஸ், குறுகலான சாலையில் மெதுவாக ஊர்ந்துகொண்டு இருந்தது. தொலைவில் மேற்குத் தொடர்ச்சி மலை விரிந்திருந்தது. நான் போனது காற்றடி காலம் என்பதால் வெட்டவெளியில் சுழி போல காற்று சுழன்றுகொண்டு

இருப்பதைக் காண முடிந்தது. அர்ச்சுனாபுரம் மிகச் சிறிய கிராமம். தெருக்களில் செம்புழுதி பறந்தது. ஆட்டுக்குட்டிகளின் கத்தலும், கொய்யாப்பழம் விற்கும் பெண்ணின் தனித்த குரலும் தவிர, வேறு அதிக சப்தமில்லாதபடி ஒடுங்கியிருந்தது ஊர்.

நல்லதங்காள் கதையைக் கேள்விப்பட்டிருக்கிறீர்களா? பஞ்சம் பிழைப்பதற்காக தனது தேசத்தை விட்டு ஏழு குழந்தைகளை அழைத்துக்கொண்டு பசியும் தாகமுமாக அண்ணன் வீடு வந்து சேர்கிறாள் நல்லதங்காள். அண்ணன் வரவேற்று அடைக்கலம் தருகிறான். ஆனால், அண்ணி மூளி அலங்காரிக்கோ நல்லதங்காளைப் பிடிக்கவில்லை. அண்ணனுக்குத் தெரியாமல் கொடுமைப்படுத்துகிறாள்.

அண்ணன் வேட்டைக்குப் போன நாளில் நல்லதங்காளை அடித்துச் சித்ரவதை செய்து கொதிக்கும் கூழை அவள் தலையில் கவிழ்த்திவிடுகிறாள் மூளி. பிள்ளைகள் பசியில் துடிக்கிறார்கள். வாழ்வதற்கு வழியில்லாமல் போன நல்லதங்காள் தன் பிள்ளைகளை அழைத்துக்கொண்டு போய் ஒரு கிணற்றில் ஒவ்வொருவராகப் போட்டுவிட்டு, தானும் குதித்துத் தற்கொலை செய்து கொள்கிறாள்.

உண்மை அறிந்து மூளி அலங்காரியை மொட்டையடித்து மூக்கை அறுத்துத் துரத்திவிடுகிறான் அண்ணன் தங்கையைக் காவு கொண்ட கிணற்றில் தானும் விழப்போகிறான். கடவுள் தோன்றி யாவரையும் உயிர்ப்பிக்கிறார்.

இது ஒரு நாட்டுப்புறக் கதை மட்டுமல்ல... இன்று வரை தொடரும் பெண்களின் துயரக் கதை. காலங்காலமாகப் பெண்களை பற்றிக்கொள்ளும் துயரின் குறியீடாக நல்லதங்காள் இருக்கிறாள். இக்கதை தென்மாவட்டக் கிராமங்களில் அனைவரும் அறிந்தது. பாவைக்கூத்து எனப்படும் நிழல் பொம்மலாட்டம் நிகழ்த்துபவர்கள் ஆண்டுக்கு ஒரு முறை கிராமம்தோறும் வந்து நல்லதங்காள் கதையை நிகழ்த்துவார்கள். மற்ற நாட்களை விடவும் நல்லதங்காள் நிகழ்ச்சியைப் பார்ப்பதற்கு பெண்கள் அதிகமாக வந்து சேர்வார்கள்.

'பசி... பசி...' என குழந்தைகள் துடித்தபடி நிற்க, நல்லதங்காளிடம் மூளி அலங்காரி பச்சை வாழை மட்டையைத் தந்து அடுப்பெரித்துக் கூழ் காய்ச்சிக்கொள்ளும்படி

சொல்லும்போது, பாவைக்கூத்து காண வந்திருந்த பெண்களில் பலர் தலை கவிழ்ந்தபடியே தங்களை அறியாமல் விசும்பி அழுவதையும், பிறகு யாரும் பார்த்துவிடுவார்களோ என்று சேலையால் கண்களைத் துடைத்துக் கொள்வதையும் கண்டிருக்கிறேன்.

பாவைக்கூத்தில் ஒரு நாள் மூளி அலங்காரியின் மீது ஆத்திரம் கொண்ட கிராமத்துக் கிழவி மண்ணை வாரித் தூற்றியபடி, கெட்ட வார்த்தைகளால் திட்டியபடியே எழுந்து வீட்டுக்குப் போனது.

ஏழு குழந்தைகளைப் போட்டு தானும் இறந்து போன நல்லதங்காளின் கிணறு அர்ச்சுனாபுரத்தில் இருக்கிறது என்று பஞ்சாயத்து கிளார்க் ஒருவர் சொன்ன நாளில் இருந்தே அதைக் காண வேண்டும் என்ற ஆசை உருவானது.

இந்த ஆசையின் அடியில் இரண்டு காரணங்கள் ஒளிந்திருந்தன. ஒன்று - நல்லதங்காள் கிணற்றில் இன்றும் அவளது கூந்தல் அலைந்து கொண்டு இருப்பதாகவும், அது கூர்ந்து பார்த்தால் தெரியும் என்ற கதை. இரண்டாவது - நல்லதங்காளின் உயிரைக் காப்பாற்றிய கடவுள் எந்த இடத்தில் நின்றுகொண்டு இருந்தார் என்று பார்க்க வேண்டும் என்பது.

அர்ச்சுனாபுரத்தில் நல்லதங்காளின் கிணறு மிகப் பழமையேறியிருந்தது. கிணற்றின் அருகில் சிறுசிறு உருவங்களாக அவளது ஏழு குழந்தைகளின் மண் உருவங்கள் செய்து வைத்திருக்கிறார்கள். பாசி படர்ந்து போன தண்ணீர் இருண்டு கிடந்தது. நல்லதங்காளின் கூந்தல் தெரிகிறதா என்று கூர்ந்து கவனித்துப் பார்த்தேன். தண்ணீரின் மீது வெளிச்சம் படுவதும் சிதறுவதுமாக இருந்தது.

வேலி முள்ளை வெட்டிக் கொண்டு இருந்த பெண் ஒருத்தி என் அருகில் வந்து நின்று உள்ளே எட்டிப் பார்த்தாள். நான் அவளிடம், 'நல்லதங்காளின் கூந்தல் தெரிகிறதா?' என்று கேட்டேன். அவள், 'உங்க தலையில் மயிர் வளர்றதை நீங்க பாக்க முடியுமா?' என்று என்னைத் திருப்பிக் கேட்டாள். 'அதெப்படி முடியும்?' என்றதும், 'நம்ம உடம்புல உள்ள ரோமம் ஒரு நாளைக்கு எம்புட்டு வளர்றதுனே நமக்குத் தெரியாது. பிறகு எப்படி தண்ணிக்குள்ளே இருக்கிற கூந்தல் கண்ணுக்குத் தெரியும்?' என்றாள்.

நான், ‘அப்போ இது வெறும் கதைதானா?’ என்றதும், அவள் சற்றே ஆத்திரத்துடன், ‘பொம்பளை பட்ட கஷ்டத்தைக் கேட்க யாரும் வரலை. அவ தலைமுடி தெரியுதா, புடவை தெரியுதானு பாக்க வந்துட்டீங்க. கிணத்துல விழுந்து செத்தது நல்லதங்கா மட்டும்தானா? ஒவ்வொரு ஊர்லயும் எத்தனை பொம்பளைக கிணற்றில் விழுந்து செத்துப்போயிருக்காங்க. கிணறு வத்திப் போனா, கைதவறவிட்டுத் துருப்பிடிச்சுக் கிடக்கிற வாளி, செம்பைக்கூட பார்த்துப் புடலாம். ஆனா, அதுல செத்த பொம்பளையோட வலியை அறிய முடியுமா சொல்லுங்க?

எப்போவாவது மத்தியானத்தில் கிணத்துமேட்டுல நின்னு கேட்டுப் பாருங்க... ஊம் ஊம்னு ஒரு சத்தம் வரும். அது என்ன சத்தம். இது மாதிரிப் புதைஞ்சுபோனவளுகளோட அழுகைதான். ஆம்பளைக்குக் கிணத்தைப்பத்தி ஒண்ணும் தெரியாது. அது நீச்ச அடிக்கிற இடம்னு நினைப்பாங்க. நல்ல தண்ணிக் கிணத்துப் படிக்கட்டு போய்ப் பாருங்க பொம்பளைகளோட கால் ரேகை பதிஞ்சு கிடக்கும். பெத்த பிள்ளையைக்கூட நாலஞ்சு வயசுல இடுப்பிலிருந்து இறக்கிவிட்ருவோம். ஆனா, தண்ணிக் குடத்தை சாகுற வரைக்கும் இடுப்பில் தூக்கிட்டுத்தானே திரிய வேண்டியிருக்கு.

கிணறும் பொம்பளை மாதிரிதாங்க... தனக்குனு எதையும் வெச்சுக்கிடாது. இருக்கிற வரைக்கும் கொடுத்துக்கிட்டே இருக்கும். ஊருக்கே தண்ணி குடுத்த கிணறுகூட வத்திப் போச்சுன்னா அதை ஒரு நாயி சீண்டாது. அப்படித் தான் பொம்பளை பாடும் ஆகிப் போச்சு’ என்றாள். நான் நல்லதங்காளுடன்தான் பேசிக்கொண்டு இருக்கிறேனா என்று சந்தேகம் வந்தது. அந்தப் பெண் தன் மனதில் கிடந்ததைக் கொட்டித் தீர்த்தவள் போல தெற்கு நோக்கி நடந்து போனாள்.

அவள் சொன்னது உண்மைதான். கிணறு, வெறும் தண்ணீர் இறைக்கும் இடம் மட்டுமல்ல... அது ஒரு மாய வட்டம். ஒரு நிசப்தம். ஒரு மௌன சாட்சி. வானில் பறந்து செல்லும் பறவைகளும் சூரியனும் சலனமற்றுக் கிணற்று நீரில் தன் முகம் பார்த்துத்தான் போகிறார்கள். மனிதர்களைப் போலவே கிணறுகளும் தங்களுக்கென தனியான சுபாவம் கொண்டு இருக்கின்றன. கிணற்றுக்குக் கண்ணாக இருப்பது அதன் ஊற்று.

சென்னைக்கு வந்த புதிதில் ஒரு நண்பனின் வீட்டுக்குச் சாப்பிடச் சென்றபோது, அவனது வீட்டில் புதிதாக போரிங் போட்டுவிட்டதாகச் சொல்லி, வீட்டில் ஏற்கெனவே இருந்த கிணறு ஒன்றை மூடிக்கொண்டு இருந்தார்கள்.

கிணறு வெட்டுவதை சிறுவயதில் பார்த்திருக்கிறேன். ஆனால், வாழ்வில் முதன் முறையாக ஒரு கிணற்றை மூடுவதை அப்போதுதான் பார்த்தேன். பத்துப் பதினைந்து பேர் கற்களையும் மணலையும் அள்ளிப் போட்டு மூடிக்கொண்டு இருந்தார்கள். கிணற்றை மூடுவதை அருகில் இருந்து பார்த்துக்கொண்டு இருந்தாள் நண்பனின் பாட்டி. 'அதைப் போய் என்ன வேடிக்கை பாக்கிறே?' என நண்பனின் அப்பா கூப்பிட்டபோது, பாட்டி ஆதங்கத்துடன் சொன்னாள், "உங்களுக்கு இதோட அருமை எப்படிப் புரியும்? எத்தனை நாள் இதே கிணத்தடியில் இருட்டில் உக்காந்து வீட்ல உள்ளவங்க படுத்துற வேதனை தாங்காம அழுதிருக்கேன் தெரியுமா? அழுது ஒய்ஞ்சு போயி கிணத்துத் தண்ணி இறைச்சு, முகத்துல அடிக்கும்போது ஏற்படும் பாரு ஒரு குளிர்ச்சி... அதுதான் இத்தனையும் சகிச்சிட்டு வாழக் கத்துக் கொடுத்தது. இல்லாட்டி கிணத்துக்குள்ளே குதிக்கிறதுக்கு எம்புட்டு நேரமாகி இருக்கும்?"

நல்லதங்காள் கிணற்றின் முன் நின்றபோது அந்தப் பாட்டி சொன்னதும் நினைவில் ஓடியது. கிணறு, தண்ணீர்த் தேவையை மட்டும் பூர்த்தி செய்யவில்லை. பலருக்கு நினைவுகளின் ஊற்றுக்கண்ணும் அதுவே!

சிறியதும் பெரியதுமான எத்தனையோ கிணறுகளை நான் கண்டிருந்தபோதும் என் வரையில் மூன்று கிணறுகள் மிக முக்கியமானவை. அவை ஜாலியன் வாலாபாக் படுகொலை நடந்த மைதானத்தில் இருந்த கிணறு. இன்றும் அது துப்பாக்கிகள் துளைத்த அடையாளங்களுடன் தீராத அழுகுரலால் புதையுண்டு போனதாக இருக்கிறது. மற்றொன்று, திருநெல்வேலியில் உள்ள பாப்பாத்தியம்மாள் கிணறு...

வெள்ளைக்காரர்கள் காலத்தில் தஞ்சாவூரில் வாழ்ந்த அகல்யா என்ற பெண்ணை 'சதி' கொடுமையால் இறந்த கணவனோடு சேர்த்து அவளையும் உறவினர் எரிக்க முற்பட, ஆங்கிலேயர் ஒருவரால் காப்பாற்றப்பட்டு அதனாலே ஜாதி விளக்கம் செய்யப்பட்டு, வாழ வழியின்றி கிறிஸ்துவ மதம்

மாறினாராம். அந்த அகல்யா, திருநெல்வேலியில் தங்கி, பெண்கள் உபயோகத்துக்காக வெட்டித் தந்த கிணறு. ஒரு காலத்தில் பாளையங்கோட்டை பகுதியின் முக்கிய குடிதண்ணீர்க் கிணறாக இருந்திருக்கிறது. இன்று கவனிப்பார் அற்றுக் கிடக்கிறது. மூன்றாவது, நல்லதங்காள் கிணறு!

ஜப்பானில் ஒரு நம்பிக்கை இருக்கிறது. மிகுந்த நோய் வாய்ப்பட்டு ஒருவர் உயிருக்குப் போராடிக்கொண்டு இருக்கும்போது அவருடைய வீட்டைச் சேர்ந்தவர்கள் குனிந்து கிணற்றுக்குள்ளே கேட்கும்படி, 'அவர் நலம் பெற வேண்டும்' என்று சப்தமாகக் கத்த வேண்டும். அப்படி அவர்கள் பிரார்த்தனை செய்தால், சாவிலிருந்து அந்த நபர் உயிர் பெற்றுவிடுவார். காரணம், கிணற்றினுள் நாம் அழைக்கும் குரல் நேராகக் கடவுளுக்குக் கேட்கிறது. கிணறுகள் கடவுளின் காதுகள் என்பது ஜப்பானியர்களின் நம்பிக்கை.

நிஜமோ பொய்யோ... இன்று நாம் செய்ய வேண்டியதெல்லாம் கிணறோ, குழாயோ எதுவாக இருந்தாலும், 'குடிப்பதற்குச் சுத்தமான தண்ணீர் வேண்டும் கடவுளே!' என்று சப்தமிடுவதுதான்!

◯

4

லோனாவாலாவில் பார்த்த மழை

மழையின் பெரிய புத்தகத்தை
யார் பிரித்துப் படித்துக்கொண்டிருக்கிறார்கள்
படிக்கட்டில் நீர் வழிந்து
கொண்டிருக்கிறது

– தேவதச்சன்

பூனாவுக்கு அருகில் உள்ளது லோனாவாலா. இது ஒரு மலைவாசஸ்தலம். சஹ்யாத்ரி என்ற மலைத்தொடரின் மீது அமைந்துள்ளது இந்த ஊர். லோனாவாலா என்பது சம்ஸ்கிருதப் பெயரான லோனவளி என்ற சொல்லில் இருந்து உருவானது. அதற்கு அர்த்தம் குகைகள் நிறைந்த பகுதி என்பதாகும். இது உண்மை என்பது போல, இந்த மலையின் பல்வேறு பகுதிகளிலும் புத்த துறவிகள் வாழ்ந்த குகைகள் காணப்படுகின்றன. லோனாவாலாவுக்கு இன்னொரு சிறப்பு இருக்கிறது. அது அங்குள்ள பெரிய ஏரி!

நரசய்யாவின் 'கடலோடி' என்ற புத்தகத்தை வாசித்த நாளில், முதன் முறையாக இந்த ஊரைப் பற்றி அறிந்தேன்.

அவர் இந்த நகரில் தனது கடற்படைப் பயிற்சிக்காக வந்து தங்கியிருந்ததைப் பற்றி மிக அழகாக எழுதியிருந்தார். லோனாவாலாவுக்குச் செல்ல வேண்டும் என்ற ஆசையை அது தொடர்ந்து தூண்டிக்கொண்டே இருந்தது. புகைப்படக் கலைஞரான இன்னொரு நண்பர், 'இந்தியாவில் சிரபுஞ்சிக்கு அடுத்தபடியாக அதிக மழை பெய்யும் இடம் லோனாவாலா. அதை மழைக்காலத்தில் நீங்கள் சென்று பார்க்க வேண்டும்' என்று கடிதம் எழுதியிருந்தார்.

லோனாவாலாவுக்கு, ஒரு மழைக்காலத்தின் துவக்க நாளில் போய் இறங்கியிருந்தேன். பொதுவாக, எல்லா மலை நகரங்களுமே மிக அழகானவையாக இருக்கும். லோனாவாலாவும் உடல் எங்கும் பாசி படர்ந்து விட்டது போன்று, பசுமையை நம் மீது படரவிடும் பேரழகு கொண்டது.

வருடத்துக்கு சில நாட்கள் அபூர்வம் போல மழை பெய்யும் ராமநாதபுர மாவட்டத்தில் வசித்த எனக்கு, மழை எப்போதுமே தேடிச் சென்று பார்க்க வேண்டிய அதிசயமானது. லோனாவாலாவில் நான் சென்று இறங்கியபோதே சாரல். சாலைகள் ஈரத்தில் ஊறியிருந்தன. கட்டடங்கள், வாகனங்கள், தனியே வாலாட்டியபடி நின்றிருக்கும் குதிரைகள் என யாவிலும் மழையின் சுவடுகள்.

'மழை, பல கோடித் தந்திகளை உடைய ஒரு வாத்தியக் கருவி' என்று எழுதினார் பாரதியார். மிகுந்த கவித்துவமான கற்பனை. லோனாவாலாவின் தெருக்களில் மழைக்குள்ளாகவே ஆட்கள் கடந்து செல்வதும், சிறிய இயக்கம் நடந்து வருவதும் பழகியிருந்தது. தங்கியிருந்த விடுதியில் அறையின் படுக்கை முதல் தண்ணீர்க் குழாய் வரை யாவிலும் குளிர்ச்சி பீறிட்டுக் கொண்டு இருந்தது. விடுதியின் எல்லா அறைகளிலும் கண்ணாடி ஜன்னல்கள் பொருத்தியிருந்தார்கள். ஜன்னலுக்கு வெளியே, பகலை விழுங்கிய படி பெய்து கொண்டு இருந்தது மழை.

மழையைப் பார்க்கத் துவங்கினேன். பீம்சிங் ஜோஷி பாடுவது போல மழை மெதுவாகத் துவங்கி, பார்த்துக் கொண்டு இருந்தபோதே ஒரு இடத்தில் மையம் கொண்டு அங்கேயே சஞ்சாரம் செய்யத் துவங்கியது. அதன் வேகமும் விஸ்தாரமும் கூடிக் கொண்டே வந்து, ஒரு புள்ளியில் மழை

தெரியவில்லை. நெசவுத் தறியில் நூல்கள் ஒன்று சேர்ந்து ஓர் உடையை உருவாக்குவது போல, தண்ணீர் வஸ்திரம் ஒன்றை மழை நெய்து கொண்டு இருந்தது. லயம் என்ற சொல்லின் அர்த்தம் அந்த நிமிஷத்தில் கண்முன்னே கூடியிருந்தது. பின் ஒரு காற்று, மழையின் ஊடாகக் கடந்தபோது மழை சிதறியது. இப்போது மழை, ஒரு காட்டுவாசியின் நடனத்தைப் போல, அதுவரை கண்டறியாத நடன அசைவுகளோடு துள்ளியும் குதித்தும் வடிவம் அற்றதொரு நடனத்தை நிகழ்த்திக்கொண்டு இருந்தது.

மழை சிறு வயதிலிருந்தே புரிந்து கொள்ளப்பட முடியாத ஒரு மாயம்தான். மழையை முழுமையாக யாராலாவது பார்க்க முடியுமா? நாம் பார்ப்பது, பெய்யும் மழையின் சிறு பகுதியைத் தானே!

மழையின் சத்தம் எங்கிருந்து உருவாகிறது? மழை சத்தமிடுவதில்லை. அது பூமியில் விழுவதால் ஏற்படும் சத்தத்தைதான் நாம் மழையின் சத்தம் என்கிறோமா? அப்படியென்றால், அது மண்ணின் சத்தமில்லையா? மழை, துளியா அல்லது கூட்டமா? தான் எங்கே விழப்போகிறோம் என்று மழைத் துளிக்குத் தெரிந்திருக்குமா? மழை, மண்ணில் விழும்வரை நம் கண்ணில் தெரிகிறது. மண்ணுக்குக் கீழேயும் அது போய்க்கொண்டேதானே இருக்கும்? என்றால், மழை தொடர்ந்து பயணம் செய்துகொண்டே இருக்கிறதா? மழைக்கு எத்தனை விரல்கள் இருக்கின்றன? அது ஏன் உலகோடு தாளமிசைத்தபடி இருக்கிறது? சில நேரம் மழை குழந்தையின் சிரிப்பைப் போலிருக்கிறது. சில நேரம் மிருகத்தின் மூர்க்க உறுமல் போல இருக்கிறதே... அது ஏன்?

சிறுவயதில், ஊரில் மழை பெய்யத் துவங்கியதும் பெண்கள் மழைக்குள்ளாகவே ஓடி, தூம்புவாய்களில் தண்ணீர்க் குடங்களை வைத்துப் பிடிப்பதைக் கண்டிருக்கிறேன். ஆண்கள் மழை மழை என்று உற்சாகமாகச் சொல்லும் போதெல்லாம் பெண்கள் தண்ணீர் தண்ணீர் என்று சொல்வார்கள். மழையை ரசித்து, வர்ணித்து வேடிக்கை பார்ப்பதை விடவும், சேகரிக்கவும் பாதுகாக்கவும் தேவையான தண்ணீர் என்று பெண்களுக்குப் புரிந்திருக்கிறது.

மழை எத்தனையோ கொண்டு வருகிறது. மழை பெய்து முடித்த பிறகு மண்ணில் இருந்து எழும் வாசத்தை நுகர்ந்திருக்கிறீர்களா? மண் பூக்கும் நேரமிது. எல்லா நறுமணங்களை விடவும் அதி சுகந்தமானது மண்ணின் வாசனை.

மழை பெய்யத் துவங்கியதும் மனித சுபாவம் மாறத் துவங்கி விடுகிறது. யாரும் குரலை உயர்த்திப் பேசிக்கொள்வதில்லை. மாறாக, மழை பெய்யும்போது யார் யாரைப் பார்த்தாலும், முகத்தில் மெல்லிய சிரிப்பு கரை தட்டி நிற்பதை உணர முடிகிறது.

மழை ஒரு தியானத்தைப் போல மெல்ல நம்மை அதற்குள்ளாக அமிழ்ந்து போகச் செய்கிறது. ஈரத்தின் நுண்கால்கள் நம்மைப் பற்றி ஏறுவதும் உடல் தன் சுபாவத்தில் இருந்து நழுவி மென் உணர்வு கொள்வதும் தவிர்க்க முடியாததாகிறது. சாத்தப்பட்ட ஜன்னல் கதவுகளை மின்னல் வெளிச்சம் தட்டித் திறக்க முயற்சிக்கிறது. மழை, வானத்தை மறைத்து விடுகிறது.

மழைக்குப் பிந்திய இரவுகள் அடர்த்தியானவை. வீடுகளில் வெளிச்சம் முந்திய நாட்களை விடவும் அதிக பிரகாசம் கொண்டது போலத் தோன்றும். பெயர் தெரியாத பூச்சிகள் சுவர்களில், வாசல் படிகளில் அலையும். இரவில் பெய்யும் மழை ஒரு ரகசியம். அது நம் கனவுக்கும் நிஜத்துக்கும் இடையில் பெய்கிறது.

லோனாவாலாவில் மழை காலையில் துவங்கி முடிவற்றுப் பெய்து கொண்டே இருந்தது. யாவரும் மழைக்குப் பழகியிருந்தார்கள். மழைக்கோட்டு அணிந்த ஒரு சிறுமி சைக்கிளில் சுற்றி வந்து, என் விடுதியின் எதிரில் இருந்த கூடையில் ரொட்டிகள் வாங்கிப் போகிறாள். ரொட்டிக்குள் கூட மழையின் ஈரம் படிந்துதான் இருந்தது. ரேடியோவில் இருந்து வரும் பாடல், மழையில் கரைந்து ஓடிக்கொண்டு இருந்தது.

சாலைகளில் வழிந்து செல்லும் தண்ணீரில் கால்களை உரசியபடியே ஒரு ஆள் கடந்து போவது தெரிந்தது. மழையை வேடிக்கை பார்க்கத் துவங்கியதிலிருந்து மனம் மெல்ல தன் எடையை இழப்பதையும், ஈரம் உறிஞ்சும் காகிதத்தைப் போல நான் மழையை உறிஞ்சிக்கொண்டு இருப்பது போலவும் தோன்றியது.

விடுதியில் இருந்து இறங்கி, ஓர் உணவகத்துக்குப் போனபோது அமைதியாக இருந்தது. உணவகத்தில் இருந்த எவரும் மழையை வேடிக்கை பார்க்கவில்லை. அவர்கள் தற்செயலாகத் திரும்பி வெளியே பார்த்து விட்டு, பிறகு மௌனமாக தேநீர் அருந்திக்கொண்டு இருந்தார்கள். மழை, உணவுக்குப் புது ருசி தந்துவிடுகிறது. வழக்கமாகச் சாப்பிடும் கோதுமை ரொட்டிகூட அப்போது தனித்த ருசியுடையதாக மாறியிருந்தது.

மழைக்குள்ளாகவே நடந்து சென்றேன். உருளைக்கிழங்கு ஏற்றி வந்த டிரக்கில் ஒருவன் ஈரம் சொட்ட உட்கார்ந்திருந்தான். அந்த மூட்டைகளில் இருந்து ஓர் உருளைக்கிழங்கு, ரோட்டில் உதிர்ந்து ஓடியது.

ஓரிடத்தில், மழைக்குள்ளாக ஒரு சிறுமி ஆரஞ்சு நிறக் குடையைப் பிடித்தபடி சாவகாசமாக நடந்து வந்தாள். அவளது கையில், நாலைந்து ஊதா நிற மலர்கள் இருந்தன. அவள் ஓரிடத்தில் நின்று எதையோ உற்றுப் பார்த்தாள். பிறகு யாருடனோ பேசிக்கொண்டு போவது போல, தனியே ஏதோ சொல்லிக்கொண்டு இருந்தாள்.

'நான் அவள் அருகில் போய், அங்கே என்ன இருக்கிறது?' என்று பார்த்தேன். ஒரு தவளை தன் பருத்த கண்கள் இரண்டையும் உருட்டியபடி உட்கார்ந்து இருந்ததைக் காட்டினாள். மழையில் நனைந்து நனைந்து, அதன் தோல் கறுப்புப் படிந்த பச்சை நிறத்தில் இருந்தது. அந்தச் சிறுமி தவளையிடம் என்ன பேசிக்கொண்டு இருந்தாள் என்று தெரியவில்லை. ஆனால், அவள் என்னைப் பார்த்ததும் வெட்கத்துடன் சிரித்தபடி நடந்து போகத் துவங்கினாள்.

நான் தவளையைப் பார்த்தேன். அதனிடம் சலனமே இல்லை. அது எப்போதாவது ஒரு முறை கண்களை இங்குமங்கும் திருப்பி மழை பெய்கிறதா என்று பார்த்துவிட்டுத் திரும்பவும் கண்களை மூடிக்கொண்டுவிடுகிறது.

எனக்கும் தவளையோடு ஏதாவது பேச வேண்டும் என்று ஆசையாக இருந்தது. ஆனால், தவளையோடு பேசும் வயதை நான் கடந்துவிட்டேன் என்று அறிவு சொன்னது. என்ன பேசுவது என்றும் தெரியாதவனாக இருந்தேன். அந்தச் சிறுமியின் மீது பொறாமையாக இருந்தது. பேசத் தெரியாமல் நடந்து, அறைக்குத் திரும்பி வந்தேன்.

எஸ்.ராமகிருஷ்ணன்

மழை பெய்து கொண்டே இருந்தது. லோனாவாலாவில் இருந்த மூன்று நாட்களில் கொஞ்சங் கொஞ்சமாக மழையின் பேச்சைக் கேட்கப் பழகியிருந்தேன். மழையில் பகலும் இரவும் கரைந்து போய்க்கொண்டே இருந்தன.

அங்கிருந்து ஊர் திரும்பிய பிறகு சில நாட்களுக்குப் பிறகும் கூட உறக்கத்தில் மழையின் முணுமுணுப்பு கேட்டது. அன்றிலிருந்து மழையும் நானும் சக பயணிகள் போல ஏதேதோ நகரங்களில் ஒருவரையொருவர் சந்தித்துக்கொள்வதும் சிரித்துக்கொள்வதுமாக, நீள்கிறது எங்கள் பயணம்.

மழையோடு நட்பு கொள்ளாதவர் எவர் இருக்கக்கூடும், சொல்லுங்கள்?!

○

5

பாடப் புத்தகங்களுக்கு வெளியே...!

வீட்டைச் சுற்றி தோட்டம் போட்டேன்
தோட்டத்தைச் சுற்றி வேலி போட்டேன்
வேலியைச் சுற்றி காவல் போட்டேன்
காவலைப் பற்றி கவலைப்பட்டேன்

- ஷண்முக சுப்பையா

மணியாச்சி ரயில் நிலையத்தில் வந்து இறங்கியபோது மாலை நேரமாக இருந்தது. மதுரையிலிருந்து திருநெல்வேலி செல்லும் ரயில் பயணத்தில், கோவில்பட்டிக்கு அடுத்த ரயில் நிலையம் மணியாச்சி!

சுதந்திரப் போராட்டத்தில் இந்தியாவை உலுக்கிய ஆஷ் படுகொலை நடைபெற்றது இந்த ரயில் நிலையத்தில்தான். சுதந்திரப் போராட்டம் ஒரு நினைவாக மட்டுமே மிஞ்சிவிட்ட நம் காலத்தில், என்றும் அழியாத சரித்திரச் சாட்சியாக நிற்கிறது இந்த ரயில் நிலையம்.

சரித்திரத்தைப் பாடப் புத்தகங்களுக்கு வெளியே நாம் கற்றுக் கொள்ளவே இல்லை. அதைவிடவும், வரலாறு என்றதும் நமக்கு

எஸ்.ராமகிருஷ்ணன் ● 33

நினைவுக்கு வருபவர்கள் அரசர்களும், அரண்மனைகளும் மட்டுமே! ஆனால், யார் அரசாண்டது என்பது மட்டுமே சரித்திரம் இல்லை. வரலாற்றில் சாமான்யர்களின் பங்கு எப்போதுமே இருட்டடிப்பு செய்யப்பட்டுவிடுகிறது.

சீனப் பெருஞ்சுவரைக் கட்டும்போது, அங்கு வேலை செய்த ஆயிரக்கணக்கானவர்கள் எங்கே தூங்கினார்கள்? இந்தியாவை நோக்கி நெப்போலியன் படையெடுத்து வந்தபோது, பெரிய படையே அவரோடு வந்தது. ஆனால், அந்தப் படை வீரர்களில் ஒருவர் பெயர்கூட சரித்திரத்தில் பதிவாகவில்லை. பாபிலோன் நகரம் பல முறை அழிக்கப்பட்டது என்று சரித்திரம் கூறுகிறது. அதை ஒவ்வொரு முறையும் திரும்பக் கட்டியது யார்? அவர்கள் பெயர்கள் ஏன் வரலாற்றில் இருந்து விடுபட்டுப் போயின என்று ஒரு நீண்ட கவிதையை ஜெர்மனியக் கவிஞரான ‘பெர்டோல்ட் பிரக்ட்’ எழுதியிருக்கிறார்.

அமெரிக்காவில் உள்ள மிகப் பழைமையான ஒரு பொருள் என்று எதையாவது காட்டினால், அதற்கு அதிகபட்சம் ஐந்நூறு ஆண்டுகள்தான் ஆகி இருக்கும். இந்தியாவில், சாதாரணமாக விவசாய வீடுகளில் பயன்படுத்தப்படும் நெல் அளக்கும் நாழிகளுக்குக்கூட இருநூறு வருஷம் கடந்து போயிருப்பது யாவரும் அறிந்ததே!

நூறு வருடங்களைக் கடந்த பொருட்கள் யாவும் மேற்கு உலகில் மியூசியத்தில் வைத்துப் பாதுகாக்க வேண்டிய முக்கியத்துவம் பெற்று விடுகிறது. இந்தியாவிலோ ஆயிரம் வருடப் பழைமையானதுகூட இன்றும் அன்றாடம் பயன்படுத்தப்படும் பொருளாக, இடமாக உள்ளது.

இந்தியாவின் வரலாறு, தேன் கூட்டைப் போன்று ஆயிரம் கண்கள் கொண்டது. லண்டனில் ஷேக்ஸ்பியர் பிறந்த இடத்தைப் பார்ப்பதற்கு ஒவ்வொரு நாளும் ஆயிரக்கணக்கான பார்வையாளர்கள் வருகிறார்கள். ஆனால், நம் தேசியக் கவி பாரதியார் பிறந்த இடத்தை எத்தனை பேர் நேரில் சென்று பார்த்திருக்கிறீர்கள்? கம்பர் பிறந்த ஊரை எத்தனை பேர் அறிந்து இருக்கிறீர்கள்? வ.உ.சி. பிறந்த ஒட்டப்பிடாரத்துக்கு எவ்வளவு பேர் சென்று வந்திருப்பீர்கள்?

நம் மனதில் சரித்திரம் முடிந்து போன ஒரு நிகழ்வாக மட்டுமே பதிவாகி இருக்கிறது. உண்மையில் வரலாறு முடிந்து

போனதில்லை. ஒரு நீரூற்றைப் போல அது எப்போதும் தனக்குள்ளாகப் பொங்கி ஊறிக்கொண்டே இருக்கிறது. அதன் உச்சநிலையும் வேகமும் மட்டுமே மாறிக்கொண்டு இருக்கிறதேயன்றி, அதன் இயக்கம் ஒடுங்குவதே இல்லை.

பாடப் புத்தகங்களின் வழியாக சரித்திரம் அறிமுகமானபோது, அது ஒரு தகவலாக மட்டுமே எனக்குள் பதிவாகி இருந்தது. ஆனால், தேடி வாசிக்க ஆரம்பித்த பிறகு வரலாறு, வாழ்நாள் முழுவதும் கற்றுக்கொள்ள வேண்டிய முக்கிய அறிதலாக உருமாறியது.

சரித்திரம் ஒரு புதிர்க் கட்டத்தைப் போல கொஞ்சம் தெரிந்தும், கொஞ்சம் தெரியாமலும் இருக்கிறது. ஹிஸ்டரி என்ற சொல் கிரேக்க மொழியிலிருந்து உருவாகியது. அதன் அர்த்தம், கடந்த காலத்தைப் புலனாய்வு செய்வதாகும். சரித்திரம் நம் உடையில், உணவில், பேச்சில், அன்றாட நடவடிக்கைகளில் தினமும் தன்னை வெளிப்படுத்திக்கொண்டே இருக்கிறது. நாம் அணியும் சட்டையில் உள்ள பொத்தான்கள் பெர்சியாவில் இருந்து வந்ததையும், நாம் சாப்பிடும் உருளைக்கிழங்கு வெள்ளைக்காரர்கள் நமக்கு அறிமுகம் செய்தது என்பதையும், குடிக்கும் தேநீர் சீனாவில் இருந்து வந்ததையும் நாம் சரித்திரம் என்று உணர்வதில்லை.

உணவகங்களில் தரப்படும் உணவுப் பட்டியலில் உள்ளதில் இட்லியும் பொங்கலும் தவிர்த்து, மற்ற உணவுப் பொருட்களான தோசை, வடை, கேசரி, சப்பாத்தி, பூரி, ரொட்டி, பஜ்ஜி, நூடுல்ஸ், பீட்ஸா, காபி என ஐம்பதுக்கும் மேற்பட்ட உணவு வகைகள் யாவும் பிற மாநிலங்களில் இருந்தோ, பிற தேசங்களில் இருந்தோ நமக்கு அறிமுகமாகி, இன்று நம் அன்றாட உணவாகிவிட்டன. இந்த உணவுப்பெயர்கள் எதுவும் தமிழ்ச் சொற்கள் இல்லை. இந்த பொருட்களின் சரித்திரமும் நமக்கு பரிச்சயம் இல்லாதது.

உண்மையில், ஒவ்வொரு மனிதனும் ஒரு சரித்திரம்! யாவர் மனதிலும் காலம் தன் வாலைத் தானே கவ்விக்கொண்டு படுத்திருக்கும் பாம்பைப் போல விநோதமாகச் சுருண்டு கிடக்கிறது. வரலாறு இடிந்த கோட்டைகளில் இருந்து மட்டும் மீள் உருவாக்கம் செய்யப்படவில்லை. சரித்திரத்தை மீள் உருவாக்கம் செய்வதில் முக்கியப் பங்கு வகித்தது நமது நாக்கு.

நாக்கின் சரித்திரம் மனித நாகரிகத்தின் சரித்திரம். மனிதர்கள் தங்களின் நினைவுகளின் வழியாகவும், வாய்மொழிக் கதைகள் மற்றும் நிகழ்கலைகள் வழியாகவும் சரித்திரத்தைத் தொடர்ந்து தக்கவைத்துக்கொண்டு இருந்திருக்கிறார்கள்.

இந்திய சரித்திரத்தைக் கற்கத் துவங்கியபோதுதான், இந்தியாவின் வலிமையையும் இந்திய மனதின் ஆழத்தையும் புரிந்துகொள்ள முடிந்தது. பயணத்தின் வழியாகக் கண்டு உணர்ந்த இந்தியா ஒருவிதமாகவும், சரித்திர உண்மைகளில் இருந்து அறிந்துகொண்ட இந்தியா இன்னொரு பரிமாணம் கொண்டு இருப்பதையும் அறிந்துகொள்ள முடிந்தது. குறிப்பாக, ஆங்கிலேயர்களின் வருகைக்குப் பிறகு இந்தியாவில் நடைபெற்ற மாற்றங்கள் மற்றும் சுதந்திரப் போராட்ட நிகழ்வுகள் குறித்து வாசிக்கும்போது, அது எத்தகையதொரு மக்கள் எழுச்சியாக இருந்திருக்கிறது என்பதைத் துல்லியமாக உணர்ந்துகொள்ள முடிகிறது.

சுதந்திரத்தின் மகத்துவத்தைப் புரிந்து கொள்வதற்காக, சுதந்திரப் போராட்டம் நடைபெற்ற முக்கிய இடங்கள் பலவற்றை நேரில் சென்று பார்க்க வேண்டும் என விரும்பி அலைந்திருக்கிறேன். சில இடங்களைப் பார்வையிட்டிருக்கிறேன். சபர்மதியும், தண்டியும், வேதாரண்யமும், ஜாலியன் வாலாபாக்கும் இதில் முக்கியமானவை. இந்த வரிசையில் நெகிழ்வடையச் செய்த இடம், மணியாச்சி ரயில் நிலையம்.

பத்தாண்டுகளுக்கு முன்பு வரை இந்தியாவில் எந்த ரயில் நிலையத்திலும் நாம் தைரியமாக உறங்கலாம். எவ்வளவு நேரம் வேண்டுமானாலும் பேசிக்கொண்டு இருக்கலாம். ஆனால், சமீபமாக ஏற்பட்ட தீவிரவாதிகள் பற்றிய பயம், யாவற்றையும் நிர்மூலமாக்கிவிட்டது. உண்மையில், பேருந்து நிலையப் பிளாட் பாரங்களும், ரயில் நிலையப் பிளாட் பாரங்களும் எண்ணிக்கையற்றவர்களுக்கு இரவு நேரப் புகலிடமாக இருந்திருக்கிறது.

மணியாச்சி ரயில் நிலையத்துக்குப் பத்துக்கும் மேற்பட்ட தடவைகள் போயிருக்கிறேன். ஒவ்வொரு முறையும் அங்கு கவியும் மனநிலை ஒன்று போலவே இருக்கிறது. அன்றும் ரயில் நிலைய பெஞ்சில் அமர்ந்து, மாலை வெயிலைப்

பார்த்துக்கொண்டு இருந்தேன். அலுமினிய நிற மேகங்கள் திட்டுத்திட்டாகப் படிந்து கிடக்க, காற்றில் அமிழ்ந்து கிடந்தது ரயில் நிலையம்.

காற்றில் அலைக்கழிக்கப்படும் ஒன்றிரண்டு மரங்களைத் தவிர, பிளாட்பார வெளியில் வேறு எதுவுமில்லை. மனம் சரித்திரத்தின் ஊடாகத் தனது துடிப்புகளை அசைத்துச் சென்றுகொண்டே இருந்தது. கண் பார்வையில் காலத்தின் சுவடே இல்லை. சரித்திரத்தின் சிறிய முனகல் சத்தம் கூடக் கேட்கவில்லை. மனம், தானே கடந்த காலத்தை நெய்யத் துவங்குகிறது.

இந்திய சுதந்திரப் போரின் முதல் வெடிச் சத்தம் என்று அழைக்கப்படுகிறது, ஆஷ் படுகொலைச் சம்பவம். திருநெல்வேலி மாவட்டத்தின் ஆட்சியாளராக இருந்தான் ஆஷ். அங்கு சுதந்திரப் போராட்ட வீரர்களை ஒடுக்குவதில் மிகக் கடுமையான முறைகளைக் கையாண்டு வந்தான். நீலகண்ட பிரம்மச்சாரியின் தூண்டுதலில் வாஞ்சிநாதன், மணியாச்சி ரயில் நிலையத்தில் ஆஷைத் துப்பாக்கியால் சுட்டுக் கொன்றுவிட்டு, தானும் அதே ரயில் நிலையத்தில் உள்ள கழிப்பறையில் நுழைந்து, தற்கொலை செய்து கொண்டான். இந்த சம்பவத்துக்குக் காரணமாக இருந்த நீலகண்ட பிரம்மச்சாரி செங்கோட்டையில் இருந்து புறப்படும்போது தனது மஞ்சள் பையை செட்டியார் கடை ஒன்றில் கொடுத்து வைத்துவிட்டுச் சென்றிருக்கிறார். ஆஷ் கொலைக்குப் பிறகு, போலீஸ் தீவிரமான தேடுதல் வேட்டையைத் துவங்கியபோது, அந்தப் பையில் இருந்தவை யாவும் தடை செய்யப்பட்ட புத்தகங்கள் என்று அறிந்த செட்டியார், தன்னையும் வெள்ளைக்காரர்கள் கண்டுபிடித்துத் தண்டித்துவிடுவார்களோ என்று பயந்து தற்கொலை செய்துகொண்டார்.

இன்னொரு பக்கம், கொல்லப்பட்ட ஆஷ் துரையின் மனைவி, தன் குழந்தைகளை வைத்துக்கொண்டு பிழைக்க வழியின்றி இருப்பதாக கிழக்கிந்தியக் கம்பெனிக்கு முறையீடு செய்கிறாள். கம்பெனி விசாரணை நடத்தி, ஆஷின் அத்தை ஒருத்தி பணக்காரியாக இருப்பதால், அவர்களுக்கு எவ்விதமான பொருளாதார உதவியும் செய்ய இயலாது என்று கைவிரித்துவிடுகிறது. கிட்டத்தட்ட வாஞ்சிநாதனின்

மனைவிக்கும் இது போல ஒரு நிலை ஏற்பட்டு, நீண்ட போராட்டத்துக்குப் பின்பே உரிய மரியாதையும் உதவியும் கிடைத்தது.

இந்த வழக்கை விசாரிக்கச் சென்ற ஒரு போலீஸ் கான்ஸ்டபிள் காணாமல் போய், எண்பது ஆண்டுகளுக்கும் மேல் ஆகிவிட்டது. இன்றுவரை அவரைப் பற்றி எந்தத் தகவலும் இல்லை என்கிறது கான்ஸ்டபிளின் குடும்பம். வாஞ்சிநாதனோடு சென்ற மாடசாமி உயிரோடு ஜெர்மனியில் இருப்பதாக, அவரது மனைவி சில ஆண்டுகளுக்கு முன்பு வரை கூறிக்கொண்டு இருந்தார். இதைப் போலவே எத்தனையோ அவிழ்க்கப்படாத மர்மங்கள் இந்தச் சம்பவத்தின் பின்னால் இன்றும் புதையுண்டே இருக்கின்றன.

மணியாச்சி ரயில் நிலையம் வாஞ்சிநாதன் நினைவாக வாஞ்சி மணியாச்சி என்று பெயர் மாற்றப்பட்டதேயன்றி வேறு எந்த முக்கியத்துவமும் அடைந்து விடவில்லை. போட் கிளப் மெயில், கால மாற்றத்தில் நிறுத்தப்பட்டு விட்டது. ஆனாலும், அதே கண்ணுக்கு எட்டும் தூரம் வரை விரிந்துகிடக்கும் கரிசல்வெளி. எங்கோ விட்டுவிட்டுக் கேட்கும் குருவிகளின் சத்தம். பழுத்து உதிர்ந்துகிடக்கும் இலைகளின் சிறு சலசலப்பு இவை காலத்தால் மாறவே மாறாமல் அப்படியே இருக்கின்றன.

ஆஷ் படுகொலையின் எதிரொலி அன்று லண்டனில் இருந்த ராணியின் மாளிகை வரை கேட்டது. இன்று அந்தச் சம்பவம் பாடப் புத்தகங்களில் பத்து மார்க் கேள்விகளில் ஒன்றாக மட்டுமே சுருங்கிப்போய்விட்டிருக்கிறது.

தொலைதூரத்தில் ரயில் வரும்போதே தண்டவாளங்கள் அதிரத் துவங்கி விடுவதைப்போல, கடந்த காலம் கண்ணுக்குத் தெரியாமல் நம்மைக் கடந்து போவதை அங்கு உணர முடிந்தது. காலத்தில் மீதமிருக்கும் இது போன்ற ஒன்றிரண்டு இடங்கள்தான் சரித்திரம் உண்மையென மெய்ப்பித்துக்கொண்டு இருக்கின்றன.

மனிதர்கள் பல முக்கியமான நிகழ்வுகளைக்கூட எளிதாக மறந்து போய் விடுவதும், மறந்ததை திரும்பத் திரும்பச் சரித்திரம் நினைவுபடுத்துவதும் தொடர்ந்து நடந்து கொண்டுதான் இருக்கிறது.

காலம் முன்னோக்கியோடும் நதி என்கிறார்கள். என்றால், சரித்திரம் என்பது, நதி தன் விசையால் உருவாக்கிய கூழாங்கற்கள் எனலாமா?

○

6

கண்ணால் வரைந்த கோடு

கண் மூடி இருப்பவரெல்லாம்
தியானிப்பதில்லை
குரு சொன்னார்
பிறகு வயலிலே கொக்கினையும்
மதிலிலே பூனையும் பார்த்தார்
கண் திறந்திருப்பவர்கள் எல்லாம்
தியானிக்காதிருப்பதுமில்லை
குரு சொன்னார்.

- சச்சிதானந்தன்

புனித தாமஸ் மலை, சென்னை தாம்பரம் நெடுஞ்சாலையில் உள்ளது. எத்தனையோ ரயில் பயணங்களில் அந்த மலையின் தூரக் காட்சியை அனைவரும் பார்த்திருப்போம். பரங்கிமலை என்று உள்ளூர்வாசிகளால் அழைக்கப்படும் செயின்ட், தாமஸ் மவுன்ட், சென்னையின் புராதனத்தின் சாட்சியாக உறைந்து போயிருக்கிறது.

சென்னைக்கு வந்த நாள் முதல், பல முறை பரங்கிமலைப் பகுதிக்குள் சுற்றி அலைந்திருக்கிறேன். ஒரு பக்கம்

ராணுவத்தினருக்கான பணியிடங்கள் மற்றும் குடியிருப்புகள். இன்னொரு புறம் தங்களது வீட்டுக் கூரைக்கு மேலாக விமானம் தாழப் பறந்து மீனம்பாக்கம் விமான நிலையத்தில் இறங்குவதை எந்த அதிசயமுமின்றி பார்த்துப் பழகிப்போன அன்றாடவாசிகள்.

மலையின் மீது ஏறுவதற்கு 134 படிக்கட்டுக்கள் உள்ளன. பரபரப்பான நகர வாழ்வின் எந்தச் சுவடுமின்றி சீராக வீசிக்கொண்டு இருக்கும் காற்றும் நிசப்தமும் கவிந்துகிடக்கிறது. படிக்கட்டுகள் மிகத் தூய்மையாக வைக்கப் பட்டிருக்கின்றன.

மலையின் மீது நடக்கத் துவங்கியதும் நகரம் நம் காலடியில் நழுவிப்போகத் துவங்குகிறது. உயரம் ஒரு அதிசயம் என்பதை, மனது மெல்ல உணரத் துவங்குகிறது. தரையில் இருந்து காணும் பொருட்கள், ஏன் உயரத்துக்குப் போனதும் இத்தனை ஆச்சர்யமாக மாறிவிடுகின்றன என்று வியப்பாக இருக்கிறது. தெருக்கள், குடியிருப்புகள் யாவும் சிறிய விளையாட்டுப் பொருட்கள் போல சுருங்கிப் போய்த் தெரிந்தன.

பூச்சிகள் ஊர்வது போன்று சாலையில் வாகனங்கள் தெரிகின்றன. மரங்களின் தலையை நெருக்கமாகப் பார்க்கிறேன். தொலைவில் பெரிய மைதானம் ஒன்றில் சில சிறுவர்கள் கிரிக்கெட் ஆடிக்கொண்டு இருக்கிறார்கள். நகரம் அதன் சீரற்ற ஒலியை இழந்து வெறும் காட்சியாக மட்டுமே மாறிக்கொண்டு இருந்தது. காற்று சுனையிலிருந்து பீறிடுவது போல கசிந்து வந்த படியே இருந்தது.

உயரம் மிக வசீகரமானதில்லையா? கிராமங்களில் மிக உயரமானவை மரங்கள் மட்டும்தான். பால்ய வயதில் மிகப் பெரிய வீடு என்று தோன்றியது, இன்று காணும்போது ஒரே ஒரு மாடி கொண்ட சிறிய வீடு போல் சுருங்கிப் போயிருக்கிறது. உயரம் என்பது வெறும் தோற்ற மயக்கம்தானா?

உயரத்தை நாம் அடைவதற்கு வலியையும் வேதனையையும் கடந்து போக வேண்டி இருக்கிறது. ஆனால், உயரத்துக்கு வந்து நின்ற பிறகு ஆச்சர்யமாக இருப்பது, நாம் எங்கேயிருந்து நம் பயணத்தைத் துவக்கினோமோ, அந்தத் தரைதான். மலைகளை விடவும் மிக ஆச்சர்யமானது பூமி. எல்லா மலைகளும், கடல்களும் அருவியும் மண்ணோடுதான் நெருக்கம்

கொண்டுள்ளன. நாம் புரிந்துகொள்ள முடியாத ஒரு விசித்திரம் மண்.

ஆழி வேடம் போடுகிறவர்கள் காலில் கட்டை கட்டிக்கொண்டு நடந்து வருவார்கள். அவர்களைக் காணும்போது வேடிக்கையாக இருக்கும். மனிதர்கள் ஏன் ஆறடியோடு தன் வளர்ச்சியை நிறுத்திக் கொண்டுவிட்டார்கள் என்று யோசனை வரும். ஆழி உருவம் கொண்டவனுக்கு கால்கள் மட்டுமே ஆறடி இருக்கும். அவன் தெருவின் குறுக்காக நடந்து போகும்போது நாய்கள் மிரட்சியோடு தொலைவில் போய் நின்றபடி குரைக்கும். அத்தனை உயரமான மனிதன் ஒரு படி நெல் யாசகம் கேட்டு பலரது வீட்டு முன்பாக தலை குனியும்போதுதான் மனதில் சுளீரென வலி உண்டாகும்.

புனித தாமஸ் மலையின் படிக்கட்டுகளில் நடந்து வரும்போது ஆங்காங்கே விவிலியக் காட்சிகள் புடைப்பு உருவங்களாகச் சித்திரிக்கப்பட்டுள்ளன. வெயில் மட்டுமே என்னோடு கூட ஏறி வந்து கொண்டு இருந்தது. மலையின் மீது வந்து சேர்ந்ததும் ஒரு உதிர்ந்த இலை காற்றில் பறப்பது போல மனம் எடையற்றுப் போய்விடுகிறது.

சென்னையைப் பருந்துப் பார்வையில் காண்பதற்கு மிகவும் அருமையான இடம் அது. கட்டடங்கள், சாலைகள், குடியிருப்புகள் இவற்றுக்கு இடையில் இன்னும் பசுமை மாறாத மரங்கள். தூர்ந்துபோய் தூசி மண்டிக்கிடக்கும் பழைய படிக்கட்டுகளின் சரிவில் இருந்து காணும்போது ஒரு வீட்டின் மாடியில் பெண் ஈரத்துணியை உலர்வதற்காகக் காயப்போட்டுக்கொண்டு இருக்கிறாள்.

இயேசுவின் சீடர்களில் ஒருவரான புனித தாமஸ், கிறிஸ்துவ மதத்தைப் பரவச் செய்வதற்காக இந்தியாவுக்கு வருகை தந்து, மலபார் பகுதிகளில் தனது மதப் பிரசாரத்தை மேற்கொண்டார். இந்தப் பயணத்தின் தொடர்ச்சியாக அவர் தமிழகத்துக்கும் வருகை தந்திருக்கிறார். மயிலாப்பூரில் அவர் வன்கொலை செய்யப்பட்டதாக கிறிஸ்துவ வரலாறு கூறுகிறது. அவரது நினைவாக இந்த மலையின் மீது ஒரு தேவாலயம் அமைக்கப்பட்டுள்ளது.

500 வருடங்களுக்கும் மேலாக வழிபாட்டு ஸ்தலமாக இருந்து வரும் பெருமைக்குரிய இந்தத் தேவாலயம்,

ஆர்மீனியர்களாலும் போர்த்துக்கீசியர்களாலும் பராமரிக்கப் பட்டும் வளர்த்தெடுக்கப்பட்டும் வந்த சிறப்பு உடையது. 200 வருடங்களுக்கு முன்பாக இந்தத் தேவாலயத்துக்காக 134 படிக்கட்டுகளை ஆர்மீனிய வணிகர் ஒருவர் தனது சொந்தச் செலவில் அமைத்துக் கொடுத்திருக்கிறார்.

இந்த மலைக்கு இன்னொரு பெருமையும் இருக்கிறது. அது, உலகில் மிக உயர்ந்த சிகரம் மவுன்ட் எவரெஸ்ட் என்று கண்டுபிடிக்கப்பட்ட இந்திய நில அளவைப் பணி இந்த மலையில் இருந்துதான் துவங்கியது. 'தி கிரேட் இண்டியன் ஆர்க்' எனப்படும் மகத்தான நில அளவைப் பணியை கர்னல் வில்லியம் லாம்டன் இந்த மலையின் மீதிருந்து 1802-ம் ஆண்டு துவக்கினார்.

இந்தப் பணி 40 ஆண்டுகளுக்கும் மேலாக நடைபெற்றது. பணி முடிவதற்குள் லாம்டன் இறந்துபோய்விடவே, அவரது பணியைச் செய்த தாமஸ் எவரெஸ்ட், தனது சர்வே பணிகளின் முடிவில், இமயமலையில் உள்ள சிகரம் உலகிலேயே மிக உயரமானது என்ற உண்மையை உலகுக்குத் தெரியப்படுத்தினார்.

இதற்கு முன்பு வரை, ஆண்டிஸ் மலைச் சிகரம்தான் உலகில் மிக உயரமானது எனக் கருதப்பட்டது. தாமஸ் எவரெஸ்ட் சர்வே குழுவினர் இந்தச் சிகரத்தைக் கண்டுபிடித்ததற்காகத்தான், அதற்கு மவுன்ட் எவரெஸ்ட் என்று பெயரிடப்பட்டது.

ராபர்ட் கிளைவ் காலத்திலிருந்தே இந்தியாவை நில அளவை செய்ய வேண்டும் என்ற விருப்பம் வெள்ளைக்காரர்களுக்கு இருந்தது. அவர்கள் வணிக நோக்கத்துக்காகவும் உள்நாட்டுப் பிரச்னைகளைத் தங்களுக்குச் சாதகமாகப் பயன்படுத்திக்கொள்ள விருப்பப்பட்டதாலும் இந்தியாவின் நிலப்பரப்பு எவ்வளவு பெரியது, கடல் மட்டத்திலிருந்து ஒவ்வொரு ஊரும் எவ்வளவு உயரத்தில் இருக்கிறது என்று தெரிந்து கொள்ள விரும்பினார்கள்.

இதற்காக ராபர்ட் கிளைவ் காலத்திலேயே, மேஜர் ஜேம்ஸ் ரென்னல் என்பவர் தலைமையில் ஒரு நில அளவை அமைப்பு துவங்கப்பட்டது. அதுதான் இன்றும் 'சர்வே ஆஃப் இண்டியா' எனப்படும் நில அளவைத் தலைமையகம் ஆகும். இந்தப் பணியின் தொடர்ச்சியாக அவர்கள் மேற்கொண்ட மைசூர் மாநிலத்தின் நில அளவைப் பணிதான் திப்புசுல்தானுக்கு எதிரான போரில் வெள்ளைக்காரர்கள் வெற்றி பெறுவதற்கு பெரிதும் உதவியாக இருந்தது. இந்த வெற்றியைத் தொடர்ந்து

இந்தியா முழுவதும் விரிவான நில அளவைப் பணியை மேற் கொள்ளத் தீர்மானித்தனர்.

'கிரேட் டிரிகோணமெட்ரிகல் சர்வே' எனப்படும் இந்தப் பணிக்குத் தலைமை ஏற்பதற்காக கிழக்கிந்தியக் கம்பெனியில் வேலை செய்த வில்லியம் லாம்டனை நியமித்தார்கள். லாம்டன் நிலத் தோற்றம் பற்றிய ஆய்வுகளில் எப்போதும் மிக விருப்பமாக இருந்தவர். அவருக்குக் கணிதத்திலும் வானவியலிலும் மிகுந்த விருப்பம் இருந்தது. அந்த நாட்களில் சர்வே பணி மிகக் கடினமானது. இன்று இருப்பது போன்று நவீன சாதனங்களோ, கணிப்பொறியின் உதவியோ அன்று கிடையாது. எல்லா குறிப்புகளும் அளவைகளும் காகிதத்தில் பதிவு செய்யப்பட வேண்டும். மேலும் சர்வே பணிக்கான கருவியான தியோடலைட் என்ற கருவி, இந்தியாவில் அதிகம் பயன்படுத்தப்படவும் இல்லை. எனவே, லாம்டன் இந்தக் கருவியை இங்கிலாந்திலிருந்து வரவழைத்தார். அரை டன் எடையுள்ள இந்தக் கருவியின் துணையோடு, தனது பணியை புனித தாமஸ் மலையின் மீதிருந்து துவக்கினார்.

இந்தப் பணி வருடக்கணக்கில் நீண்டு கொண்டே இருந்தது. இதற்காக ஹைதராபாத்திலிருந்து நிஜாம் மிகுந்த ஒத்துழைப்பு கொடுத்தார். தனது 70-வது வயதில் லாம்டன் மகாராஷ்டிராவில் உடல் நலக் கோளாறு காரணமாக மரணமடைந்தார். அதன் பிறகு, சர்வேயர் ஜெனரல் பதவியை தாமஸ் எவரெஸ்ட் ஏற்றுக்கொண்டு புகழ்பெற்ற அந்த கிரேட் டிரிகோண மெட்ரி சர்வேயைத் தொடர்ந்து மேற்கொண்டார். இந்தியாவைப் பற்றிய தெளிவான ஒரு சித்திரம் உருவாவதற்கு மிகுந்த துணையாக இருந்தது இந்த சர்வே பணியே!

லாம்டன் தனது சர்வே பணியைத் துவக்கியதற்கு அடையாளமாக புனித தாமஸ் மலையின் மீது ஒரு சர்வே கல்லை நட்டுவைத்திருக்கிறார். இன்று லாம்டன் நினைவாக அவரது உருவச் சிலை ஒன்று தேவாலயத்தின் கிழக்குப் பகுதியில் இந்திய சர்வே துறையினரால் அமைக்கப்பட்டிருக்கிறது.

லாம்டன் சிலையின் முன்பாக நின்றிருந்தேன். மார்பளவு சிலை அது. அந்தக் கண்கள் மிகக் கூர்மையாக எதையோ கவனித்துக் கொண்டு இருப்பது போலிருந்தன. லாம்டன் பார்த்த காட்சிகள் யாவும் காலத்தில் ஒளிந்து கொண்டு விட்டன. அன்று அடர்ந்த மரங்களுக்கு நடுவில் ஒன்றிரண்டு

குடியிருப்புகள் உள்ளதாக இருந்த நகரம், இன்று நெருக்கமான குடியிருப்புகளுக்கு நடுவில் ஒன்றிரண்டு மரங்கள் உள்ளதாக உருமாறியிருக்கிறது.

தேவாலயத்தின் மணிகள் ஒலிக்கின்றன. அலுமினியப் பறவை போல விமானம் தொலைவில் தரை இறங்கிக் கொண்டு இருந்தது. ரப்பர் வளையல்கள் அணிந்த ஒரு பெண்மணி வெயிலையும் பொருட்படுத்தாமல் ஓரிடத்தில் முழங்காலிட்டுப் பிரார்த்தனை செய்கிறாள். அவளது தலையை மூடியிருந்த முக்காடு காற்றில் அலை பட்டுக்கொண்டு இருந்தது. ஏதோ ஊரிலிருந்து பிரார்த்தனை செய்வதற்காக வந்திருந்த ஒரு குடும்பம் கடந்து போகும்போது, தங்களை ஒரு புகைப்படம் எடுத்துத் தருமாறு கேமராவை என்னிடம் கொடுத்தார்கள். அந்தக் குடும்பத்து நபர் ஒருவர், 'விமானம் தரையிறங்குவது பின்னணியில் தெரியும்படியாக எடுங்கள்' என்றார்.

கேமராவின் கண்வழியாகப் பார்த்த போது புகை மூட்டம் போல வெளிச்சம் மங்கிக்கிடந்த பின்புலத்தில் ஒரு விமானம் ஓடுதளத்தில் இறங்கிக்கொண்டு இருந்தது. புகைப்படம் எடுத்துக் கொடுத்தபோது, 'விமானம் சரியாகத் தெரிந்ததா?' என்று கேட்டார்.

விமானம் புகைப்படத்தில் பதிவாகி இருக்கக்கூடும். ஆனால், 500 வருடம் கடந்து போன ஒரு இடத்தில் நிற்கிறோம் என்ற கால உணர்வை எப்படிப் பதிவு செய்வது? பாறையில் வெயில் ஊர்ந்து போவது போல, காலம் யாவையும் தழுவிக் கொண்டும் எதிலும் நின்றுவிடாமலும் தொடர்ந்து சென்றுகொண்டே இருக்கிறது. வரைபடமென நாம் காணும் இந்தியச் சித்திரத்தின் பின்னால் ஆயிரக்கணக்கான உழைப்பாளிகள் கைகள் ஒன்று சேர்ந்துப் பணியாற்றியதும், எண்ணிக்கையற்ற பகலிரவுகள், ஆயிரக்கணக்கான பக்கக் குறிப்புகள், அறிவு நுட்பம் யாவும் சேர்ந்திருக்கிறது என்பதும் எவருக்கும் தெரிவதில்லை.

கோப்பையில் மிதக்கவிட்ட ஐஸ் துண்டைப் போல மலை கொஞ்சம் கொஞ்சமாகக் கரைந்து கொண்டு இருப்பது தெரிந்தது. எல்லா உயரங்களும் தற்காலிகமானவை என்று ஏனோ அப்போது தோன்றியது. நிஜம்தான் இல்லையா?

7

நிலமெங்கும் பூக்கள்

நீலத்தை சூடிக்கொண்டது வானம்
பச்சையை ஏந்திக்கொண்டது வயல்
கறுப்பை வாங்கிக்கொண்டது கொண்டல்
வெண்மையை வாங்கிக்கொண்டது பருத்தி
மஞ்சளை அப்பிக்கொண்டது சந்தனம்
பழுப்பை அணிந்துகொண்டது மரம்
சிவப்பை வரிந்துகொண்டது ரத்தம்
ஏழு வண்ணங்களிலும் கொஞ்சம் திருடி
எடுத்துக்கொண்டது இந்திர தனுசு
இவனுக்கென்று இல்லாமல் போயிற்று
தனி ஒரு நிறம்.

- விக்ரமாதித்யன்

காந்தள் மலரைப் பார்த்திருக்கிறீர்களா?

இலக்கியங்களில் பெண்களின் விரல்களுக்கு உவமை சொல்லும்போது, அவை காந்தள் மலரைப் போன்றிருந்தன என்ற வர்ணனை இடம்பெற்றிருப்பதை வாசித்திருக்கிறேன். காந்தள் மலரைப் பற்றிய குறிப்புகள் சங்க இலக்கியங்களில் ஏராளம் காணப்படுகின்றன.

ரோஜா, முல்லை, மல்லிகை, செவ்வந்தி, தாமரை, பிச்சி, குல்மொகர் என்று நமக்குத் தெரிந்த மலர்களின் பெயர்கள் பத்துக்குள் இருக்கும். இந்தப் பூக்கள் நாம் உபயோகப்படுத்துபவை. பெரிதும் கடையில் விற்பனையாகின்றவை. வேப்பம் பூவின் வாசமும், எள்ளுப் பூவின் அழகும், தும்பைப் பூவின் தேனும், பூசணிப் பூவின் மஞ்சளும் அதிசயங்களுக்கு அப்பாற்பட்ட அதிசயங்கள் இல்லையா?

சங்கக் கவிஞர்கள் இயற்கையை மிக நுட்பமாகத் தங்களின் கவிதைகளில் பதிவு செய்திருக்கிறார்கள். பாணர்களாக அவர்கள் வாழ்ந்த காரணத்தால், ஓரிடம் விட்டு மற்றோர் இடம் செல்லும்போது, பயண வழியில் கண்ட காட்சிகளை மிகத் துல்லியமாகக் கவிதைப்படுத்தி இருக்கிறார்கள். அதிலும், பூக்களுக்கு அவர்கள் தரும் ஒப்புமை மிக விசித்திரமானது.

குறுந்தொகையில் 240 பாடல்களாக இடம்பெற்றுள்ள கொல்லன் அழிசியின் முல்லைப் பாட்டில், குறிப்பாக இரண்டு உவமைகள் மறக்க முடியாதவை.

பனிக் காலத்தில் புதரில் படர்ந்துள்ள பசிய கொடிகளையுடைய அவரைச் செடியின் பூவானது கிளியின் அலகு போலத் தோன்றுவதாகவும், முல்லைப் பூக்கள் காட்டுப் பூனையின் பற்கள் போன்ற உருவத்தைக் கொண்டு இருப்பதாகவும் பாடல் விவரிக்கிறது.

பெயர் தெரியாமல் பூக்கள் நம் வீட்டுப் புறக்கடையில் துவங்கி நிலமெங்கும் பூத்துக்கிடக்கின்றன. நாம் அதைக் கவனிப்பதோ, அதன் சுகந்தத்தை அறிந்து கொள்வதோ இல்லை. நமது மிக நவீனமான அலுவலக அறைகளில் பிளாஸ்டிக் பூக்கள், பிளாஸ்டிக் செடிகள் இயற்கையை நகல் செய்து கொண்டு இருக்கின்றன. படுக்கை அறைச் சுவர்களில் பிளாஸ்டிக் வண்ணத்துப்பூச்சிகள் ஒட்டிக்கிடக்கின்றன. விதிவிலக்காக சில அலுவலகங்களில் செடிகள் வளர்க்கப்பட்டாலும், அது அலங்காரத்துக்காகத்தானே அன்றி, இயற்கையோடு நாம் கொள்ளும் நெருக்கம் என்று எவரும் புரிந்து கொள்ளவில்லை.

அலங்காரத்துக்காக ஒரு மனிதனை வளர்ப்பது என்று முடிவு செய்தால் அது எவ்வளவு அபத்தமோ, அத்தகையதுதான் செடிகளை வெறும் அலங்காரத்துக்காக மட்டுமே வளர்ப்பதும்!

நெடுஞ்சாலையோரமாகவே ஒரு முறை நடந்து பாருங்கள்... எத்தனைவிதமான நிறங்கள்.... எத்தனை விதமான மலர்கள்...! பூமி தன்னை ஒவ்வொரு நாளும் பூக்களால் ஒப்பனை செய்து கொண்டு, ஆகாசத்தில் முகம் பார்த்துக்கொள்கிறது போலும்! ஒவ்வொரு பூவும் தனக்கென மிகுந்த தனித்துவத்துடன் இருக்கிறது. வேப்பம் பூவின் வாசனை வேறு எந்தப் பூவுக்கும் இருப்பதில்லையே?

சிறுவயதிலிருந்து என்னை மூழ்கடித்த வாசனையுடையது தாழம்பூ. துணிகள் அடுக்கிவைக்கப்பட்டிருந்த அலமாரியின் உள்ளே உலர்ந்து போன தாழம்பூவின் இதழ்கள் கிடக்கும். மயக்கும் நறுமணம் அது. வாசனை யின் ஊற்றுதான் திறந்து கொண்டுவிட்டதோ எனும்படியான ஒரு கம்பீரம். நம் உடலின் நரம்புகளை முறுக்கேற்றி மீட்டும் அதிசய விரல் கொண்டது தாழம்பூ.

தாழம் புதர்கள் ஓடையில் அடர்ந்து கிடப்பதைக் கண்டிருக்கிறேன். அதற்குள் பகலில் கூட நடமாட முடியாது. பாம்புகள் இந்த வாசனையில் திளைத்துக் கிடக்கும் என்பார்கள். எப்போதாவது தெருவில் வரும் பிடாரனிடம் வீட்டுப் பெண்கள் தாழம்பூ வேண்டும் என்று கேட்கும்போது, அவன் தனது துணிப்பையில் இருந்து தாழம்பூ எடுத்துத் தருவதைக் கண்டிருக்கிறேன்.

கோடானு கோடி பூக்கள் ஒவ்வொரு நாளும் பூக்கின்றன. பூவின் நிறமும் வாசனையும் வேறுபடுகின்றனவே அன்றி, பூப்பது ஒரே விதம்தானே! இந்தப் பூக்களில் மனிதர்களின் கண்களில் படுபவை பத்து சதவிகிதம் கூட இருக்காது. மீதம் உள்ள அத்தனைப் பூக்களையும், சூரியனும் பறவைகளும் ஆகாசமும்தான் பார்த்துக்கொண்டு இருக்கின்றன. காற்றைத் தவிர, வேறு எதுவும் பூக்களை நெருக்கம் கொள்ளவே இல்லை.

காந்தள் மலரைப் பார்க்க வேண்டும் என்று சொன்னதும், வனத்துறையில் பணிபுரியும் நண்பர் ஒருவர் செண்பகத் தோப்பு பகுதியில் இருப்பதாக அழைத்துப் போனார். அவருடன் ராஜபாளையத்திலிருந்து ஜீப்பில் புறப்பட்டு, அரை மணி நேரத்துக்குள்ளாக மலையின் அடிவாரத்தை அடைந்தோம். வழி முழுவதும் மாந்தோப்புகள். நிழல் ஊர்ந்த தரையில் நாங்கள் நடந்து சென்றோம். மலைப் பாறைகளுக்குள் காட்டாறு

ஒன்று கடந்து போய்க்கொண்டு இருந்தது. யானையின் முதுகு போன்று பெரிய பெரிய பாறைகள் விரிந்து கிடந்தன. தண்ணீர் பாறைகளின் அடியில் ஊர்ந்து போய்க்கொண்டு இருந்தது.

'இந்த மலையில் வழிந்தோடும் தண்ணீரைச் சேகரம் செய்து இயற்கையாகவே நீரேற்றும் முறை ஒன்று உள்ளது. அதைப் பயன்படுத்தித்தான் அருகில் உள்ள திருவில்லிபுத்தூருக்கு குடிநீர் வழங்கப்பட்டு வருகிறது' என்றார் வனத்துறை நண்பர். மலை வாழ் மக்களுக்கான குடியிருப்பு ஒன்று, அடிவாரத்தில் இருந்தது. சூரிய வெளிச்சத்தைப் பயன்படுத்தி மின்சாரம் உருவாக்கும் முறை இந்தக் கிராமத்தில் நடைமுறையில் இருந்தது.

மேற்குத் தொடர்ச்சி மலையின் ஒரு பகுதியான செண்பகத் தோப்பில் மூலிகைப் பண்ணை ஒன்று இருக்கிறது. அதில் அரிதான மூலிகைகளை வளர்த்து வருகிறார்கள். பாறைகளும் அடர்ந்த குத்துச் செடிகளுமான பாதையில் இரு பக்கமும் காந்தள் மலர்கள் பூத்திருந்தன. காலை வெளிச்சத்தில் காந்தள் மலரின் சிவப்பு, ரத்தம் போலவே பிசுபிசுப்பு கொண்டதாக இருந்தது. சங்க காலப் புலவர்கள் வர்ணித்தது பொய்யில்லை என்பது போல, காந்தள் இதழ் ஐந்து முகம் கொண்டதாக மிருதுவானதாக இருந்தது. 'அது செங்காந்தள்' என்றான், எங்களுடன் வந்த ஒரு மலைவாழ் சிறுவன்.

செடியிலிருந்து பறிக்காமல் ஒரு பூவைப் பார்ப்பது நமக்குப் பழக்கப்படவே இல்லை. பூவைப் பார்த்த மறு நிமிஷம், அதைப் பறிக்கவேண்டும் என்ற எண்ணம் தானாகப் பீறிட்டு விடுகிறது. பறித்து முகர்ந்து பார்த்த பிறகு, பூவை என்ன செய்வது என்று எவருக்கும் தெரிவதில்லை. நுகர்வது பூவை அறிந்து கொள்வதற்கான முதல் படி மட்டுமே!

'மலர்ந்த பூ ஏன் திரும்பவும் மொக்காக ஆவது இல்லை? பூவின் வாசனை பூவுக்குள் எங்கே இருக்கிறது? இல்லை, வாசனைதான் பூ என்ற வடிவம் எடுத்திருக்கிறதா? பூவின் வர்ணம் ஏன் செடிக்கு இருப்பது இல்லை?' என ஒரு மலர் இப்படி எண்ணிக்கையற்ற ரகசியங்களால் நிரம்பியிருக்கிறது.

காந்தள் மலரைக் கண்டதும், ஏதோ சங்க காலத்துக்கே வந்து விட்டது போன்று மனது ஆனந்தமடைந்தது. கை கொள்ளுமளவு அந்தப் பூக்களைப் பறித்துக் கொண்டேன்.

அந்தச் சிறுவன் சிரித்தபடியே சொன்னான்... "மலை மேல உள்ள பூவையெல்லாம் பார்த்தீங்கன்னா... அவ்வளவுதான், மயக்கம் போட்டுருவீங்க. வாசனை கிறங்கடிச்சிரும். ஆளு நடந்து போறது மாதிரி வாசனை அங்கிட்டும் இங்கிட்டும் அலைஞ்சுட்டு இருக்கும்" என்றான்.

மலை உச்சியில் ஒரு சிறிய கோயில் இருந்தது. அதன் அருகில் நாங்கள் அமர்ந்தோம். சில நிமிஷங்களுக்குப் பிறகு, புதர்களுக்குள் இருந்து மேலே ஏறி வயதான மலைவாசி ஒருவர் எங்களைப் பார்த்து நடந்து வந்தார். அறுபது வயதிருக்கும். குள்ளமாக இருந்தார். எங்களைப் பார்த்துத் தயக்கமாகச் சிரித்தார். "மூலிகைப் பண்ணைக்கு வந்தீங்களா?" என்று கேட்டார். தலையசைத்ததும், "இந்த மலை ரொம்ப அபூர்வமானது. சிலதைச் சொன்னா நீங்க நம்ப மாட்டீங்க. இப்போ பாருங்க" என்றபடி தன் பையில் இருந்து ஏதோ ஒரு செடியின் வேரை எடுத்துக் காட்டினார். பிறகு, "ஏதாச்சும் ஒரு கல்லை எடுத்துக் கையில வெச்சுக்குங்க" என்றார். நான் குனிந்து ஒரு கல்லை எடுத்தேன். அவர் தன் கையில் வைத்திருந்த வேரின் சாற்றைப் பிழிந்து அந்தக் கல்லில் விட, கல் பொடித்து மணலைப் போல் ஆகிவிட்டது. ஆச்சர்யத்துடன் அவரைப் பார்த்தேன்.

அவர் சிரித்தார். "வானத்தில் இருக்கிற நட்சத்திரங்கள் நாள்பட உதிர்ந்து மண்ல விழுந்து, அதுதான் மலைமேல் உள்ள பூவாப் பூக்குதுன்னு நாங்க நம்புறோம். சஞ்சீவி மலையைத் தூக்கிட்டு வந்தார் அனுமார்னு சொல்றாங்களே... எல்லா மலையுமே சஞ்சீவி தான். ஒவ்வொண்ணுலயும் ஆயிரக்கணக்குல மூலிகைச் செடிகள் இருக்கு. சில பூக்கள் இருக்கு. அதை முகர்ந்து பார்த்தாப் போதும், நோயெல்லாம் போயிரும். ஆனா, இதோட அருமை நமக்குத் தெரியலை. வீட்டுக்கு ரெண்டு மூலிகைச் செடி வெச்சு வளர்த்தா, அவசரத்துக்கு உதவும். பூச்சிபொட்டும் வராது" என்றார்.

ஒரு கிராமத்து மனிதராக அந்த முதியவர் சொன்னதைத் தான் இன்றைய மாற்று மருத்துவ முறைகளும் வலியுறுத்திச் சொல்கின்றன. பிரிட்டனைச் சேர்ந்த டாக்டர் எட்வர்ட் பாட்ச் என்ற மருத்துவர், மனித மனம்தான் நோய்களின் ஆதாரப் புள்ளியாக இருக்கிறது. அதிலும் கோபம், பயம்,

சந்தேகம், பொறாமை என ஆதார உணர்ச்சிகளின் அத்த போக்கின் காரணமாகவே உடல் இயக்கம் சீர் கெடுகிறது என்று கண்டறிந்து, அதற்கு மாற்று மருத்துவமாக மலர் மருத்துவம் எனப்படும் முறையை உருவாக்கினார். மலர்களின் சாற்றை வடித்து வீரியப்படுத்தும் முறை அது. நோயாளிகளைக் குணப்படுத்துவதில் மிகப் பெரிய அதிசயங்களை உருவாக்கி, இன்று வரை தனித்த மருத்துவ முறையாகப் பின்பற்றப்பட்டும் வருகிறது.

ஜென் கதையொன்றில், இரண்டு துறவிகள் தங்கள் பயணத்தில், ஒரு செடியில் அழகான இளம் சிவப்பு வண்ணப் பூ அரும்பியிருக்கிறதைக் கண்டார்கள். இளந்துறவி, மிகுந்த ஆசையோடு, "இங்கே பாருங்கள்... ஒரு அழகான பூ!" எனக் காட்டினார். குருவும், 'ஆமாம், ஒரு அழகான பூ!' என்று தலையசைத்தார். இளந்துறவி அதை ஆசையோடு பிடுங்கி முகர்ந்து விட்டு, கையில் வைத்தபடியே நடக்க முற்படும்போது குரு அவரிடம் சொன்னார். "இங்கே பார்... யாரும் பறிக்க முடியாத பூ!". அவர் காட்டிய இடத்தில் வெற்றிடம் மட்டுமே இருந்தது. அந்த நிமிஷமே இளந் துறவிக்குத் தனது அறிவின்மை புலப்பட்டது.

ஒரு தளத்தில் பூ எப்படி அழகின் உருவமாக இருக்கிறதோ அப்படி இன்னொரு தளத்தில் ஆன்மிக அனுபவத்தின் குறியீடாகவும் உள்ளது. புத்தர், தாமரையை மெய்த் தேடலின் அடையாளமாகக் கண்டதும், வெட்ட வெளியை நிரந்தரமாகப் பூத்திருக்கும் மலர் என்று சித்தர்கள் சொல்வதும் இத்தகையதே!

○

8

நாரைகளின் நடனம்

சுவரில் அறைந்த
எருவில் தெரிந்த விரல்கள்
யார் விரல்கள்
இனிமேல் நெருப்பில் எரியப்போகும்
விரல்கள்

- ந.ஜயபாஸ்கரன்

சில வருடங்களுக்கு முன்பு, ஒரு கோடைகாலத்தில் அருப்புக்கோட்டை அருகில் உள்ள நண்பரின் கிராமத்துக்குச் சென்றிருந்தேன். நூறு வீடுகளுக்கும் குறைவாக இருந்த ஊரின் மேற்குப் பக்கம் மிகப் பெரிய கண்மாய் வறண்டுபோய் இருந்தது கண்மாயைச் சுற்றிலும் பருத்து உயர்ந்த மரங்கள். அதில் மிகப் பெரிய ஆலமரம் ஒன்று, நூற்றுக்கணக்கில் விழுதுகள் விட்டு விரிந்திருந்தது. ஆங்காங்கே மர நிழலில் ஆட்கள் சோர்ந்து கிடந்தார்கள். ஊரெங்கும் வெக்கை கொப்பளித்துக்கொண்டு இருந்தது.

வெயில் காலத்தில் பேச்சு தானே ஒடுங்கிப் போய்விடுவதை அங்குதான்

கண்டேன். அதையும் மீறிப் பேச முற்படும்போது சொல்லில் வெக்கையின் உஷ்ணம் படிந்திருப்பதையும், யாராவது கேட்டவுடன் ஆத்திரம் தானே பீறிட்டு வருவதையும்கூடக் காண முடிந்தது. பனை ஓலை விசிறிகளுடன் திண்ணையில் முடங்கிக் கிடந்த வயசாளிகள்கூட எரிச்சல் தாங்க முடியாமல் தங்களைத் தாங்களே திட்டிக்கொண்டு இருந்தார்கள். தெருவில் நாயின் நடமாட்டம் கூட இல்லை.

கண்மாய்க் கரையில் இருந்த ஒரு வேம்படியில் படுத்தபடியே நாங்கள் ஆகாசத்தைப் பார்த்துக்கொண்டு இருந்தோம். வானம் வெளிறிய ஈய நிறத்தில் இருந்தது. மேகங்களே இல்லை. கோடை கிராமத்தை உலர வைத்திருந்தது.

எங்கிருந்தோ கொக்குகளின் கூட்டம் ஒன்று தெற்கு நோக்கிப் பறந்து போனது. அது வரை ஆங்காங்கே நிழலில் படுத்துக் கிடந்தவர்கள் கொக்குகளைக் கண்டதும் மிகுந்த ஆசையோடு எழுந்து நின்று ஆகாசத்தையே பார்க்கத் தொடங்கினார்கள். ஒரு வயசாளி தன் கண்களை இடுக்கிக்கொண்டு, கொக்கு தரை இறங்கிருச்சா என்று கேட்டார். எவரிடமும் பதில் இல்லை. அவர் கண்களைத் துடைத்துக்கொண்டு ஆகாசத்தை நிமிர்ந்து பார்த்தபோது, கொக்குகள் பறந்து போயிருந்தன. ஆகாசத்தில் பறவைகளின் தடமே இல்லை. திரும்பவும் அவரவர் நிழலுக்கு வந்து படுத்துக் கொண்டார்கள்.

எப்போதாவது ஒரு பறவை கடந்து போனால் கூட யாராவது ஒரு ஆளின் தலை நிமிர்வதும், பின்பு ஏமாற்றத்துடன் அது கவிழ்வதுமாக ஒரு துக்க நாடகம் நெடு நேரம் நீண்டுகொண்டு இருந்தது. ஆத்திரம் தாங்க முடியாத ஒரு வயசாளி சொன்னார்... "கொக்கு போற வேகத்தைப் பாத்தா கிழக்கே எங்கேயும் தண்ணி இல்லை. இந்த வருசம் கோடை மழை கிடையாதுடா... சுக்கா உலரப்போறோம் பாருங்க!" அவர் சொன்னது போலவே அந்தக் கோடை மிகக் கடுமையாக இருந்தது.

பறவைகள் நீர்நிலைகளைத் தன்னியல்பில் கண்டுவிடுகின்றன. பூமியில் எந்த இடம் இனவிருத்தி செய்ய வசதியானது என்று பறவை தேடி அலைகிறது. இதற்காகப் பகலிரவு பாராமல் பறந்து தன் வாழ்விடத்தைக் கண்டு, அங்கே சில காலம் தங்கி வாழ்ந்து, மீண்டும் தன் பூர்வ இடம் தேடிச் சென்றுவிடுகிறது.

ஒவ்வொரு பறவையும் எழுதப்படாத சரித்திரம் ஒன்றைக் கொண்டு இருக்கிறது. பறவை கண்ட காட்சிகள், குடித்த நீர், கடந்த நிலப்பரப்பு யாவும் பறவையோடு முடிந்துவிடுகின்றன.

நீரோடு மனிதர்கள் கொள்ளும் உறவைவிடவும் பறவைகள் கொள்ளும் உறவு மிக நுட்பமானது. தைலான் என்று ஒரு பறவை இருக்கிறது. இந்தப் பறவை ஊரைச் சுற்றத் துவங்கினால் மழை வரப்போகிறது என்று ஊர் மக்கள் அறிந்து கொள்வார்கள். இதனால் அந்தப் பறவையை யாரும் வேட்டையாடுவது கிடையாது.

பறவைகளை நாம் சுதந்திரத்தின் அடையாளமாகக் கொண்டாடுகிறோம். ஆனால், சுதந்திரமாகப் பறவைகள் பறக்க முடியவில்லை என்பதுதான் இதுநாள் வரை நாம் கண்ட நிஜம். அரிய பறவை இனங்கள் வேட்டையாடப்பட்டு அழித்து ஒழிக்கப்பட்டுவிட்டன. இயற்கையைப் பாதுகாக்கத் தவறியதன் விளைவாக நீர்நிலைகள் அற்றுப் போகத் துவங்கி, பறவைகளின் வாழ்வை நெருக்கடி கொள்ளச் செய்திருக்கிறது.

வெயில் காய ஆரம்பித்தவுடன் குக்குறுவான் என்ற பறவை அதை ரசிக்கத் துவங்குவது போல குக்குக்குக் என்று கத்திக்கொண்டு இருக்கும். குறிப்பாக, கோடைகாலத்தில் துவங்கி முதிர் வேனில் வரை இந்தப் பறவையின் குரலை நாம் கேட்க முடியும். வெயிலைக் குடிப்பது போல் விட்டு விட்டுக் கத்திக்கொண்டு இருக்கும் குக்குறுவானின் குரலை நம்மில் பலரும் கேட்டிருப்போம். ஆனால், குக்குறுவான் எப்படி இருக்கும் என்று பலரும் பார்த்து அறிந்தது கிடையாது.

குக்குறுவான் மிக அழகான பறவை. குருவி போன்று இருக்கும். மேல் பாகம் பச்சையாகவும், அடியில் இளமஞ்சளும், கால்கள் லேசான சிவப்பு நிறத்திலும் இருக்கும். இடைவிடாமல் கூவும் இப்பறவை தலையை உதறி அசைப்பதைப் பார்க்க மிக ரம்மியமாக இருக்கும்.

பறவைகளிடமிருந்து நாம் கற்றுக்கொள்ள எவ்வளவோ இருக்கிறது. எந்தப் பறவையும் தன் தேவைக்கு அதிகமாகச் சேர்த்து வைத்துக் கொள்வது இல்லை. அலைந்து திரிய அலுத்துக்கொள்வதும் இல்லை. பறவை, வாழ்வை ஒவ்வொரு நாளும் புதிதாகச் சந்திக்கிறது.

ஒரு நாள் ஒரு மீன்கொத்தி, வானில் வட்டமடித்துக்கொண்டு இருப்பதைக் கண்டேன். ஏரியில் சலனமே இல்லை. மீன்கொத்தி சரேல் எனச் சுழன்று தன் அலகால் ஒரு மீனை கவ்விக்கொண்டு பறந்ததைக் காணும்போது ஏற்பட்ட பரவசம், எந்த ஒரு விளையாட்டின் உச்ச நிகழ்வுக்கும் நிகரானது. மீன் கொத்திக்குத் தண்ணீரின் ஆழம் ஒரு பொருட்டேயில்லை என்பதும், அது நீருக்குள் நீந்தும் மீனை உயரத்திலிருந்தே கண்டுவிடுகிறது என்பதும் எத்தனை வியப்பானது!

தியானிகள் பலரையும் விடவும் ஆழ்ந்த தியான கோலம் கொண்டவை கொக்குகள். தண்ணீரிலோ, கல்லிலோ நின்றபடியே அது தனது கழுத்தை உள் மடக்கிக் கொண்டு அரைக் கண் மூடிய கோலத்தில் இருப்பதைக் காணும்போது, பரமயோகியைப் போன்றிருக்கும். ஓடுமீன் ஓட உறுமீன் வருமளவு வாடியிருப்பது கொக்கின் சுபாவம். இது மனிதர்களில் பலருக்கும் இருப்பதில்லை என்பதுதான் இன்றைய பிரச்னை.

கர்நாடகாவின் ஸ்ரீரங்கப்பட்டினத்திலிருந்து காரில் பயணம் செய்து கொண்டு இருந்தபோது, விசித்திரமான குரல் ஒன்றைக் கேட்டேன். 'அது சைபீரிய நாரையின் குரல்' என்றார் காரோட்டி.

சைபீரியாவைப் பற்றி, என் விருப்பத்துக்குரிய ருஷ்ய எழுத்தாளர் தஸ்தாயெவ்ஸ்கியின் எழுத்துக்கள் துல்லியமாக விவரித்திருக்கின்றன. கடும் பனியும் தனிமையும் நிரம்பிய நிலவெளி அது. அங்கிருந்து வரும் பறவை ஏதோ ஒருவிதத்தில் தஸ்தாயெவ்ஸ்கியை நினைவுபடுத்துவதாகவே தோன்றியது.

இந்தப் பறவைகள் எங்கே போகின்றன என்றதும், அருகில் ரங்கன திட்டு என்ற இடம் உள்ளதாகச் சொன்னார் காரோட்டி. அந்த நிமிஷமே பயணம் திசைமாறி, சைபீரிய நாரைகளைத் தேடி ரங்கன திட்டு போவது என்று முடிவானது.

ரங்கன திட்டு மைசூரிலிருந்து அரைமணி நேர தூர பயணத்தில் உள்ளது. இது பறவைகளின் சரணாலயம். காவேரி ஆற்றின் பாதையில் அமைந்து உள்ளதால் சிறியதும் பெரியதுமான நீர்த்திட்டுகள் இங்குள்ளன. நான் சென்றிருந்தது ஆகஸ்ட் மாதத்தின் துவக்கம் என்பதால், கண்ணுக்கு எட்டிய தூரம் வரை பறவைக் காட்சிகளாக இருந்தது.

எஸ்.ராமகிருஷ்ணன்

ஒரு விநோத இசைக்கோலத்தைப் போல வேறு வேறு குரல்களில் பறவைகள் ஒலி எழுப்பிக்கொண்டு இருந்தன. சைபீரிய நாரைகளில் சில ஆங்காங்கே நின்று கொண்டு இருந்தன. யுவான் சுவாங், பாஹியான், மார்க்கோ போலா என என்னை வியப்பில் ஆழ்த்திய யாத்ரீகர்கள் அனைவரையும் விட தான் பெரிய ஆள் என்பது போல அந்த சைபீரிய நாரைகள் மரக்கிளைகளில் நின்று கொண்டு இருந்தன.

வெயில் மங்கியிருந்தது. ஒரு நாரை தன் உடலை அசைத்து நடனமிடுவது போலத் திரும்பியது. இன்னொரு நாரை அடிக்குரலால் சப்தமிட்டது. ஒரு நிமிடம் நான் மார்க்கோ போலோவை நேரில் காண்பது போல வியப்போடு அந்த நாரைகளைப் பார்த்தேன்.

எத்தனை ஆயிரம் மைல்களுக்கு அப்பாலிருந்து வந்திருக்கின்றன! எவ்வளவு பகலிரவுகள்! எத்தனை விதமான நிலப்பரப்புகளைக் கடந்து வந்திருக்கின்றன! தேசத்தின் எல்லைகளை அழித்தபடி உலகை ஒரே பரப்பாகக் கருதும் பறவைகளின் செயல் விருப்பத்துக்குரியதாக இருந்தது.

என்ன சொந்தமிது! பூமியின் ஏதோ ஒரு மூலையில் இருந்து பறவைகள் இன்னொரு மூலைக்குச் சென்று, முட்டையிட்டுக் குஞ்சு பொறிக்கின்றன. வரைபடமில்லை. எரிபொருள் தேவையில்லை. தேடுதல் மட்டுமே அவற்றைக் கொண்டு செலுத்துகிறது. மொழி, இனம், எனப் பிரிந்து கிடக்கும் உலகை பறவைகளும் விலங்குகளும்தான் ஒன்று சேர்க்கின்றன.

கிராமப்புறங்களில் சொல்லப்படும் கதையொன்று இருக்கிறது. ஒரு நாள் அரசன் தன் அரண்மனையில் மிக அழகான ஒரு குரலைக் கேட்டான் என்ன அது என்று விசாரித்தபோது, எங்கிருந்தோ வந்த ஒரு பறவை நந்தவனத்தில் அமர்ந்து பாடுகிறது என்றார்கள். அரசன் நந்தவனத்துக்குச் சென்று அந்தப் பறவையைக் கண்டான். அது செந்நிறக் கொண்டையும், பால் வெண்ணிற உடம்புமாக இருந்தது.

அந்தப் பாடலை தான் தொடர்ந்து கேட்டுக்கொண்டு இருக்க வேண்டும் என அரசன் விரும்பியதால், அந்தப் பறவையைப் பிடித்து வரும்படியாகக் காவலர்களிடம் ஆணையிட்டான். பறவை அவர்கள் கையில் அகப்படாமல் தப்பிப் பறந்தது.

அரசன் ஆத்திரம் அடைந்து, தன் படையை அனுப்பி, பறவையைப் பிடிப்பதற்கு எது தடையாக இருந்தாலும் அழித்து விட்டு அதைப் பிடித்து வரும்படி சொன்னான்.

பறவை பறந்து வேறு ஊருக்குப் போகிறது. பிடிப்பதற்காகச் சென்ற சிப்பாய்கள் அந்த ஊர்களை நாசப்படுத்துகிறார்கள். பறவை அங்கிருந்தும் தப்பி தேசத்தின் எல்லையைக் கடந்து போய்விடுகிறது. படையும் அடுத்த தேசத்துக்குள் புகுந்து நகரங்களை தீ வைத்து, மக்களைச் சூறையாடுகிறது. தேசமே அவர்கள் கைவசமாகிறது. பறவை தீக்காயம்பட்டு, இறக்கைகள் அடிபட்டு, நிறம் மாறி உயிருக்குப் பயந்து ஒடுங்கி நிற்கிறது.

முடிவில் படைவீரர்கள் அதைப் பிடித்து ஒரு கூண்டில் அடைத்துக்கொண்டு வருகிறார்கள். ஆனால், அந்தப் பறவை பாடவில்லை. பாடும்படியாகத் துன்புறுத்தவே, பறவை பாடுகிறது. அந்தப் பாட்டு இறந்துபோன ஆயிரக்கணக்கான மக்களின் அழுகையைப் போலவே இருக்கிறது. பறவையின் துக்கக்குரல் கேட்டு குற்ற உணர்ச்சிக்கு ஆளான அரசன், அதைக் கொன்றுவிடும்படியாகச் சொல்கிறான். ஒரு பறவையின் பாடலுக்காக ஒரு தேசம் பலியானது இப்படித்தான் என்று கதை முடிகிறது.

உலகம் இப்படி அற்ப காரணங்களால் அதிகார யுத்தம் நடத்திக் கொண்டு இருக்கும்போது, பறவைகள் எல்லா இடர்ப்பாடுகளையும் மீறி, தன் வாழ்வின் பாதையில் பறந்தபடியே இருக்கின்றன. எல்லாவற்றையும் விற்பனை பொருட்களாகக் கருதும் நமது வணிக நோக்கத்தையும் சுய லாபத்தையும் நிறுத்திவிட்டு, பறவையின் இயக்கத்தைக் கூர்ந்து நோக்கத் துவங்கினால் ஒருவேளை நாம் உலகைப் புரிந்து கொள்ளக் கூடும்.

9

ஓலைச் சித்திரங்கள்

நான் கட்டினேன் ஒரு வீட்டை
வீடு தனக்குத்தானே கட்டிக்கொண்டது
வானம் வந்து இறங்க விரித்த
தன் மொட்டை மாடிக் களத்தை

- தேவதேவன்

தஞ்சை என்றாலே, பலருக்கும் நினைவுக்கு வருவது பெரிய கோவிலும், அதன் நிழல் விழாத அதிசயமும்தான். ஆனால், தஞ்சையின் இந்த அதிசயத்துக்குச் சற்றும் குறையாத இன்னொரு அதிசயம் இருக்கிறது. அது சரஸ்வதி மஹால் நூலகம். பிரமாண்டமான பிரகதீஸ்வரர் கோயில், சோழர்களின் கலைப் நுட்பத்தை வெளிப்படுத்துகிறது என்றால், பல்லாயிரக்கணக்கான முக்கிய ஏடுகளின் காப்பகமாக உள்ளது சரஸ்வதி மஹால் நூலகம்.

எந்த ஊருக்குப் போனாலும் நான் தேடும் முதலிடம் நூலகம்தான். மொழி தெரியாத மாநிலங்களில் கூட, அங்குள்ள நூலகங்களுக்குள் சென்று

பார்த்திருக்கிறேன். லட்சக்கணக்கான புத்தகங்கள் நிரம்பிய அரிய நூலங்களில் இருந்து, வீட்டின் ஒரு பகுதியில் வாடகை நூலகமாக நடத்தப்படும் இடம் வரை எத்தனையோ நூலகங்களுக்குச் சென்று வந்திருக்கிறேன். சில நூலகங்களுக்குள் செல்லும்போது அங்குள்ள காற்றோட்டமும், வெளிச்சமும், நிசப்தமும் நூலகத்துக்குள்ளாகவே தங்கிவிடச் செய்வதாக இருந்திருக்கின்றன.

புத்தகங்களுக்குள் இருக்கும் வெள்ளிப் பூச்சியைப்போல், சில நூல் நிலையங்களுக்குள்ளாகவே பல மாதங்களைக் கழித்திருக்கிறேன். அநேகமாக எல்லா நூலகர்களும் ஒரே சாயலில்தான் இருக்கிறார்கள். அல்லது, நூலகம் அந்தச் சாயலை ஏற்படுத்திவிடுகிறது. நூலகத்தின் மேஜையும், கயிற்றில் கட்டித் தொங்கவிடப்பட்டுள்ள பென்சிலும் இந்தியா முழுவதும் ஒன்று போலத்தான் இருக்கின்றன.

அரிய நூலகங்கள் சிலவற்றுக்குச் சென்றிருக்கிறேன். குறிப்பாக, பூனாவில் உள்ள பண்டார்கர் ஓரியண்டல் ஆய்வு நிறுவனம். இங்கே மகாபாரதம் குறித்த விரிவான ஆய்வுகளும், இந்திய மொழிகளில் உள்ள எல்லாவகையான மகாபாரத ஏடுகளும் உள்ளன. மகாபாரதத்தை ஆய்வு செய்வதற்கு என்றே பல ஆய்வாளர்கள் இங்கே முழு நேரப் பணியில் இருக்கிறார்கள். எண்பது வருடங்களைக் கடந்த இந்தத் தொன்மையான நூலகம் ஒரு செம்மையான மகாபாரதப் பதிப்பு கூட வெளியிட்டு இருக்கிறது.

இந்த நூலகத்தைவிடத் தொன்மையானதும், பல முக்கிய அமெரிக்கப் பல்கலைக்கழகங்களே தங்களது ஆய்வுகளுக்கு நாடிவரும் இடமாக உள்ளது தஞ்சை சரஸ்வதி மஹால் நூலகம். சரபோஜி மன்னரால் துவங்கப்பட்ட இந்த நூலகம் ஓலைச்சுவடிகளின் பாதுகாப்புப் பெட்டகமாக உள்ளது.

ஒவ்வொரு எழுத்தாளனும் நன்றி தெரிவிக்கவேண்டிய விருட்சம் பனைமரம். காரணம், பனை ஓலைகளில்தான் தமிழ் இலக்கியத்தின் அத்தனை வளமையான கவிதைகளும் காவியங்களும் எழுதப்பட்டிருக்கின்றன. பனையோலையும், எழுத்தாணியும், வறுமையும் தானே ஆதி கால எழுத்தாளனின் சொத்துகள்!

கணிப்பொறியும், அதி நவீன நோட்டுபேடுகளும் வந்துவிட்ட நிலையில் பேனாவால் எழுதுவது என்ற பழக்கமே ஓய்ந்து வருகிறது. அதிலும், மை ஊற்றி எழுதும் பழக்கம் அடியோடு கைவிடப்பட்டுவிட்ட நிலை உருவாகி விட்டது. ஆனால், மைக் கறை படிந்த பெருவிரல் இன்றும் நினைவில் பிசுபிசுப்பு மறையாமலே இருக்கிறது. மைப் புட்டிகள் மிக அழகானவை. பேனாவில் சிந்தாமல் மை ஊற்றுவது ஓர் அரிய கலை. மை ஒழுகும் பேனாக்களும், வளைந்த நிப்புகளும் பள்ளி நாட்களோடு பிரிக்க முடியாதபடி ஒன்றிணைந்தவை.

ஒரு காகிதம் கசக்கி எறியப்படும்போது, எங்கோ ஒரு விருட்சத்தின் ஒரு கிளை முறிக்கப்பட்டுதான் அது உருவாகி இருக்கிறது என்று நமக்குத் தெரிவதில்லை. உலகில் பயன்படுத்தப்பட்ட காகிதங்களை விடவும், கசக்கி எறியப்பட்டு வீணடிக்கப்பட்ட காகிதங்களின் அளவு அதிகமானது.

பனை ஓலையைச் சீவிப் பதப்படுத்தி, எழுத்தாணியால் கீறி எழுதுவது எளிமையானதல்ல. அதற்கு தேர்ந்த பயிற்சியும் வலுவும் தேவை. ஒரு பனை நறுக்கில் அதிகபட்சம் ஆறேழு வரிகள் எழுதலாம். எழுத்தாணி பிடித்துப் பிடித்து விரல் ரேகை அழிந்துவிடும். எனில், சிலப்பதிகாரமும் கம்பராமாயணமும் எழுதிய கைகள் எவ்வளவு தேய்மானம் அடைந்திருக்கும்!

இன்றைக்கும் காகிதத்தில் எழுதப்பட்ட வரிகளைக் காணும்போது அவை வீழ்ந்து கிடக்கும் பனை மரங்களின் நிழல்களைப் போலத்தான் இருக்கின்றன. பனை மரம் எப்போதுமே தனிமையை நினைவுபடுத்துவதாக இருக்கிறது. கூட்டமாக பனைகளைக் காணும்போதுகூட அது ஏதோ தனிமையில் இருப்பதைப் போலவே இருக்கிறது.

பனை, தமிழ் நிலத்தின் அடையாளம். பனையின் கூந்தல் மிக அழகானது. அது சதா அசைந்து கொண்டே இருக்கக்கூடியது. பனை ஓலைகள் இடும் சப்தம் மிக அலாதியானது. அது தன் வாழ்வின் பாடுகளை தனக்குத்தானே பாடுவது போன்று இடைவிடாமல் சப்தமிட்டபடி இருக்கக்கூடியது.

பனையின் கம்பீரம் அலாதியானது. அது சூரியனைக் கூட அலட்சியமாக நேரிட்டுப் பார்க்கிறது. தூத்துக்குடி மாவட்டத்தின் கிராமப் பகுதிகளைக் கடந்து போகும்போது

பனைக் கூட்டங்களைக் கண்டிருக்கிறேன். அவை ஏதோ ஒரு கணித முறைக்குக் கட்டுப்பட்டது போல நெருங்கியும் விலகியும், ஒரு இடைவெளியில் நின்று கொண்டு இருக்கும். பனைகளின் ஊடாகச் செல்லும் பாதை பாம்பைப் போல நெளிந்து போவதாக இருக்கும்.

பனை வெறும் விருட்சம் மட்டும்தானா? ஐம்பது வருடங்களுக்கு முன்பு வரை, பனை வாழ்வாதாரமாக இருந்தது. பனையோடு பேசும் மனிதர்கள் இருந்தார்கள். பனையேறிகளின் மார்பில் பனையின் செதில் குத்திய வடுக்கள் இருந்தன. காலத்தில் புகை போல அது கரைந்து போய்விட்டது. என்றாலும், வற்றாத ஈகையின் அடையாளம்தான் பனை!

பதிப்பகங்களும், புத்தக விற்பனை நிலையங்களும் உருவாவதற்கு முன்பாக எப்படி வாசிக்கும் பழக்கம் இருந்திருக்கும்! ஒரு ஏட்டிலிருந்து இன்னொரு ஏட்டுக்கு எப்படிப் பிரதியெடுத்துக் கொடுத்திருப்பார்கள்? மூல ஏடு என்ற ஒன்றை எப்படித் தேர்ந்தெடுத்திருப்பார்கள்? எப்படி நெய்தலில் எழுதிய கவிதை, முல்லை நிலப்பகுதிக்குச் சென்றிருக்கும்? நூலகங்கள் போல சேகரிப்பு நிலையங்கள் இருந்திருக்குமா? கவிஞன், தான் எழுதிய கவிதைகளை எப்படிச் சேகரித்து வைத்திருப்பான்? இப்படி எண்ணிக்கையற்ற கேள்விகள், தமிழ் இலக்கிய வரலாற்றை வாசிக்கும்போது ஏற்படுகின்றன.

பழந்தமிழ் ஆய்வாளர் ஒருவரிடம் பேசிக்கொண்டு இருந்தபோது, "இன்றைய ஜெராக்ஸ் எனும் நகலெடுப்பு போல, இருநூறு வருடங்களுக்கு முன்பாக, ஒரு ஏட்டிலிருந்து நகல் எடுத்து இன்னொரு ஏட்டில் எழுதித் தருவதற்கென்று ஆட்கள் இருந்தார்கள். அவர்கள் வசித்த தெருவுக்கு எழுத்துக்காரத் தெரு என்று பெயர்.

அப்படி நகல் எடுத்து எழுதுபவர், தான் பிரதி எடுத்த ஏட்டின் கடைசிப் பாடலுக்குக் கீழே தனது முத்திரையாக, தனது பணியானது தமிழுக்குத் தொண்டு செய்யும் அடியார்க்கு செய்யும் சிறு ஊழியம் என்று ஒப்பமிட்டு, அதன் கீழே தனது பெயரையும், ஊரையும் தெரிவிக்கும் முறை இருந்தது" என்றார்.

பழந்தமிழ் ஏடுகளைத் தேடி உ.வே.சாமிநாதய்யர் தமிழகம் முழுவதும் அலைந்து திரிந்திருக்கிறார். அவரது உழைப்புதான்

எஸ்.ராமகிருஷ்ணன் ● 61

இன்று நாம் வாசிக்கும் சங்க இலக்கியங்களும், தமிழ்க் காப்பியங்களும்! ஆனாலும், அவருக்கும் கிடைக்காமல் எத்தனையோ ஏடுகள் குடும்ப ரகசியங்களாகப் புதைத்து வைக்கப்பட்டுவிட்டன. இன்று தமிழக அரசு மாவட்ட வாரியாக ஏடுகளை முழுமையாகச் சேகரித்துப் பாதுகாக்க முன்வந்திருப்பது மிக ஆரோக்கியமான செயல்பாடு.

மேலைநாடுகளில் எழுத்தாளர்களின் கையெழுத்துப் பிரதிகளைச் சேகரித்துப் பாதுகாக்கும் வழக்கம் இருக்கிறது. டால்ஸ்டாயின் கையெழுத்தில் அவரது கதைகளும், வால்ட் விட்மனின் கையெழுத்தில் அவரது கவிதைகளும் அவர்களது மியூசியங்களில் கண்காட்சியாக வைக்கப்பட்டு இருக்கின்றன. தமிழில் பெரும்பான்மையான எழுத்தாளர்களின் சிறந்த புத்தகங்களே மறுபதிப்பு காணாமல் மறைந்து போய்விட்ட நிலையில் கையெழுத்துப் பிரதிகளுக்கு எங்கே போவது!

சரஸ்வதி மஹால் நூலகம், தஞ்சை அரண்மனை வளாகத்துக்குள் இருக்கிறது. பழைய கட்டடம் என்பதால், வளைவான பாதைகள் கொண்டதாக உள்ளது. உள்ளே மரப் பெஞ்சுகளும், கண்ணாடித் தடுக்குகள் கொண்ட அலமாரிகளும், அமுங்கிய நிசப்தமும் உள்ளன. நீண்ட ஹாலில் படிப்பறையும் அதை ஒட்டிய கண்காட்சிப் பகுதியும் உள்ளது. அணில்களும் வெயிலும் ஓடி விளையாடும் சுவர்களைச் கடந்து சென்றால் ஏடுகளைப் பாதுகாக்கும் இடமும் மைக்ரோ பிலிம் செய்யப்படும் அறைகளும் உள்ளன.

இரண்டாம் சரபோஜி மன்னர் தனது காலத்தில், தஞ்சை அரண்மனையில் இருந்த சமஸ்கிருத மற்றும் மராத்தி ஓலைகளை முறைப்படுத்தி அட்டவணைப்படுத்தும் போது இது போன்ற ஒரு நூலகம் உருவாக்கும் ஆசை அவருக்கு உண்டாகியிருக்கிறது.

சரபோஜி மன்னருக்குத் தீவிர வாசிக்கும் பழக்கம் இருந்திருக்கிறது. அவரது சொந்த சேமிப்பாக ஆங்கிலத்திலும், தெலுங்கிலும், மராத்தியிலும், தமிழிலும் ஆயிரக்கணக்கான நூல்கள் உள்ளன. அவர் மருத்துவத்தில் மிகுந்த ஆர்வம் கொண்டு இருந்த காரணத்தால், ஏராளமான மருத்துவ ஏடுகளும் இங்கே சேகரிக்கப்பட்டுள்ளன. தியாகராஜரின் கீர்த்தனைகளில் துவங்கி மராத்தி மன்னர்களின் மோடி ஆவணத் திரட்டுகள் வரை பல முக்கிய ஆவணங்கள் இங்கே பாதுகாக்கப்பட்டு வருகின்றன.

ஆங்கில மருத்துவம் மற்றும் பாரம்பரிய நாட்டு மருத்துவ முறைகளில் நல்ல பயிற்சிகொண்டு இருந்த சரபோஜி மன்னர், தன்வந்திரி நிலையம் என்று அரண்மனையின் ஒரு பகுதியில் மருத்துவ சிகிச்சை மற்றும் ஆய்வு நடைபெறும் இடம் ஒன்றை அமைத்திருந்தார்.

சரபோஜி மன்னருக்கு கண் வைத்தியத்தில் மிகுந்த ஈடுபாடு இருந்திருக்கிறது. கண்புரை நோயாளிகள் பலருக்கு அவரே அறுவை சிகிச்சைகள் மேற்கொண்டிருக்கிறார். 1752-ல் பிரெஞ்சு தேசத்தில், டாக்டர் மூாக் டேவில் கண்புரை அறுவை சிகிச்சை செய்துகாட்டி மருத்துவ சாதனை செய்தபோது, அன்றைய மருத்துவ உலகமே வியப்பில் ஆழ்ந்தது. ஆனால், அதே காலகட்டத்தில் எந்தவிதமான முறையான உபகரணங்களும் இல்லாமல் சரபோஜி மன்னர் கண்புரை அறுவை சிகிச்சையை வெற்றிகரமாக செய்து காட்டியிருக்கிறார். இது மருத்துவ சரித்திரத்தில் பதிவே ஆகவில்லை.

இதை நிரூபிப்பதற்கான சான்றுகளாக ஐம்பது ஏடுகள், இந்த நூல் நிலையத்தில் உள்ளன. முறையான ஒரு மருத்துவரைப் போல், கண் பாதிப்புக்கு உள்ளான நோயாளிகளைப் பற்றிய கேஸ் ஹிஸ்டரியை உருவாக்கியிருக்கிறார் சரபோஜி மன்னர். ஒவ்வொரு நோயாளியின் கண்ணையும் அறுவை சிகிச்சைக்கு முன்பாகவும் சிகிச்சை முடிந்து குணமான பிறகும் என இரு நிலைகளில் வர்ண சித்திரமாக வரைந்திருக்கிறார். இதற்கென்றே பிரத்யேகமான ஓவியக் கலைஞர்கள் வேலைக்கு அமர்த்தப் பட்டிருந்தார்கள்.

அவர்கள் வரைந்த நோய்க்கூறு உள்ள கண்களின் தெளிவான சித்திரங்கள் இன்றைக்கும் பாதுகாக்கப்பட்டு வருகின்றன. நவீன ஸ்கேன் முறை வருவதற்கு முன்பே இது போல் சித்திரமாக வரைந்து ஒப்பிட்டுப் பார்க்கும் வைத்திய முறை இருந்ததற்கு இதுவே சாட்சியாக உள்ளது.

கடந்த காலத்தை அறிந்துகொள்வது வியர்த்தம் என்று பொதுவாக யாவருக்கும் ஒரு எண்ணம் உள்ளது. ஆனால், கடந்த காலத்தைப் புரிந்துகொள்ளாமல் நாளையை நோக்கிச் செல்ல முடியாது என்பதுதான் மாறாத உண்மை!

10

அருவியாடல்

இரா முழுக்கத்
தவம் கிடந்தன
வான் நிறைய மீன்கள்
பரிதியை
நேர் நின்று கண்டதோ
விடிய வந்த ஒரு வெள்ளி

- ராஜசுந்தரராஜன்

மாநகர வாழ்க்கையில் நிறைய சொற்கள் மனதை விட்டுப் போய்க்கொண்டே இருக்கின்றன. பின் எப்போதாவது அது போன்ற சொற்களை எவராவது சொல்லக் கேட்கும்போது, மனது தானே காலத்தின் பின்னே புரண்டு படுத்துக்கொள்கிறது.

குறிப்பாக, சாரல் என்ற சொல்லை சில தினங்களுக்கு முன்பாக நண்பர் ஒருவர் அடிக்கடி குறிப்பிட்டபடி இருந்தார். சாரல் எனும் சொல்லை சென்னை வாழ்க்கையில் ஒருவர் புரிந்துகொள்வது சற்றே சிரமமானது. காரணம், கடற்கரை நகரங்களில் மழை எப்போதுமே ஆவேசம் தருவதாகவே இருக்கிறது.

சாரல் என்பது வெறும் சொல் அல்ல; அது ஒரு உணர்ச்சி அல்லது ஒரு ரகசிய நெருக்கம். சாரல் என்ற சொல்லுக்குள்ளாகவே ஈரமிருக்கிறது. வேப்பம்பூக்கள் உதிர்வது போல மழை பட்டும் படாமலும் நாள் முழுவதும் பெய்து கொண்டேயிருப்பதும், மழைக்கு ஊடாகவே பதுங்கி பதுங்கி வெயில் வருவதும், இரண்டும் ரகசியமாக கரம் கோத்து ஒன்றாக நடனம் ஆடுவதும் அந்த சொல்லின் உள்ளே பதுங்கியுள்ளன.

திருநெல்வேலி மாவட்டத்துக்காரர்களுக்கு சாரல் என்பது அவர்கள் வாழ்வின் ஒரு பகுதி. கோடையின் மூர்க்கம் தணிந்து பொதிகை மலையின் மீது மழை பெய்யத் துவங்கி, குற்றாலத்தில் அருவி கொட்டத் துவங்கியதும் ஊரெங்கும் சாரல் கட்டத் துவங்கிவிடும். அடுத்த மூன்று மாத காலம் காற்றில் எப்போதும் ஈரம் இருக்கும்.

குற்றால அருவியில் தண்ணீர் வரத் துவங்கிவிட்டது என்பது வெறும் தகவல் அல்ல. அது ஒரு சந்தோஷம். குற்றாலம் செல்ல வேண்டும் என்று நினைக்கும்போதே அருவியின் சப்தமும், ஈர வாடையும், குரங்குகளும் நினைவில் எழுந்துவிடுகின்றன.

ஜோக் ஃபால்ஸ், சாலக்குடி அருவி, ஒகேனக்கல் என இந்தியாவில் உள்ள எத்தனையோ பெரிய அருவிகளைப் பார்த்திருக்கிறேன். அந்த அருவிகள் வேட்டையில் பாய்ந்து செல்லும் சிறுத்தையைப் போல மூர்க்கம் நிரம்பியவை. அவற்றை நெருங்கி அணைத்துக்கொள்ள முடியாது. தொலைவில் இருந்து அதன் கம்பீரத்தை காண்பது மட்டுமே சாத்தியம். ஆனால் அருவியைக் காண்பது வேறு; அதோடு ஒன்று கலப்பது வேறு.

குற்றால அருவி ஒவ்வொரு நாளும் புதியது. குளியலைக் கொண்டாடுவது உலகில் புராதனமாகவே நடந்து வருகிறது. வெந்நீர் ஊற்றுகளைத் தேடிச் சென்று குளிப்பது, இன்றும் ஜப்பானில் உள்ள முக்கிய நிகழ்வாக உள்ளது.

தண்ணீரைப் போல மிக மர்மமான பொருள் வேறு உலகில் இல்லை. தண்ணீர் எல்லா பக்கமும் கூர்மையானதொரு வாள். தண்ணீர் ஒரு ரசவாதி. தண்ணீர் ஒரு தியானி.

அருவி என்பது தண்ணீரின் ஆவேச நடனம். 'அருவியை நீர்வீழ்ச்சி எனும்போது மனது பதைபதைக்கிறது' என்று ஒரு கவிதை எழுதியிருக்கிறார் கவிஞர் விக்ரமாதித்யன். அது தான் நிஜம்.

பள்ளி நாட்களில் ஆண்டுதோறும் மாணவர்களை குற்றாலத்துக்கு டூர் அழைத்துக்கொண்டு போவார்கள். அப்போது பள்ளியிலிருந்து பின்னிரவில் பேருந்து கிளம்பும். இதற்காக பள்ளிக்கு மாலையே வந்து யாவரும் காத்துக் கொண்டிருப்போம்.

பகலில் மட்டுமே பார்த்திருந்த வகுப்பறைகளை இரவில் பார்ப்பது விநோதமாக இருக்கும். சாக்பீஸால் சிலேட்டில் அருவி வரைந்து காட்டிக் கொண்டிருப்பார்கள் சிறுவர்கள். எப்படி வரைந்தாலும், அது அருவியின் உருவம்தானே! சில நேரம் நான் வரையும் அருவியின் சித்திரம் சிலேட்டைத் தாண்டி வெளியிலும் சென்று கொண்டிருக்கும். அருவித் தண்ணீர் வெளியே ஓடுகிறது என்று அதற்கு நான் விளக்கம் கொடுப்பேன்.

அந்த வயதில் குற்றாலத்துக்குப் போவது ஒரு கனவாக இருந்தது. ஒவ்வொரு ஆண்டு குற்றாலம் போகும்போதும், அந்த வருடம் குற்றாலம் எப்படி இருக்கும், அருவி எவ்வளவு பெரிதாக இருக்கும் என்று கணித்துச் சொல்லவே முடியாது.

தூக்கம் அப்பிய பின்னிரவோடு பேருந்துக்காகக் காத்துக் கொண்டு இருந்தபோது, அருவியில் தேய்த்துக் குளிப்பதற்காக எண்ணெய் பாட்டில்களை மாணவர்கள் டவுசர் பாக்கெட்டில் உடையாமல் வைத்தபடியே குசுகுசுவெனப் பேசிக்கொண்டு இருப்பார்கள். அவர்கள் கண்களில் அருவி காணும் ஏக்கம் மினுங்கிக் கொண்டு இருக்கும்.

உலகிலேயே மிகப் பெரிய அதிர்ஷ்டம், பஸ்ஸில் ஜன்னல் சீட் கிடைப்பது தான். அதுவும் குற்றாலம் போகையில் ஜன்னல் சீட்டு கிடைத்தால், அவன் நிச்சயம் பாக்கியவான்தான். அந்த பாக்கியம் எனக்கு நிறையவே கிடைத்திருக்கிறது. சாலை இருட்டு கண்ணுக்கு தெரியாத பெரிய அருவியைப் போல வழியெங்கும் விழுந்துகொண்டு இருக்கும். ஆனாலும், யாரோ விரல்களால் கிச்சுக்கிச்சு மூட்டுவது போல சாரல் காற்று மெல்ல பற்றிக் கொள்ளத் துவங்கும்.

தூங்கிவிடக்கூடாது என்று ஜெபித்தபடியே கண்ணைக் கசக்கிக்கொண்டே இருட்டை வேடிக்கை பார்த்துக்கொண்டு இருப்பேன். குற்றாலம் இன்னும் எவ்வளவு தூரத்திலிருக்கிறது

என்று கண்கள் தேடிக் கொண்டே இருக்கும். குற்றாலம் தொலைவிலேயே தன் இருப்பைக் காட்டிக் கொண்டுவிடுகிறது. எதிரில் கடந்து செல்லும் பேருந்துகளில் காய்ந்து கொண்டு இருக்கும் ஈரத்துண்டுகளும் தண்ணீர் சிலுப்பும் தலைகளும் அருவியை அறிமுகம் செய்து விடுகின்றன.

குற்றாலம் வெறும் ஊரல்ல. அது தண்ணீர் விரல்கள் பின்னும் ஒரு கூடாரம். சாலைகள் எங்கும் தண்ணீர் வழிந்தோடிக் கொண்டு இருக்க, ஈர வீடுகள், ஈர மரங்கள். ஈரத்தில் நனைந்த காகங்கள், ஈர விடுதிகள், ஈரம் படிந்த பழங்கள். ஈரத்தில் நனைந்த பேச்சு, ஈரத்தில் நனைந்த சிரிப்பு என ஊரே நீரின் பரவசத்துக்குள் தன்னைப் பொருத்திக்கொண்டு இருக்கிறது.

அருவியைப் பார்த்துச் சிரிக்காதவர் எவரும் இருக்கிறார்களா என்ன? அருவியின் முன்னே வயது கலைந்து போய்விடுகிறது. அருவியைக் கண்ட ஆச்சரியத்துடன் கையைக் குறுக்கே கட்டிக்கொண்டு மெல்லிய நடுக்கமும் கள்ளச் சிரிப்புமாக நிற்பவர்களில் எவர் எந்த ஊர் என்று எப்படி அடையாளம் காண்பது? அருவியின் முன்னே நம் பேச்சுகள் யாவும் ஒடுங்கிவிடுகின்றன. அருவி மட்டுமே பேசிக்கொண்டு இருக்கிறது.

தேனருவி, செண்பகாதேவி அருவி, சிற்றருவி, ஐந்தருவி, பழைய குற்றால அருவி என்று ஒவ்வொரு அருவியும் ஒரு குணம் கொண்டது. அருவிகளை சிநேகிப்பது எளிதானதில்லை. அது பாம்பை வசியப்படுத்துவதை விடவும் அரிதானது. அருவிகளிடம் நம்மை ஒப்படைப்பது மட்டும்தான், அதில் நாம் ஒன்று கலப்பதற்கான ஒரே வழி!

அருவி நம் உடலில் தன் விரல்களால் எதை எதையோ எழுதிப் போகிறது. மனம் ஒரு ஈரத் துண்டைப் போல நழுவிக்கொண்டு இருக்கிறது. தண்ணீரில் நிறங்களை ஜாலம் செய்ய விட்டபடியே வெயில் தள்ளி நின்று நம்மைப் பார்த்துக்கொண்டு இருக்கிறது. மலைகள் மௌனமாக நம்மை அவதானித்துக் கொண்டு இருக்கின்றன.

ஈரத்தை மனது முற்றாக உணர்ந்தது குற்றாலத்தில்தான்! நம் வீடுகளில், தெருக்களில் கண்ட ஈரமும் இதுவும் ஒன்றல்ல. குற்றாலம் மழையின் தாழ்வாரம்; நீரின் கேளிக்கை அரங்கம்!

சில வருடங்களுக்கு முன், தற்செயலாக ஒரு மே மாத இறுதியில் குற்றாலம் சென்று இறங்கியிருந்தேன். பேருந்து நிலையம் காய்ந்த சருகைப் போல வெறிச்சோடிக் கிடந்தது. ஜன நடமாட்டமே இல்லை. ஈரவாடை மருந்துக்குக் கூட இல்லை. பாறைகள் முறுக்கிக் கிடந்தன. வெயில் பீடித்த வீதிகள். அடைத்துக் கிடக்கும் விடுதிகள். நகரம் முழுமையாக காலி செய்யப்பட்டுவிட்டதா எனும்படியான வெறுமை. நடக்க நடக்க சாலைகளின் கொதிப்பு காலில் ஏறுகிறது.

அருவியின் அத்தனைத் தண்ணீரையும் குடித்தது எவரது தாகம்? எங்கே போயின ஈரச் சுவடுகள். நகரில் அந்தத் தடயமே இல்லை. மரங்கள் கூட பழுப்பேறியிருந்தன. பறவைகள் ஒலியில்லை. அருவியை நோக்கி நடந்தேன். பொங்கி வழியும் அருவி விழுந்த இடம் வெறும் பாறையாக இருந்தது. என்னால் நம்ப முடியவே இல்லை. அருவி வழிந்த தடமே இல்லை. குற்றாலநாதரும் அம்மையும் கூட வெயிலைக் குடித்து முயங்கிப் போயிருந்தார்கள்.

என்ன மாயம் இது! எந்த நகரம் அருவியின் பிடிக்குள்ளாகவே இருந்ததோ, அதுவே நீர் சுவடேயில்லாமல் போயிருக்கிறதே! அப்போது தான் புரிந்தது. குற்றாலத்துக்கு இரண்டு உடல்கள் இருக்கின்றன. அது இரண்டு தோற்றம் கொண்டு இருக்கிறது. நான் கண்டது சாரல் காலத்துக் குற்றாலம். இப்போது காண்பது கோடையின் குற்றாலம்.

பகடையை உருட்டுவது போல இயற்கை தன் கையிலிருந்து எப்போது தண்ணீரை உருட்டிவிடுகிறதோ, அப்போது தான் இந்த ஊர் ஈரம் கொள்கிறது போலும்! அருவியை அல்ல, அருவிக்கு மூலமாக உள்ள இயற்கையைப் புரிந்து கொள்வது பெரிதானது இல்லை என்று அப்போதுதான் தோன்றியது.

தண்ணீர் இல்லாமல் உலர்ந்து போயிருந்த அந்தப் பாறையைத் தொட்டுப் பார்த்தேன். பொங்கி வழியும் பொங்குமாங்கடலின் மீது ஏறி நின்று பார்த்தேன். குற்றாலம் இயற்கையால்தான் ஒவ்வொரு முறையும் எழுதப்படுகிறது. இயற்கைதான் வரைந்த சித்திரத்தை தானே மாற்றி எழுதிக்கொள்கிறது.

சில மணி நேரங்களுக்குள்ளாகவே அந்த நகரில் இருந்து வெளியேறிப் போய்விட வேண்டும் என்ற மன இறுக்கம்

உருவாகியது. அங்கிருந்து பஸ் ஏறினேன். நிலம் வெடித்துக் கிடந்தது. பனைகள் சலனமற்று நின்றிருந்தன. பருந்தைப் போல் சூரியன் தனியே சுற்றிக் கொண்டு இருந்தது.

இரண்டு மாதங்களுக்குப் பிறகு, குற்றாலத்தில் அருவி கொட்டுகிறது என்று நண்பர்கள் அழைத்தார்கள். மனம் திரும்பவும் பள்ளி வயதைப் போல அருவியைப் பற்றி கனவு காணத் துவங்கியது.

இப்போதும், சாரல் என்ற வார்த்தை குற்றாலம் என்ற ஊரை மட்டுமே நினைவுபடுத்திக்கொண்டு இருக்கிறது. ஒவ்வொரு சொல்லுக்கும் ஒரு வேர் இருக்கிறது என்பார்கள். இந்த சொல்லின் வேர் என் வரையில் குற்றாலத்தில் புதைந்து கிடக்கிறது.

◯

11

சத்னாவில் ஒரு இரவு

ஒரு இரவைத் திறந்தேன்
ஏகப்பட்ட மூடிய விரல்கள்
அதிலொரு விரலைத் திறந்தேன்
ஏகப்பட்ட மூடிய இரவுகள்

- ஸ்ரீநேசன்

கஜுராகோ செல்வதற்காக டிசம்பர் மாதத்தின் இரவு ஒன்றில் வாரணாசி ரயில் நிலையத்தில் காத்திருந்தேன். சத்னாவுக்குப் போய்விட்டால் அங்கிருந்து நான்கு மணி நேரப் பயணம்தான் என்றார்கள். குளிர்கால இரவு என்பதால் ரயில் நிலையத்தில் கூட்டம் அதிகமில்லை. அணிந்திருந்த கம்பளி ஆடைகளைத் தாண்டி குளிர் நெஞ்சில் படிந்துகொண்டு இருந்தது. மெல்லிய நடுக்கமும் காரணமற்ற வேதனையும் தொடர்ந்து இருந்துகொண்டே இருந்தது. குளிர்காலம் என்றால் லேசாக பின்பனி பெய்யும் மதுரைப் பகுதியில் வாழ்ந்துவிட்டு, வட இந்தியாவின் குளிர்காலத்தைச் சந்திக்கும்போதுதான் குளிர் என்ற

வார்த்தையின் முழுமையான அர்த்தத்தை உணர முடிந்தது. காசியின் குளிர், நரம்புகளை ஊசியால் சொருகுவது போன்று துளைத்தது.

பத்து நாட்களுக்கும் மேலாக தொடர்ந்து பயணத்தில் இருந்த எனக்கு எங்காவது வெயிலைத் தேடி ஓடிவிட வேண்டும் போல் இருந்தது. வெயிலின் வருகை மிகத் தாமதமாகவும் குறைவாகவும் இருந்தது. இதனால் பகலைவிட இரவு துவங்கியதுமே மனதில் குளிர் பரவத் துவங்கிவிடும். ஏதாவது ஒரு அறைக்குள் போய் கம்பளியைப் போர்த்திக்கொண்டு சுருண்டுவிட வேண்டும். ஏழு மணிக்குள்ளாகவே சாப்பிட்டு முடித்து கம்பளியைப் போர்த்திக்கொண்டு குறைந்த மின்சார வெளிச்சத்தில் ஏதாவது புத்தகத்தைப் படித்துக் கொண்டு இருப்பேன்.

குளிரில் உறக்கம் கூடுவதும் எளிதானது இல்லை. பாதி உறக்கத்தில் ஒரு ஆள் எழுப்புவது போல் குளிர் தன் அகன்ற கைகளால் தொட்டு எழுப்பும். சில நேரம் உடலின் மீது யாரோ ஏறி உட்கார்ந்து கொண்டு அமுக்குவது போன்று இருக்கும். பின்னிரவில் விழித்துக்கொண்டு விட்டால் அவ்வளவு தான். அதன் பிறகு உறக்கமும் வராது. விழித்திருக்கவும் முடியாது. காரணமற்ற பயம் வேறு இலைகளைப் போல மனதில் உதிரத் துவங்கிவிடும்.

மூடிய ஜன்னல்களுக்கு வெளியே நகரை குளிர் தன் விளையாட்டு மைதானம் போலாக்கியிருக்கும். தெருக்கள், வீடுகள் யாவும் உறைந்து போய்விடும். சில நேரங்களில் ஜன்னலின் இரும்புக் கம்பிகள் கூட குளிர் தாங்க முடியாமல் நடுங்குவது போன்றிருக்கும்.

வட இந்திய நகரங்களில் உள்ள குளிர் அலைந்து கொண்டே இருக்கக்கூடியது. காற்றோடு கூடியது. அந்த காற்று சிறிய ஊசிமுனை இடம் கிடைத்தாலும் உள்ளே நுழைந்துவிடும். கால் விரல்கள், கைகள், உதடுகள் தலைமயிர் என எங்கும் குளிரின் ரேகை பதிந்திருப்பதை விடிகாலைக் கண்ணாடியில் காண முடியும். குளிரில் கனவுகள் வருவதும் இல்லை. குளிர் எப்போதோ நாம் மறந்து போன பழைய துக்கமான நிகழ்வுகளை திரும்ப நினைவுபடுத்திவிடுவதை சில வேளைகளில் உணர்ந்தேன். அது போன்ற நிமிடங்களில் என்னை மீறி அறையில் அழுதிருக்கிறேன்.

குளிர் கண்ணுக்கு தெரியாமல் நடமாடும் அரூபி. குளிருக்கு எத்தனை விரல்கள் இருக்கின்றன. குளிர் ஆணா, பெண்ணா? குளிரின் நிறம் நீலமா. இல்லை ஈயமா? இப்படிப் புத்தியைக் கசங்கச் செய்யும் அளவுக்கு ஏதேதோ நினைத்தபடி படுக்கையில் கிடப்பேன். குளிரை எதிர்கொள்வதும் அதனுடன் வாழ்வதும் வட இந்தியர்களுக்குப் பழகிய விஷயம். ஆனாலும், அவர்களும் கூட குளிரின் மூர்க்க நடனத்தைக் கண்டு உள்ளுக்குள் பயந்துபோய்தான் இருக்கிறார்கள். இருந்தாலும், குளிரை எவரும் வெறுப்பதில்லை.

குளிர் காலத்தின் விடிகாலைகள் மிக ரம்மியமானவை. அநேகமாக நேற்றுவரை உலகின் மீது படிந்திருந்த கசடுகள் யாவையும் அழித்துத் துடைத்துவிட்டு புதுசாக ஊரை, தெருக்களை யாரோ உருமாற்றுவது போன்றிருக்கும். மைதானங்களிலும் தெருக்களிலும் புகை போல் அலையும் குளிர் காற்றுக்குள்ளாக அலைந்து திரியும் மனிதர்களைக் காணும்போது, இன்னொரு காலத்துக்குள்ளேயே பிரவேசித்துவிட்டது போன்றிருக்கும்.

ஒரு நாள் புகை மூட்டத்துக்குள்ளாக சில காலடிச் சப்தங் களை மட்டும் கேட்டேன். நான் கேட்டதில் மிக இனிமையான சங்கீதம் அது. அந்த இசை எங்கிருந்து வருகிறது என்று தெரிந்து கொள்வதற்காக புகை மூட்டத்துக்குள் நடந்து போனபோது சிவப்பு வர்ண யூனிஃபார்ம் அணிந்து பனியைவிடவும் மிருதுவான கன்னங்களுடன் பள்ளிச் சிறுவர்கள் நடந்துகொண்டு இருந்தார்கள். அவர்கள் எவரும் பேசிக்கொள்ளவில்லை. ஆனால், எல்லோரது தோளையும் சேர்த்து அணைத்தபடி அவர்களுடன் நடந்துகொண்டு இருந்தது பனி.

குளிர் பிடித்த இரவுகளுக்கு ஓரளவு பழகிப்போயிருந்த எனக்கு வாராணாசி ரயில் நிலையத்தில் இருட்டைத் தின்றபடியே அடங்கி இருந்த குளிரைக் கண்டபோது சற்றே பயமாக இருந்தது. குளிர் என்னை பிடித்துக்கொள்வதற்கு முன்பாக ரயில் ஏறிவிட வேண்டும் என்று நினைத்தேன். ரயில் மிகத் தாமதமாக வந்தது. ரயில் கிளம்பி பத்து நிமிடம் போன பிறகு குளிரின் உக்கிரத்தை இன்னும் உணர முடிந்தது. மூட முடியாத ஜன்னல்களின் வழியே குபுகுபுவென உள்ளே புகுந்தது குளிர்.

மரப் பெஞ்சுகள் குளிரிடம் சரண் அடைந்துவிட்டதைப் போன்று குளிரை ஏற்றுக்கொள்ளத் துவங்கிவிட்டன. இருக்கை

களின் அடியில் கூட சுருண்டு கிடந்தார்கள் ஆட்கள். என்ன செய்வது என்று தெரியவில்லை. என்னிடமிருந்த துண்டு, சால்வை எல்லாவற்றையும் பொத்திக்கொண்ட பிறகும் குளிர் அடங்கவில்லை. மெல்ல என் உடல் குளிரால் நடுங்கத் துவங்கியது. பற்கள் கட்டிக்கொண்டது போலானது. ஏதாவது சூடாகக்குடிக்காவிட்டால் நான் உறைந்து போய்விடுவேன் என்று தோணியது. கை விரல்கள் வீங்கிக் கொண்டது போல வலிக்கத் துவங்கியது. பாதி உறக்கமும் பாதி வலியுமாகப் பயணம் தொடர்ந்தது.

சத்னா வந்து இறங்கியபோது விடிகாலை. என்னால் ரயில் நிலையத்தில் இருந்து இறங்கி வெளியே வர முடியவில்லை. காய்ச்சல் கண்டது போல உடம்பு நடுங்கியது. ஏதாவது மருத்துவமனைக்குப் போகலாம் என்றால் கூட இந்த நேரம் மருத்துவமனை திறந்திருக்குமா என்று தெரியவில்லை.

பேருந்து நிலையமும் வெறிச்சோடிக் கிடந்தது. எங்காவது ஒரு அறையை எடுத்துத் தங்கிவிடலாம் என்ற முடிவோடு, தேநீர்க் கடையில் ஒரு டீ வாங்கி அருந்தத் துவங்கினேன். குடித்து முடிக்கும் முன்பாக வாந்தி வந்தது. கண்கள் கட்டிக் கொண்டுவிட்டன.

சமாளித்து ஏதாவது ஒரு இடத்தில் உட்கார முயன்றேன். சத்னாவின் பேருந்து நிலையம் அழுக்கேறி இருந்தது. நீண்ட நாட்களுக்குப் பிறகு ஆரோக்கியமற்ற நிலைக்குத் தள்ளப் பட்டிருக்கிறேன். எங்காவது உடனே சென்று உடலை நலப்படுத்திக்கொள்ள வேண்டும். எங்கே போவது என்று தெரியவில்லை. கையில் வைத்திருந்த பையை நான் டீக்கடை யிலேயே விட்டு வந்தது சில நிமிஷங்களுக்குப் பிறகே நினைவுக்கு வந்தது. ஒரு பெரியவர் அந்தப் பையை எடுத்துக் கொண்டு என் அருகில் வந்து நின்று கொச்சையான இந்தியில் ஏதோ கேட்டார். எனக்கு பதில் சொல்லத் தெரியவில்லை.

திரும்பவும் உதடுகள் நடுங்கத் துவங்கியிருந்தன. அவன் என்னைப் பற்றிக்கொள்வது தெரிந்தது. சில நிமிடங்களுக்குப் பிறகு ஒரு மருத்துவரின் வீட்டில் இருந்தேன். அவரும் என்னுடன் இருந்தார். மருத்துவர் வெந்நீரில் ஊசியைச் சுடவைத்தபடி ஏதோ பேசிக்கொண்டு இருந்தார். எனக்கு பாதி புரிந்தும் பாதி புரியாமலும் இருந்தது. குளிர் காய்ச்சல் கண்டிருப்பதாக அவர்

சொன்னது மட்டும் புரிந்தது. என் பையில் இருந்து அந்தப் பெரியவர் பணம் எடுத்துக் கொடுத்தார்.

பிறகு, ஊசி போட்டுவிட்டதும் அரை மணி நேரம் அதே மருத்துவமனை பெஞ்சில் உறங்கினேன். அவர் அதற்குள் நான் சாப்பிட பிரெட் வாங்கி வந்திருந்தார். பிறகு தயக்கத்துடன் தன்னுடன் வருமாறு என்னை அழைத்தார். நான் என்னை அவரிடம் ஒப்படைத்து விட்டது போல கூடவே சென்றேன். சத்னாவில் இருந்து அரை மணி நேரப் பயணத்தில் உள்ள சிறிய கிராமத்துக்குச் சென்றோம். தந்தியால் என்ற அந்தக் கிராமத்தில் அவரது வீட்டில் என்னை ஒரு மரக்கட்டிலில் படுக்கவைத்து பெரிய கம்பளியாகப் போர்த்திவிட்டார். இரண்டு நாட்கள் நடுக்கமும் புலம்பலுமாகக் கிடந்தேன். கஞ்சியும் ரொட்டியும் மருந்துமாக அவர்கள் வீட்டில் கழிந்தது. மூன்றாம் நாள் கண் விழித்த போது அந்த வீடும் அங்கிருந்தவர்களும் மிக நெருக்கமானவர்களாக இருந்தார்கள்.

அந்த சிறிய வீட்டில் ஆறு பேர் இருப்பதை அப்போதுதான் கவனித்தேன். அதில் நான்கு பேர் பெண்கள். அவர்களில் ஒரு பாட்டியின் கட்டிலைத் தான் எனக்குத் தந்திருந்தனர். அந்த முதியவள் என் கைகளைப் பற்றிக் கொண்டு, 'உடல் நலமாகி விட்டது, கவலைப்படாதே!' என்றார்.

நான்கு நாட்கள் அந்த வீட்டில் பராமரிக்கப்பட்டு குணப் படுத்தப்பட்டேன். அவர்களின் குடும்பத்துடன் அந்தக் கிராமத்தில் உள்ள கோவிலுக்குக் கூட்டிப் போனார்கள். சிறிய கோவில் அது. எனக்காகத்தான் அந்தப் பிரார்த்தனை என்பது பிறகுதான் தெரிந்தது.

நலமான மறுநாள் தன்வீர் என்ற அந்த கிராமத்து மனிதர் எனக்குப் பெரிய கம்பளி ஆடை ஒன்றைக் கொடுத்தார். யார் இவர்கள்? எதற்காக என்னைக் குணப்படுத்தினார்கள். என்ன கைமாறு செய்வது என்று கலங்கி நின்றேன். என்னோடு சத்னா வரை அவர் கூடவே வந்தார். கஜுராகோ போகும் பேருந்தில் ஏற்றிவிட்டார். பேருந்து கிளம்பும் வரை நின்று கை அசைத்தார்.

பயணத்தில் நான் கண்ட எத்தனையோ வியப்பான இடங்கள், அதிசயமான சிற்பங்கள், அரண்மனைகள் யாவும்

அந்த நிமிடத்தில் அர்த்தமற்றுப்போனது. எனது பயணத்தில் நான் கண்டு அடைந்த அற்புதம் அந்த மனிதர்தான். அவரது ஊரும் சிறிய வீடும் எல்லா அற்புதங்களைவிடவும் உயர்வானது.

என்றாவது ஒரு நாள் அவர்களை எனது வீட்டுக்கு அழைத்துவந்து என் குழந்தைகளுக்குக் காட்ட வேண்டும் என்று அவ்வப்போது நினைத்துக் கொள்கிறேன். உலகில் என்றும் தீராத அதிசயமாக இருப்பது இது போன்ற மனிதர்களும் அவர்களின் மனதும் மட்டும்தான். இப்போதும் ஏதோவொரு குளிர் நாளில் அந்த தன்வீர் என்ற மனிதர் என் நினைவில் வந்த படியிருக்கிறார். குளிர் உடலில் வரைந்த இந்த வடு இன்றும் அழியாமல் இருக்கிறது!

○

12

பெரிய உப்பு

பழம் விழுங்கிய பறவை
பறக்கிறது
ஒரு மரத்தைச் சுமந்துகொண்டு

- குகை மா.புகழேந்தி

ஆறு ஆண்டுகளுக்கு முன்பு, குஜராத்தின் அகமதாபாத்தில் உள்ள சபர்மதி ஆசிரமத்துக்குப் போயிருந்தேன்.

காந்திஜி, இந்திய மனதைப் புரிந்து கொண்ட அற்புத மனிதர். அவரது செயல்பாடு, எளிய மனிதர்களின் விருப்பங்களை முன்னிறுத்தியது. அவரது எல்லா செயல்பாடுகளுக்குப் பின்னும் ஓர் அறம் இயங்கியிருக்கிறது.

காந்திஜியை அவரது அரசியல் செயல்பாடுகளை மட்டுமே வைத்துப் புரிந்துகொள்ள இயலாது. சுதந்திரப் போராட்டம் போன்ற தீவிர விடுதலை இயக்கத்துக்குள் இவர் வகுத்த போராட்ட முறைகளும், அந்த முறைகளில் இருந்த அடித்தட்டு மக்களின் மீதான விருப்பமும்

இன்றும் வியக்கத்தக்கதாக இருக்கின்றன. குறிப்பாக, உப்பு சத்தியாகிரகம். உப்பை ஒரு ஆயுதமாக்கிய காந்தியின் போராட்டம் வெகு தனித்துவமானது.

குஜராத்தின் கடற்கரைப் பகுதியான தண்டி, அகமதாபாத்தில் இருந்து 240 கிலோமீட்டர் தூரத்தில் இருக்கிறது. காரில் செல்லும் போது, கடந்த காலத்தின் மயக்கம் மனதில் தோன்றிக்கொண்டே இருந்தது. இந்த சாலைகள் வழியாகத்தான் 23 நாட்கள் காந்திஜி நடந்து சென்றிருக்கிறார். ஒவ்வொரு ஊரிலும் சொற்பொழிவு ஆற்றியிருக்கிறார். சாலைகள் இணைக்காத கிராமங்களைக்கூடத் தனது எளிய சொற்களின் வழியாக இணைத்திருக்கிறார். ஒரு மாபெரும் இயக்கம் நிசப்தமான தனது காலடிச் சுவடுகளை வழியெங்கும் விட்டுச் சென்றிருக்கிறது.

தண்டி கடற்கரையில் காந்திஜி உப்பு காய்ச்சிய தன் நினைவு ஸ்தூபி ஒன்றுள்ளது. சிறிய கடற்கரைக் கிராமத்தில் அந்த சம்பவத்தின் நினைவைப் பெரும்பாலும் மறந்து போயிருக்கிறார்கள். வருடத்துக்கு ஒரு முறையும், வெளிநாட்டுக்காரர்கள் வந்து பார்க்கையிலும் மட்டுமே அது நினைவுபடுத்தப்படுகிறது. காந்தி பிறந்த நாளின் போது சிலர் இங்கே வந்து ஒரு பிடி உப்பைத் தங்களது அன்பின் அடையாளமாக வைத்துவிட்டுப் போவார்கள் என்றார் 'காந்தி சேவா அமைப்பின் உறுப்பினர்.

1930-ல் ஒரு மார்ச் மாதத்தின் பன்னிரண்டாம் நாள் தான் உப்பு சத்தியாகிரக யாத்திரை துவங்கியிருக்கிறது. கால்நடையாகவே காந்தி நடந்து சென்று தண்டியை அடைந்தார். அங்கு கடற்கரையில் படிந்திருந்த உப்புப் படிவத்தைத் தன் கைகளில் அள்ளி, 'இந்த உப்பு ஆங்கிலேய சாம்ராஜ்யத்தைக் கரைக்கப் போகிறது' என்று உப்பைக் காய்ச்சினார். 'இந்தியா முழுவதும் உள்ள ஏழு லட்சம் கிராமங்களில் ஊருக்குப் பத்து பேர் இப்படி உப்பு காய்ச்சினால் ஆங்கிலேயர்கள் என்ன செய்வார்கள்?' என்ற அவரது கூக்குரல் அன்று வெள்ளைக்காரர்களை அச்சப்படுத்தியது. அவரைக் கைது செய்து சிறையில் அடைத்தது. இன்றைக்கும் இந்திய சுதந்திரத்துக்கு ஒரு மௌன சாட்சி உப்பு.

உப்பு வெறும் உணவுப் பொருள் அல்ல. அது ஒரு சரித்திரம். அது ஒரு காலச்சாட்சி. உப்பின் கதை, மனிதன்

எஸ்.ராமகிருஷ்ணன் ● 77

நாகரிகமான கதை. உப்புக்கு விதிக்கப்பட்ட வரி பிரெஞ்சுப் புரட்சிக்கு முக்கிய காரணமாக இருந்தது. உப்பை 'வெள்ளைத் தங்கம்' என்றார்கள் சீனர்கள். உப்பு நம் நாவில் ஏற்படுத்திய சுவையைவிட தேசங்களுக்கு இடையில் ஏற்படுத்திய போட்டியும் பகைமையும் நாம் அறியாதது.

உப்பு கடலின் முணுமுணுப்பு, உப்பு கடலின் சாரம். உப்பு அலையடிக்காத கடல். உப்பு சூரியனுக்கும் கடலுக்கும் பிறந்த குழந்தை. இன்னும் சொல்வதாயின், உப்பு ஒரு கரையும் வைரம்.

நமது உணவின் சரித்திரத்துக்குள் நம்மை ஆண்டவர்களின் ருசியும் வேட்கையும் அடங்கி இருக்கின்றன. நமது ஆரோக்கியக் கேட்டின் முதன்மை வழிகள் நமது உணவு மாற்றத்திலிருந்து தான் துவங்குகின்றன.

இன்றும்கூட சிறு நகரங்களில் உள்ள காய்கறிச் சந்தைகளில் பெண்கள் காய்கறிகள் வாங்கும்போது, ஒவ்வொன்றையும் அது எந்த ஊரில் விளைந்தது என்று கேட்டுதான் வாங்குகிறார்கள். அதுவும் சில ஊர் கத்திரிக்காய்கள் என்றால், அது எவ்வளவு பிஞ்சாக இருந்தாலும் வாங்க மாட்டார்கள். காரணம், அது கசந்துபோயிருக்கக் கூடும் என்ற நம்பிக்கை.

இளநீர் விற்பவர்கூட அது எந்த ஊர் இளநீர் என்று சொல்லித்தான் விற்பனை செய்வார். காரணம், மண்தான் ருசியை உண்டாக்குகிறது. மண் ருசி காய்கறிகளில், பழங்களில்... ஏன், தண்ணீரில் கூட பிரிக்கமுடியாதபடி நீக்கமற்றுக் கரைந்து போயிருக்கிறது என்பதுதான் உண்மை.

இன்றைய நமது உணவுப் பட்டியலில் உள்ள காய்கறிகள், பழங்களில் பெரும்பான்மை வெளிநாடுகளில் இருந்து நமக்கு வந்து சேர்ந்தவை. நம் கிராமங்களில் விளையும் கத்திரிக்காய், பாகற்காய், அவரை, புடலை, பீர்க்கை... எல்லாம் நாட்டுக் காய்கறிகள் என்று மலினப் படுத்தப்பட்டுவிட்டன. காய் கறிகளில் கூட சீமைக் காய்கறிகளுக்குதான் மதிப்பு.

தமிழ்க் குடும்பங்களின் பிரதான உணவாக இன்று மாறிப் போயிருக்கும் உருளைக்கிழங்கை நமது மூதாதையர்கள் அறிந்ததில்லை. அது வெள்ளைக்காரர்கள் நமக்கு அறிமுகம் செய்தது. சிவப்பு மிளகாய், சீமைக் கொய்யாப்பழம், அன்னாசி, காலிஃபிளவர், முட்டைகோஸ், டர்னிப், கேரட், பீட்ரூட்,

பீன்ஸ் போன்றவை போர்த்துக்கீசியர்களாலும் பிரிட்டிஷ், பிரெஞ்சுக்காரர்களாலும் நமக்கு அறிமுகம் செய்யப்பட்டவை. இவை இன்று நமது சந்தைகளின் உயர்ந்த ரகக் காய்கறிகளாகி விட்டன.

சமீபத்தில், நகரின் பிரபலமான உணவுப்பொருள் விற்கும் கடைக்குப் போயிருந்தேன். அங்கே வயதான பெண்மணி ஒருவர், 'பெரிய உப்பு கொடுங்க' என்று கேட்டார். விற்பனைப் பிரதிநிதிகள் எவருக்கும் பெரிய உப்பு என்றால் என்னவென்று தெரியவில்லை. அவர்கள், 'சால்ட்டா?' என்று கேட்டார்கள். அந்தப் பெண்மணி கிராமத்து ஆள் என்பது பேச்சிலேயே தெரிந்தது. அவரும் விடாப்பிடியாக, 'கல் உப்பும்மா' என்று புரிய வைக்கப் பார்த்தார். விற்பனைப் பிரிவில் உள்ள பெண்கள் குழப்பமடைந்ததோடு, 'கல் உப்பாம்டி' என்று சொல்லிச் சொல்லிச் சிரித்தனர்.

இதில் சிரிப்பதற்கு என்ன இருக்கிறது என்று புரியாமல் அந்தப் பெண்மணி, 'அதான், சாப்பாட்டு உப்பும்மா' என்று இன்னொரு விளக்கம் கொடுத்தார். அப்படியொரு பொருளே இல்லை என்பது போல அவர்கள் வேறு வாடிக்கையாளரைக் கவனிக்கப் போய்விட்டார்கள். அந்தப் பெண்மணியே கடைக்குள் சுற்றியலைந்து, பொடித்த உப்பை எடுத்து வந்து, 'இது போல உடைக்காத உப்பு' என்றார்.

அதற்கு அந்த கடைப் பெண், 'அது கடல்லதான் இருக்கும். நீங்க காய்ச்சித் தான் எடுக்கணும்' என்று கேலியாகச் சொல்ல, வயதான பெண்மணியின் முகம் சுண்டிப்போனது. விற்பனை பிரிவுப் பெண்கள் தங்களுக்குள்ளாகச் சிரித்துக் கொண்டே இருந்தார்கள்.

கிராமப்புறத்தில் அறிமுகமாகியிருந்த நாட்டு உப்பு இன்று அடையாளமற்றுப் போய்விட்டதோடு, அதைக் கேட்பது கேலிக்குரிய ஒன்றாகவும் மாறியிருக்கிறது.

உப்பின் வரலாறு புனிதமானது. உப்பு எப்படி வந்தது என்பதற்கு சீனாவில் ஒரு கதை இருக்கிறது. 'தேவலோகத்தில் உள்ள நீலப்பறவை ஒன்று ஒரு நாள் பூமியில் தரையிறங்கி வேடிக்கை பார்த்துக்கொண்டு இருந்தது. அந்தப் பறவையை ஒரு விவசாயி ஒளிந்து நின்று பார்த்தார். விசித்திரமான

சிறகுகளும் குரலும் கொண்ட அந்தப் பறவை பூமியில் இருந்து எதையோ கொத்திக் கொத்திச் சாப்பிடுவதைப் பார்த்தார். எப்படியாவது அந்தப் பறவையைப் பிடித்துவிட வேண்டும் என்று நினைத்து, அதன் அருகில் போவதற்குள் பறவை பறந்து விட்டது. ஆனால், பறவை கொத்திய இடத்தில் சாம்பல் நிறத்தில் சிறு சிறு கட்டிகளாக ஏதோ கிடந்தன.

அதைப் பெரும் புதையலாக நினைத்து எடுத்துக்கொண்டு விவசாயி தன் வீட்டுக்கு வந்து சேர்ந்தார். புதையல் கிடைத்துவிட்டது என்று அவரது குடும்பமே சந்தோஷமானது. ஆனால், விவசாயியின் மனைவி மட்டும் இவ்வளவு பெரிய புதையலை நாம் அரசனிடம் ஒப்படைத்துவிடலாம் என்று யோசனை சொன்னாள். விவசாயியும் அதற்குச் சம்மதிக்கவே இருவரும் அரசனைத் தேடிப் போனார்கள்.

தர்பாரில் இருந்த அரசன் அந்த மண்கட்டி போன்ற பொருளைப் பார்த்து, 'இதை எதற்காகக் கொண்டு வந்து தருகிறாய்?' என்று கேட்க, 'இது ஒரு புதையல்!' என்றார் விவசாயி. அரசனுக்கு ஆத்திரமாகி, அந்த மண்கட்டியைத் தூக்கி எறியும்படி சொல்லிவிட்டு, விவசாயியின் தலையைத் துண்டிக்கும்படியாக தண்டனை தந்தான். அரசன் சொன்ன படியே அந்த மண்கட்டியை ஒரு வீரன் தூக்கி எறிகிறான். அதில் கொஞ்சம் தவறி, சமைத்துக்கொண்டு இருந்த இறைச்சியில் விழுந்துவிடுகிறது. அரசன் அந்த இறைச்சியை ருசித்துப் பார்த்து, 'இப்படி ஒரு ருசியான உணவை தான் ஒரு போதும் சாப்பிட்டதில்லை' என்று புகழ்ந்து சொல்லவே சமையற்காரன் உண்மையைச் சொல்ல, உடனே அரசன் அந்த விவசாயியை விடுவித்து, 'எந்த இடத்தில் இந்தக் கட்டி கிடைத்தது?' என்று கேட்டு, வீரர்களை அனுப்பி சேகரித்து வரச் செய்கிறான். 'அப்படி வானுலகில் இருந்து வந்த பறவை காட்டிக்கொடுத்த பொருள்தான் உப்பு!' என்று சீனக் கதை முடிகிறது.

எந்த சீனாவில் உப்பு உலகுக்கு வந்ததற்கான கதை இருக்கிறதோ, அங்குதான் உலகில் முதன்முதலாக உப்புக்கு வரி விதிக்கும் முறையும் நடைமுறைக்கு வந்தது. உப்பின் மூலம் அரசனுக்கு வந்த வரியின் அளவு, மற்ற விவசாயப் பொருள்களின் வரியைவிட அதிகமான வருவாய் ஈட்டித் தந்தது. இதனால் உப்பைக் கடத்தி விற்கும் நிலையும் ஏற்பட்டது.

உப்பு, மனிதர்களுக்கு மட்டுமில்லை... விலங்குகள், தாவரங்கள் என யாவற்றின் அன்றாடப் பயன்பாட்டிலும் முக்கிய பங்கு வகிக்கிறது. குளிர்பதனப் பெட்டி வருவதற்கு முந்திய காலம் வரை உப்புதான் பக்குவப்படுத்தும் தொழிலின் அரசன். உப்பில்லாமல் எதையும் பக்குவப்படுத்தி வைக்க முடியாது. கிரேக்கத்தில் இறந்துபோன உடல்களைப் பதப்படுத்துவதற்குக்கூட உப்பைத்தான் பயன்படுத்தினார்கள்.

உப்பு விற்பது தமிழகத்தின் பிரதான தொழில். உமணர்களும் உமணத்திகளும் உப்பு விற்பதற்காகச் சென்று வந்த நிகழ்வுகளைச் சங்க இலக்கியம் விவரிக்கிறது.

குஜராத்தில் உள்ள தண்டியில் இப்போதும் உப்பு விளைவிக்கும் உப்பளங்கள் இருக்கின்றன. கடல் நீரைப் பாத்திகளில் தேக்கி உப்பு விளைவிக்கிறார்கள். உலர்ந்த அந்த உப்பு வயல்களுக்குள் நடந்து செல்லும் ஆட்களின் பாதங்கள் உப்பில் பதிந்து கிடக்கின்றன. உப்பு எல்லா பக்கமும் வெளிச்சத்தை எதிரொளித்துக்கொண்டு மினுங்குகிறது. உப்பின் பிசுபிசுப்பு பார்க்கும் போதே கண்களில் ஒட்டிக் கொள்கிறது. அறுத்த உப்பை ஒரு பக்கம் அரவை நிலையத்துக்குக் கொண்டு செல்ல ஏற்றிக் கொண்டு இருக்கிறார்கள்.

இன்றைக்கு உப்பும்கூட வணிகச் சந்தையின் போட்டிப் பொருள்களில் ஒன்றாகி விட்டது. 'உப்புப் பெறாத வேலையைச் செய்யாதே!' என்று கிராமங்களில் சொல்வார்கள். இன்றைக்கு உப்பளங்களில் வேலை செய்பவர்களின் நிலைமையும் அதுபோன்று தான் இருக்கிறது.

நமது சமையல் அறைகளில், உணவு மேஜைகளில் உள்ள உப்புக் கிண்ணங்களை, உப்புக் குடுவைகளைப் பயன்படுத்தும் முன்பு ஒரு நிமிடம் யோசியுங்கள். உப்பு ஒரு சரித்திரம். உப்பு, மனிதர்களுக்குள் என்றும் மாறாத விசுவாசத்தை, நம்பிக்கையை உருவாக்கிக்கொண்டு இருக்கிறது.

உப்பு சில நேரம் அன்பின் வெளிப்பாடு. சில நேரம் பிறர் காணாமல் நாம் துடைக்கும் கண்ணீரின் சுவை. உலகுக்கு நாம் உப்பாக இருக்க வேண்டும் என்கிறது வேதாகமம். உயர்ந்த இலக்கியங்கள் வேண்டுவதும் அதைத்தானே!

13

நினைவில் எறிந்த கல்

பினாயில் தண்ணீர் தெளித்த தரையை
ஈரம் போகத் துடைக்கிறது
எண்ணெய் படிந்த சைக்கிள் செயினைத்
தொட்ட கையைத் துடைக்கிறது
பூஜை பாத்திரங்களை எல்லாம்
சுத்தப்படுத்தி வைக்கிறது
டி.வி. டேப் ரிக்கார்டர், கம்ப்யூட்டர்களை
தூசு தட்டி வைக்கிறது
எறும்பு புகுந்த பண்டங்களை
வெயிலில் உலர்த்த உதவுகிறது
இப்படி
வீடு முழுக்க வேலைகளை
செய்துகொண்டு இருக்கிறது
செத்துப்போன பாட்டியின் பூனை

- முகுந்த் நாகராஜன்

ஒவ்வொரு ஊரும் ஏதேதோ நினைவுகளோடு சேர்ந்து பின்னிக் கிடக்கின்றன. நம் வயதின் வளர்ச்சிக்கு ஏற்ப நகரங்களும் மாறிக்கொண்டே இருக்கிறதோ என்றுகூடத் தோன்றுகிறது. சிறுவயதில் பார்த்து வியந்த சில நகரங்கள்,

கடற்கரைகளை இன்று பார்க்கும்போது, அங்கே ஆச்சர்யப்பட எதுவுமில்லை.

சிறு வயதிலிருந்து பழகி, எதுவும் இல்லை என்று தோன்றிய சொந்த ஊர், பல வருடங்களுக்குப் பிறகு திரும்பவும் போகும்போது ஆச்சர்யமூட்டுவதாக இருக்கிறது. தாவரங்களைப் போலவே ஊர்களும் நாளுக்கு நாள் வளர்ந்து கொண்டும் பூத்துக் கொண்டும் இலை உதிர்ந்து கொண்டும்தான் இருக்கின்றன போலும்!

ஒவ்வொரு நகரத்துக்கும் பிரத்யேகமான வாசனையும் வெளிச்சமும் ருசியும் இருக்கின்றன. அது அந்த நகரில் வாழ்பவர்களின் மீதும் அங்குள்ள கட்டடங்கள் வெற்றுவெளிகளிலும் பிரதிபலிக்கப்படுகின்றன.

சிறு வயதில் இருந்தே எனக்குள் சில கேள்விகள் முளைப்பதும் அடங்கிவிடுவதுமாகவே இருக்கின்றன. நாம் அழைக்கும் ஊரின் பெயர்களை எல்லாம் யார் வைத்தது. ஒரு ஊர் எந்த இடத்தில் துவங்குகிறது, எந்த இடத்தில் முடிகிறது? மலைகளுக்கு எல்லாம் பெயர் வைத்திருக்கிறார்களே, அந்தப் பெயர்களைச் சொல்லி யாராவது மலையைக் கூப்பிடுவார்களா என்ன? ஒரு நகருக்கு இன்னொரு நகரைப் பற்றித் தெரிந்திருக்குமா?

சில ஊர்களைப் பற்றி யோசிக்கும் போது அங்கே என்னை அழைத்துச் சென்றவர்களின் நினைவு வந்துவிடுகிறது. அந்த நபர் அந்த ஊரின் பிரிக்க முடியாத கண்ணியாகி விடுகிறார். அது போல சிலரைப் பற்றிய நினைவுகள் காரணமில்லாமல் சில ஊர்களோடு ஒட்டிக்கொண்டு இருக்கின்றன. அப்படித்தான். எனக்கு அறிமுகமானது கொடைக்கானல்.

போர்டிங் ஸ்கூலில் படித்துக்கொண்டு இருந்த நண்பன்தான் என்னை முதன்முதலாக கொடைக்கானலுக்கு அழைத்துச் சென்றவன். அப்போது எனக்கு வயது பதினான்கு. வணிகக் குடும்பங்களுக்கு தங்களது அந்தஸ்தின் அடையாளச் சின்னமாக இருந்தது போர்டிங் ஸ்கூல். என்னோடு பள்ளியில் படித்த நண்பன் அப்படித்தான் கொடைக்கானலில் உள்ள போர்டிங் ஸ்கூலுக்கு அனுப்பிவைக்கப்பட்டான். அவனது அப்பா, நகரில் மிளகாய் வத்தல் கமிஷன் கடை வைத்திருந்தார். எல்லா பெற்றோர்களையும் போலவே, தங்களது பிள்ளை ஆங்கிலத்தில் பேச வேண்டும் என்று கனவு கண்டவர்களில் அவரும் ஒருவர்.

எஸ்.ராமகிருஷ்ணன்

ஆங்கிலப் பள்ளியில் சேர்ந்து படிக்கத் துவங்கி, ஆறு மாதத்துக்குப் பிறகு ஊர் திரும்பியபோது ஆள் மெலிந்து போயிருந்தான். முகம் இருண்டு போயிருந்தது. அவனால் மலை நகரின் காற்றையும் குளிரையும் தாங்க முடியவில்லை என்பது தோற்றத்திலேயே தெரிந்தது. கொடைக்கானலைப் பற்றிப் பேசத் துவங்கினாலே, அவன் எரிச்சல் அடைய ஆரம்பித்து விடுவான். அவனைப் பொறுத்தமட்டில் அது ஒரு தண்டனைக் கூடம். அவனாக எப்போதாவது கொடைக்கானல் பள்ளி விடுதியில் இருந்தபடியே காலையில் கேட்ட பறவைகளின் சப்தத்தைப் பற்றி நினைவுபடுத்துவான். அந்த நாட்களில் நான் எப்படியாவது ஒரு முறை அவனோடு கொடைக்கானலுக்குப் போய்வர வேண்டும் என்று ஆசைப்படுகிறவனாக இருந்தேன்.

அரையாண்டுத் தேர்வு விடுமுறை முடிந்து, அவன் ஒரு நாள் முன்னதாக கொடைக்கானலுக்கு என்னையும் உடன் அழைத்துக்கொண்டு புறப்பட்டான். பஸ் மதுரையைக் கடக்கத் துவங்கியதுமே அவனது முகத்தில் அதுவரை இருந்த இயல்பு கரைந்து, இறுகத் துவங்கியது. நகத்தைக் கடித்தபடியே வந்தான். நான் மிக சந்தோஷமாக மலைப் பாதைகளைப் பார்த்தபடி வந்தேன். பேருந்தில் கூட்டமே இல்லை. வளைவுப் பாதைகளில் தெரியும் பள்ளத்தாக்கினைக் காணும்போது அடிவயிற்றோடு பயமும் சந்தோஷமும் ஒருங்கே கொப்பளித்தது. அவன் எதையும் நிமிர்ந்து பார்க்கவே இல்லை.

கொடைக்கானலுக்கு வந்து இறங்கிய போது, லேசான மழை பெய்து ஓய்ந்திருந்தது போல ஈரமாக இருந்தது. சரிவுகளின் வழியாக இறங்கி நடந்தபோது தொலைவில் இருந்த தேவாலயத்தின் மணிகள் ஒலித்தன. முகத்தில் அறைவது போல் எங்கு பார்த்தாலும் பசுமை. சரிவு ஒன்றில் தனியே மேய்ந்து கொண்டு இருந்த ஆடு புல்லோடு சேர்ந்து [illegible] மேய்ந்து கொண்டு இருந்தது.

அவன் சாவி கொடுக்கப்பட்ட பொம்மையைப் போல நடந்து சென்றான். எனக்கோ பகலில்கூட ஸ்வெட்டர்கள் அணிந்து திரியும் ஆட்களைக் காண்பது விசித்திரமாக இருந்தது. வெயிலின் விரல்கள் மூடி மூடித் திறப்பது போல வெளிச்சம் பீறிடுவதும் அடங்கிவிடுவதுமாகவே இருந்தது. நாங்கள் தைல மரங்களுக்கு நடுவே நடந்து பள்ளியின் விடுதியை அடைந்தபோது ஒன்றிரண்டு மாணவர்களே வந்திருந்தார்கள். நண்பன்

யாரிடமிருந்தோ இரண்டு சைக்கிள்களை வாங்கிக்கொண்டு வந்தான்.

கொடைக்கானலின் சாலைகளில் சைக்கிளில் இறங்கும்போது, இருவருக்கும் விலாவில் சிறகு முளைத்தது போன்று இருந்தது. மலை நகரங்களில் சைக்கிளில் சுற்றும் ஆனந்தம், வேறு எதிலும் வாய்ப்பது இல்லை. மேடுகளிலும் சரிவுகளிலும் சைக்கிளில் செல்லும்போது மனது காற்றில் பறக்கும் காகிதத்தைப் போல படபடத்துக்கொண்டே இருந்தது.

மலை நகரங்கள் யாவும் தோற்றத்தில் ஒன்று போலத்தான் இருக்கின்றன. பேக்கரிகளும் உல்லன் விற்பவர்களும்கூட ஒன்று போல இருக்கிறார்கள். அதே நேபாள முகங்கள். சாலையோரங்களில் குதிரைகள் வாலாட்டியபடியே தனியே நடந்து கொண்டு இருந்தன. நானும் நண்பனும் ஏரியின் அருகே வந்தபோது எங்களைப் போலவே சிலர் சைக்கிளில் ஏரியை சுற்றிக்கொண்டு இருப்பதைக் கண்டோம்.

ஏரியைச் சுற்றி வரலாம் என்று சொன்னேன். நண்பன் தலையசைத்தான். வீழ்ந்து கொண்டு இருக்கும் சூரியன் எங்களைப் பார்த்தபடியே இருக்க, நாங்கள் ஏரியைச் சுற்றி வரத் துவங்கினோம். மஞ்சள் வெளிச்சத்தில் அந்த ஏரி கனவின் பகுதியைப் போலிருந்தது. சுற்றச் சுற்ற நீண்டுகொண்டே இருந்தது. ஒரு இடத்தில் நானும் அவனும் சைக்கிளை நிறுத்திவிட்டுப் புல்வெளியில் உட்கார்ந்தோம். அவன் ஏரியைப் பார்த்தபடியே இருந்தான். பிறகு என்னிடம், 'இதுல விழுந்து செத்துப் போயிரலாம்னு இருக்குடா' என்று சொன்னான். நான் ஏதோ விளையாட்டுக்குச் சொல்கிறான் என்று நினைத்தேன். அவன் அழுத்தமான குரலில் கேட்டான், 'நான் செத்துப் போயிட்டா நீயெல்லாம் அழுவியாடா?' எனக்கு என்ன பதில் சொல்வது என்று தெரியவில்லை.

அவனாகச் சொல்லிக்கொண்டே இருந்தான். "எனக்கு வீட்டை விட்டுட்டு இங்கே வந்து படிக்கவே பிடிக்கலைடா. எப்போ பார்த்தாலும் வீட்டு ஞாபகமாவே இருக்கு. தினம் தினம் ராத்திரி போர்வையை மூடிக்கிட்டு அழுவேண்டா. வீட்டுக்கு லெட்டர் போட்டு, என்னைக் கூட்டிட்டுப் போயிருங்கய்யானு சொன்னா, அய்யா கேட்கவே மாட்டேங்குறாரு. நான் செத்துட்டாதான் நிம்மதியா இருக்கும்."

பிறகு, அவன் கீழே கிடந்த ஒரு கல்லை எடுத்து தண்ணீரில் போட்டான். என்னிடம், 'இந்தக் கல் ஏரிக்குள்ள எத்தனை எத்தனை வருஷமானாலும் அப்படியே கிடக்கும் இல்லையா?' என்று கேட்டான். நான் ஆமாம் என்று தலையசைத்தேன். அவன் கீழே கிடந்த ஒரு கல்லை எடுத்து என்னிடம் தந்து, 'நீ என் ஃப்ரெண்டுதானே! நீயும் கல்லு போடு. அதுவும் ஏரிக்குள்ளே ஒண்ணா மூழ்கிக் கிடக்கட்டும்' என்றான். நான் ஒரு கல்லை எடுத்து ஏரிக்குள் வீசினேன்.

அன்று மாலை முழுவதும் அவன் தான் வீட்டைப் பிரிந்து வந்த துக்கத்தைப் பற்றியே பேசிக்கொண்டு இருந்தான். அப்போது அந்த வலியை என்னால் புரிந்து கொள்ள முடியவில்லை. இவ்வளவு அழகான ஊரில் படிப்பதற்கு எதற்காக சலித்துக்கொள்கிறான் என்று அவன் மீது கோபம் தான் இருந்தது.

கொடைக்கானலில் பார்ப்பதற்கு வேறு என்ன இருக்கிறது என்று கேட்டேன். அவன் சலிப்போடு, 'எங்கே பார்த்தாலும் மரமும் புல்வெளியும்தான் இருக்கு. வேற இங்கே என்ன இருக்கு? என்றான். நான் ஒரு நாளைக்குள் அந்த ஊரை முழுமையாகப் பார்த்துவிட வேண்டும் என்று விரும்பினேன். ஆனால், அவன் வேறு எங்கும் அழைத்துப் போகவில்லை. மறுநாள் காலை என்னைப் பேருந்தில் ஏற்றிவிட்டு, வழியில் சாப்பிட பிளம்ஸ் பழங்களையும், வீட்டில் கொண்டு போய்க் கொடுப்பதற்காக ஒரு பாட்டில் யூகலிப்டஸ் எண்ணெயும் வாங்கித் தந்தான்.

ஊர் வந்த சில மாதங்களுக்கு கொடைக்கானலே என் கனவில் வந்து கொண்டு இருந்தது. ஒரு நாளில் அந்த நகரோடு ரொம்பவும் இணக்கமாக இருந்தேன். அந்த வருடத்தின் முடிவில், நண்பனுக்கு உடல் நலக்குறைவு ஏற்பட்டது. அவனை சென்னைக்கு அனுப்பிப் படிக்கவைப்பது என்று வீட்டில் முடிவு செய்துவிட்டதாகச் சொன்னான்.

கொடைக்கானலை விட்டுப் போகிறானே என்று நான் அதிகம் வருத்தப்பட்டேன். அவன் என் தொடர்பிலிருந்து மெல்ல விடுபட்டுப் போனான். ஆனாலும், ஒவ்வொரு முறை கொடைக்கானலுக்குப் போகும் போதும் அந்தப் பள்ளியும், சைக்கிளில் சுற்றிய இடங்களும் நினைவில் பசுமை அழியாது மின்னிக்கொண்டே இருக்கும்.

இன்றும் அந்த ஏரிக்குப் போகும்போது, எந்த இடத்தில் அன்று நாங்கள் கல்லை வீசி எறிந்தோமோ அதே இடத்தில் நின்று ஒரு கல்லை எடுத்து ஏரிக்குள் வீசி எறிந்து விட்டு வருகிறேன். நீருக்குள் இந்தக் கல், என் நண்பன் வீசிய கல்லுக்கு அருகில் கிடக்கும் என்ற நம்பிக்கை வளர்ந்து கொண்டே இருக்கிறது.

கல்லூரி நாட்களில் நண்பர்களோடு காதல் பீடித்த கண்களோடு கொடைக்கானலில் அலைந்து திரிந்திருக்கிறேன். ஒரு பூவைப்போல் அந்த நகரம் ஒவ்வொரு நாளும் புதிதாக மலர்ந்து கொண்டே இருக்கிறது. மலை நகரங்களுக்கு வந்தவுடன் எல்லா பெண்களும் மிக அழகாகத் தெரிகிறார்கள். நம் பேச்சு, சிரிப்பு, யாவிலும் மலையின் துளிகள் ஒட்டிக்கொண்டு விடுகின்றன.

அதிகாலை நேரங்களில் ஏரியைச் சுற்றி வரும்போது அந்தப் பாதைகளில் படிந்துள்ள ஈரமும், காற்றில் கலந்துள்ள புத்துணர்ச்சியும், காலத்திலிருந்து நம்மைத் துண்டித்து வேறு கால அடுக்குக்குள் கூட்டிச் சென்று விடுகின்றன.

ஒவ்வொரு நகரமும் மற்றவர்களுக்குத் தான் மிக அழகாக இருக்கிறது. அங்கேயே வாழ்பவர்களுக்கு அது ஒரு வாழ்விடம்; அவ்வளவுதான் என்ற உண்மை இப்போதுதான் எனக்குப் புரிகிறது.

இன்று வரை, நூறு முறைக்கு மேல் கொடைக்கானலுக்குப் போயிருந்த போதிலும், அங்கே முதன்முதலாக அழைத்துச் சென்ற நண்பனின் நினைவு என்றும் என் மனதிலிருந்து அழியாமல், அந்த நகரோடு சேர்ந்து பிணைந்து கிடக்கிறது. குதிரைகள் மௌனமாக வாலை மட்டும் அசைத்துக்கொண்டு இருப்பது போல என் நினைவு தனியே அசைகிறது.

நண்பர்களைப் பிரிவது வெறும் ஒரு நிகழ்ச்சி மட்டுமில்லை என்பதும் ஒவ்வொரு முறையும் உறுதியாகிக்கொண்டே இருக்கிறது!

14

அலையோரம்

அலைகளைச் சொல்லி...
பிரயோஜனமில்லை
கடல் இருக்கிறவரை.

- நகுலன்

வரைபடங்களைக் காண்பது எனக்கு ரொம்பவும் பிடிக்கும். பள்ளி நாட்களில் ஆறுகளின் பெயர்களைக் குறிக்கச் சொல்லி, இந்திய வரைபடத்தைத் தந்த அடுத்த நிமிடமே ஆறுகளைக் குறித்து விடுவேன். வரைபடங்கள் எப்போதுமே மயக்கமூட்டுபவை. வரைபடங்களில் உள்ளவை வெறும் கோடுகள்தான். ஆனால், அந்தக் கோடுகள் ஏதேதோ ஊர்களை ஒன்று சேர்க்கின்றன.

பள்ளி நாட்களில் எனது கிராமம் இந்திய வரைபடத்தில் எங்கே இருக்கிறது என்று தேடிப் பார்ப்பேன். சிறிய கிராமங்களுக்கு வரைபடங்களில் எப்போதும் இடம் இருப்பதில்லை. நானாக பேனாவில் ஒரு புள்ளியிட்டு, அது என் ஊர் என்று குறித்துக்கொள்வேன்.

வரைபடத்தில் என்னை மிகவும் வசீகரிப்பது கடல். அதை நீல நிறமாக நாம் தீட்ட வேண்டும். அலையில்லாத கடல் வரைபடத்தில் மட்டுமே இருக்கிறது. வரைபடத்தில் உள்ள கடலின் பெயரை மட்டும் மனதில் கொண்ட ஒருவர், நேரில் அந்த கடலைக் காணும்போது அவரால் அதன் பிரமாண்டத்தைப் புரிந்து கொள்வது சிரமமாக இருக்கும். எல்லா வரைபடங்களும் எழுதப்படாத கதைகளைக் கொண்டு இருக்கின்றன.

சென்னை வந்த நாட்களில் எங்கிருந்து துவங்குகிறது சென்னை என்று யோசிப்பேன். தாம்பரத்தில் இருந்து கிண்டி வரை வந்து வேலை செய்துவிட்டுத் திரும்புபவர்களுக்கு சென்னையில் கடல் இருக்கிறது என்பது ஒரு பொருட்டே இல்லை. அவர்களுக்குச் சென்னை என்பது மின்சார ரயிலும், நகரப் பேருந்தும், சிறியதும் பெரியதுமான அடுக்குமாடிக் குடியிருப்புகளும்தான்.

அதே நேரம், வட சென்னையில் இருந்து தி.நகருக்கு வேலைக்கு வருபவர்களுக்கு சென்னை என்பதே கடற்கரைதான். கடற்காற்றும் சூரியனும் அன்றாடக் காட்சிகள். என்றால், உண்மையில் இந்த நகரை ஒவ்வொருவரும் ஒவ்வொரு விதத்தில் பார்க்கிறார்கள். மனதில் உள்வாங்கியிருக்கிறார்கள். சிலருக்கு சென்னை மயிலாப்பூருக்குள் அடங்கிவிடுகிறது. சிலருக்கு மறைமலை நகரும் சென்னையோடு சேர்ந்ததுதான். உண்மையில் இந்த நகரம் கண்ணுக்குத் தெரியாமல் ஒவ்வொரு நிமிடமும் வளர்ந்து வருகிறது.

சென்னைக்கு வந்த நாட்களில் என்னைத் திகைப்பூட்டியது சாலைகள் தான். எல்லா சாலைகளும் ஒன்று போலவே இருந்தன. சாலையை நினைவுபடுத்திக் கொள்வதற்கான இடங்களும் குழப்பம் தருவதாக இருந்தன. சிறிய கிராமங்களில் ஊருக்கு நுழையும் வழியும் வெளியேறும் வழியும் அநேகமாக ஒன்றாக இருக்கும். அல்லது இரண்டே இரண்டு பாதைகள் இருக்கும். இதனால் ஊருக்குள் வருபவர்கள் எவராக இருந்தாலும் கண்ணில் படாமல் போகவே முடியாது.

ஆனால், சென்னை நூற்றுக்கணக்கான பாதைகள் கொண்டது. மாநகரங்கள் யாவுமே கண்ணுக்குத் தெரியாத பாதைகள் கொண்டவைதான் போலும்! இந்தப் பாதைகள்

ஒன்றோடு ஒன்று குறுக்கிட்டும் வெட்டியும் கடந்து கொண்டே இருக்கின்றன. அமீபா தன் உடலை இஷ்டம் போல் சுருக்குவதும் விரிப்பதும் போல நகரம் உருமாறிக்கொண்டே இருக்கிறது. உண்மையில் ஒரே சென்னைக்குள் சிறியதும் பெரியதுமாக நூற்றுக்கணக்கான சென்னைகள் இருக்கின்றன. அல்லது, எத்தனை மனிதர்கள் சென்னையில் வசிக்கிறார்களோ அத்தனை சென்னை இருக்கிறது. சென்னை என்பது ஒரு ஊரின் பெயர் மட்டுமல்ல; அது ஒரு நினைவு. அது ஒரு கனவு. அது ஒரு காலத்தின் உறைவிடம். என்றால் சென்னை என்பது நிஜத்தில் என்ன?

சென்னையின் முழு வடிவையும் கண்டவர்கள் எவராவது இருக்கிறார்களா? ஒரு மரத்தை முழுமையாகப் பார்ப்பது போல், ஒரு நகரை முழுமையாகப் பார்க்க முடியுமா? உள்ளங்கையின் ரேகைகள் துல்லியமாகத் தெரிவது போல நகரின் மொத்த சாலைகளையும் ஒரே நேரத்தில் காண்பது சாத்தியம்தானா? ராபர்ட் கிளைவ் பார்த்த சென்னையும், நான் பார்க்கிற சென்னையும் ஒன்றா? இல்லை, காலம் தான் திரையை இட்டு அதை மறைத்திருக்கிறதா?

இந்தக் கேள்விகள் யாவையும் மீறி, மற்ற ஊர்க்காரர்களுக்குச் சென்னை ஒரு கனவுப் பிரதேசம். இந்த கனவு... வேலையோ, சினிமாவோ, அதிர்ஷ்டமோ, கல்வியோ... அவரவர் விருப்பம் சார்ந்தது. ஆனால், சென்னைக்குச் செல்ல வேண்டும் என்பது ஒட்டுமொத்த தமிழ் மக்களின் அடிமனது ஆசை. வீட்டை விட்டு ஓடிப் போக வேண்டும் என்று நினைப்பவன் முதலில் தேர்வு செய்யும் இடம் சென்னை. ஒரு மாபெரும் சிலந்தி வலையைப் போல இந்த நகரம் மனிதர்களைத் தன் வசம் இழுத்துக்கொண்டே இருக்கிறது.

சென்னைக்கு வந்த நாட்களில் பகல் பொழுதுகளை நூலகங்களிலும், ஃபிலிம் சொசைட்டி திரைப்படங்களிலும் கழித்த எனக்கு, மிகப் பெரிய ஆறுதலாக இருந்த ஓர் இடம் சோழ மண்டலம் ஆர்ட்டிஸ்ட் வில்லேஜ்.

ஓவியங்களையும் சிற்பங்களையும் பார்த்து ரசிப்பதற்கு நாம் பரிச்சயம் கொள்ளவே இல்லை. சிறிய கிராமங்களில் கூட அருமையான கோயில்கள் இருக்கின்றன. பிராகாரச் சுவர்களில் ஓவியங்கள் காணப்படுகின்றன. கல்லில் செய்த பேரழகுமிக்க

சிற்பங்கள் உள்ளன. ஆனால், அவை நம் கண்களில் விழவே இல்லை. எங்கோ உள்ள அஜந்தா ஓவியத்தைப் பற்றி புகழ்ந்து பேசும் நாம், வாழ்விடத்தின் அருகில் உள்ள சித்தன்னவாசல் ஓவியங்களைப் பார்த்தது இல்லை.

குறிப்பாக நவீன ஓவியங்கள், நவீன சிற்பங்கள் குறித்த நமது பார்வை மிகவும் பலவீனமானது. அதை வெறும் கிறுக்கல் என்பதற்கு மேலாக, நாம் புரிந்து கொள்ளவே இல்லை. அதுபோலவே மிகச் சிறந்த ஓவியர்களும் சிற்பிகளும் கூட அடையாளம் கண்டு கொண்டு சிறப்பிக்கப்படாமலே ஒதுக்கப்பட்டுவிட்டார்கள்.

செங்கல்பட்டுக்கு அருகில் உள்ள ஒரு கிராமத்துக்கு நண்பரைக் காண்பதற்காகச் சென்றிருந்தேன். அவரது வீட்டில் ஐந்து வயது சிறுவன் ஒருவன் சீனக் களிமண்ணால் ஏதோ செய்து கொண்டு இருந்தான். நான் அதை வேடிக்கை பார்ப்பதைக் கண்டு வெட்கப்பட்டபடி, தனது விரல்களால் களிமண்ணைப் பிசைந்து கொண்டு இருந்தான். சில நிமிடங்களுக்குப் பிறகு அதை என்னிடம் காட்டி, 'மீன் எப்படி இருக்கு?' என்று கேட்டான். நன்றாக இருப்பதாகச் சொன்னதும், வீட்டின் பின்பக்கம் ஓடினான்.

சில நிமிடங்களுக்குப் பிறகு அந்தச் சிறுவன் என்னை அழைக்கும் குரல் கேட்டது. நான் எழுந்து பின்கட்டுக்குப் போகும்போது அவனின் அப்பா, 'என்னடா செய்றே?' என்று அவனை மிரட்டிக்கொண்டு இருந்தார். சிறுவன் முன்னால் தண்ணீர் நிரம்பிய சிவப்பு நிற வாளி இருந்தது. அவன் சிரித்தபடியே, 'மீனை தண்ணிக்குள்ளே விட்டுட்டேன்' என்றான். களிமண் தண்ணீரில் கரைந்து போயிருந்தது. 'இப்போ மீன் எங்கே இருக்கு' என்று கேட்டேன்.

அந்தச் சிறுவன் கைகொட்டிச் சிரித்தபடி, 'அங்கிள், தண்ணிக்கு அடியில் மீன் நீந்திப் போயிருச்சு. அதான் உங்க கண்ணுக்குத் தெரியலை' என்றான். சிறுவனின் தந்தை அவன் முதுகில் ஒரு அடி கொடுத்து, 'ஒரு வாளித் தண்ணியை வீணாக்கிட்டு முட்டாள்தனமா உளறாதே!' என்று கத்தினார். நான் அந்தச் சிறுவனைப் பார்த்தபடியே இருந்தேன்.

களிமண்ணில் செய்த மீனை தண்ணீரில் நீந்த விட்டுப் பார்க்கும் சிறுவனின் மன நிலை எனக்கு மிக நெருக்கமாக

இருந்தது. அரூபத்தைப் புரிந்து கொள்ளத் துவங்கும் முதல்படி இதுதான் என்று உணர்ந்தேன்.

நவீன ஓவியங்கள், சிற்பங்கள் தரும் அனுபவ நிலையிலும் கற்பனைதான் பிரதான இடம் வகிக்கிறது. உள்ளதை உள்ளபடியே சித்திரிப்பது அல்ல, கலையின் வேலை. இசை தரும் அனுபவத்தைப் போல நவீன ஓவியமும் சிற்பமும் ஒரு தனித்த அனுபவ நிலையை உருவாக்குகிறது. நாம் நிறங்கள் பற்றியோ, வடிவங்கள் குறித்தோ தினசரி வாழ்வில் பெரிய கவனம் கொள்வதில்லை. ஆனால், ஓவியமும் சிற்பமும் அதை நமக்குப் பரிச்சயப்படுத்துகிறது. அல்லது, புரிந்து கொள்ள வைக்கிறது. நிறங்கள் வெறும் காண் வடிவங்கள் அல்ல என்பதை நாம் ஓவியங்களின் வழியாக உணர்கிறோம்.

சோழமண்டலம் என்ற கலைக்கிராமம் சென்னையில் இருந்து மகாபலிபுரம் செல்லும் சாலையில் ஈஞ்சம்பாக்கம் அருகில் உள்ளது. முப்பது ஏக்கர் பரப்பில் உள்ள இந்த கலைக் கிராமத்தில் ஓவியர்களும் சிற்பிகளும் மட்டுமே வசிக்கிறார்கள். கடல் பார்த்த குடியிருப்பு வீடுகள். ஏகாந்தமான மணல்வெளி. மிகுந்த தனிமை. உறக்கத்திலும் தொடரும் அலைச் சப்தம் என இந்தக் கிராமம் கலைஞர்களின் வசிப்பிடமாக உள்ளது.

சென்னை கவின்கலைக் கல்லூரியின் முதல்வராக இருந்த கே.சி.எஸ். பணிக்கர், கலைஞர்களுக்காக தனித்த ஒரு வசிப்பிடம் வேண்டும் என்று எடுத்த முயற்சியின் விளைவுதான் இந்தக் கிராமம். 1966-ல் துவக்கப்பட்ட இந்தக் கடற்கரைக் குடியிருப்பு, அந்த நாட்களில் நடமாட்டமே இல்லாத தனித்த தீவைப் போன்றே இருந்திருக்கிறது. இன்று முப்பது கலைஞர்களுக்கும் மேலாக இங்கே வசிக்கிறார்கள். இங்குள்ள கலைஞர்களைக் காண்பதற்காக உலகின் பல பகுதிகளில் இருந்தும் பயணிகள் வந்து போகிறார்கள். ஆண்டுக்கு ஒரு முறை பயிலரங்கங்கள் நடத்தப்படுகின்றன. இளம் ஓவியர்கள் இங்கே தங்கி, தங்களது பயிற்சியை மேற்கொள்கிறார்கள்.

சோழமண்டலம் கடற்கரையின் காலை நேரங்கள் மிக ரம்மியமானவை. நகர நெருக்கடியை விட்டுத் தப்பி அந்த மணல்வெளிக்குள் பல நாட்கள் ஒடுங்கிக் கிடந்திருக்கிறேன். கடல் பார்ப்பதற்கு மிகச் சரியான இடம் அது. என்றோ மாமல்லபுரத்தில் பல்லவச் சிற்பிகள், கடலோசையைக்

92 ● தேசாந்திரி

கேட்டபடியே தங்களின் வேலைகளைத் தொடர்ந்து கொண்டு இருந்தார்கள் என்று வாசித்திருந்த சரித்திரம் இங்கு நம் கண் முன்பு நிஜமாகிறது.

தைல் ஓவியம், கிராஃபிக்ஸ், புடைப்புச் சிற்பங்கள், பூ வேலைப்பாடுகள் என எத்தனையோ விதமான கலைப் படைப்புகளை உருவாக்கி வருகிறார்கள். இங்குள்ள வீடுகளின் வடிவமைப்பும்கூட மிகத் தனித்துவமானவை. பார்வையாளர்களின் வசதிக்காக நிரந்தரமான ஓவியக் கண்காட்சியும் இங்கே உள்ளது. கிரேக்க நாடக அரங்கங்களை நினைவுபடுத்தும் சிறிய நாடக அரங்கம், விருந்தினர்களுக்கான தங்கும் விடுதி என்று அது ஒரு தனித்த உலகம்.

நவீன ஓவியங்களைப் புரிந்து கொள்வதற்கு ஐரோப்பிய நாடுகளில் முறையான பயிற்சி வகுப்புகள் உள்ளன. அதிலும் தற்போது டாவின்சி கோட் நாவல் வெளியான பிறகு, இயேசு கிறிஸ்துவின் கடைசி விருந்து ஓவியத்தைப் பார்ப்பதற்காக முன்பதிவு செய்து காத்திருப்பவர்களின் எண்ணிக்கை பல்லாயிரத்தைத் தாண்டிவிட்டது. மூன்று வருட காலத்துக்கு முன்பதிவு கிடையாது என்கிறார்கள்.

இசையை அல்லது நாடகத்தை ரசிப்பது போல ஓவியங்களை ரசிப்பதை விட்டு நாம் விலகி வந்துவிட்டோம். அல்லது, அது உயர் வகுப்புக்கு உரியது என்று ஒதுக்கி வைத்துவிட்டோம். சென்னையில் பத்துக்கும் மேற்பட்ட சிறந்த கேலரிகள் இருக்கின்றன. மாதம் ஒரு முறையாவது இந்தியாவின் சிறந்த ஓவியங்கள் காட்சிக்கு வைக்கப்படுகின்றன. ஆனால், அதைக் காண்பவர்களின் எண்ணிக்கை வெகு சொற்பமானது.

நான் எந்தப் பெரிய நகரத்துக்குச் செல்லும் போதும் நூலகங்களுக்கு அடுத்து நிறைய நேரம் செலவிடுவது ஓவியங்களை, சிற்பங்களைக் காண்பதில்தான். அதிலும் டெல்லி, மும்பை போன்ற நகரங்களில் கேலரிகள் சமகாலக் கலை அடையாளத்தின் முக்கிய மையங்களாகிவிட்டன. ஓவியக் கண்காட்சிகளுடன், கவிதை வாசித்தல், உரையாடல், திரையிடல் என்று கலாசார நடவடிக்கைகளுக்கான மையமாக கேலரிகள் மாறி வருகின்றன. சென்னையில் வசிப்பவர்களில் ஒரு சதவிகிதம்கூட இங்குள்ள லலித் கலா அகாடமியைக் கண்டவர்கள் இல்லை என்பதுதான் நிஜம்.

புல்லாங்குழல், சாலையோரக் கடைகளில் விற்கப்படுகிறது. பத்து ரூபாய் கொடுத்தால் விலைக்கு வாங்கி விடலாம். அதனால் மட்டும் நீங்கள் வாத்தியக்காரராகிவிட முடியாது. அந்தப் புல்லாங்குழலை வாசிப்பதற்கு நீங்கள் குறைந்தது இரண்டு வருடமாவது பயிற்சி எடுக்காவிட்டால், அது வெறும் மூங்கில்தான். அது போலவே எல்லா கலைகளும் சுயத்தன்மையோடு தொடர்ந்த உழைப்பையும் வேண்டுகின்றன.

வெறும் அலங்காரப் பொருட்களாக மட்டுமே நாம் நேற்று வரை நினைத்து வந்த நவீன ஓவியங்களைப் புரிந்து கொள்ளத் துவங்குவதற்கு, அதை நாம் தொடர்ந்து அவதானிப்பதும் எளிய முறையில், அதன் அடிப்படைகளை அறிந்து கொள்வதுமே சுலபமான வழி.

அது ஓவியங்களைப் புரிந்துகொள்ள வைப்பதோடு, நமது மன அமைப்பையும் ரசனை யையும் பற்றி நம்மை நாமே புரிந்து கொள்ளவும் உதவி செய்கிறது என்பதே உண்மை!

○

15

அறிந்த ஊர்

ஒரு பறவை பறந்துகொண்டிருக்கும்போது
மிதந்துகொண்டிருக்கிறது
கூடவே வானமும்
பறவையைச் சுட்டார்கள்
விழுந்ததோ
ஒரு துண்டு வானம்

— பாலைநிலவன்

பின்னிரவில் எல்லா ஊர்களும் ஒன்று போலத்தான் இருக்கின்றன. அதிலும் பேருந்து நிலையங்களும் அதைச் சுற்றிலும் உள்ள சிறு கடைகளில் எரியும் டியூப் லைட்டுகள் மற்றும் பாதி உறக்கம் பீடித்த பெட்டிக்கடைகள், காலியான நாற்காலி களுடன் பால் கொதிக்கும் டீக்கடைகள், உறக்கத்தின் பிடியில் சுருண்டு கிடக்கும் வயதானவர்கள், கால்கள் மட்டும் வெளியே தெரிய உறங்கும் ஆட்டோக்காரர் என எல்லா நகரங்களும் பின்னிரவில் ஒரே சாயலுடன் இருக்கின்றன.

சில நேரங்களில் நான் எந்த ஊரில் நின்றுகொண்டு இருக்கிறேன் என்ற

குழப்பம் எனக்கே ஏற்பட்டுவிடுகிறது. இது போல் பின்னிரவில் காலியான பேருந்து நிலையங்களில் விழித்துக் கிடப்பதற்கென்றே சிலர் இருக்கிறார்கள் போலும்! எல்லா பேருந்து நிலையங்களிலும் அது போலச் சிலரைக் கண்டிருக்கிறேன். கிழிந்த துணிகளைத் தைத்தபடியோ, குழாயில் தண்ணீர் பிடித்தபடியோ தங்கள் உறக்கத்தைத் தொலைத்து விடுகின்ற அவர்கள் எல்லா ஊர்களிலும் இருக்கிறார்கள்.

ஒரு முறை டெல்லியை நோக்கி ரயிலில் போய்க்கொண்டு இருந்தேன். மத்தியப்பிரதேசத்துக்குள் ரயில் நுழைந்தபோது பின்னிரவு. உறக்கம் கலைந்து திடீரென விழிப்பு வந்துவிட்டது. என்ன செய்வது என்று புரியாமல் தூசி படிந்த கண்ணாடி ஜன்னலைத் துடைத்தபடியே வெளியே தெரியும் காட்சிகளைக் காணத் துவங்கினேன்.

மங்கலான வெளிச்சத்தில் காட்சிகள் வேகமாக ஓடி மறைந்தபடியே இருந்தன. இன்னது என அறிந்து கொள்ள முடியாதபடி தாவரங்களும் செடிகொடிகளும் ரயிலின் ஓட்டத்தோடு போட்டி போட்டன. பத்து நிமிடப் பயணத்துக்குப் பிறகு ரயில் ஓர் ஆற்றுப் பாலத்தின் முன்பாக, இன்னொரு ரயில் கடந்து போவதற்காகக் காத்திருந்தது.

கீழே, பெயர் தெரியாத ஆறு ஓடிக்கொண்டு இருப்பதைப் பார்த்தபடியே இருந்தேன். மெல்லிய நிலா வெளிச்சம் ஆற்றின் மீது ஊர்ந்து கொண்டு இருந்தது. தண்ணீரின் வேகம் சீராக இருந்தது. அப்படியே ரயிலை விட்டுக் குதித்து தண்ணீரில் நீந்தலாம் போலிருந்தது. பார்த்துக்கொண்டு இருந்தபோதே, நிலா மேகத்திலிருந்து விலகி வெளியே வர, ஆறு ஈய நிறத்தில் தெரியத் துவங்கியது. முடிவற்ற புள்ளியை நோக்கி ஆறு ஓடிக்கொண்டு இருப்பதாகத் தோன்றியது.

எங்கோ கனவின் கரைகளில் நின்றிருப்பது போலிருந்தது எனக்கு. ரயிலை விட்டு இறங்கி விடலாம் என்று மனது அடித்துக்கொண்டே இருக்க, இன்னொரு ரயில் கடந்து செல்லும் வரை அந்த ஆற்றைப் பார்த்துக்கொண்டே இருந்தேன்.

இதுவரை பார்த்தே அறியாத ஒன்றைக் கண்டது போல் மனதில் சந்தோஷம் பொங்கத் துவங்கியது. உலகம் எத்தனை வனப்பானது என்று தோன்றியது. கற்பனை மெல்ல விரியத் துவங்கியது.

இப்படித்தான் உலகம் தோன்றியிருக்கக்கூடும் அல்லவா? எல்லா நகரங்களும் இத்தனை தூய்மையும் அசலானதுமாக இருந்திருக்கக்கூடுமல்லவா என்று யோசித்தபடியே கிடந்தேன். எப்போது உறங்கினேன் என்று தெரியவில்லை. சூரிய வெளிச்சம் பளீரென பீறிடும்போது கண்களைக் கசக்கிக்கொண்டு பார்த்தேன். கொப்பளித்துக்கொண்டு இருக்கும் வெளிச்சத்தில் மரங்கள் திமிறி நின்றிருந்தன. நேற்று கண்டது கனவுதானோ என்றுகூடச் சந்தேகம் வந்தது. ஆனால், அந்த ஆறு இன்று வரை மனதுக்குள் சப்தமின்றி ஓடிக்கொண்டே இருக்கிறது.

உண்மையில், பின்னிரவு உலகுக்கு அழகை உருவாக்குகிறது. பகலின் வெக்கையால் ஊர்களின் மீது படிந்திருந்த உஷ்ணத்தை, சுருக்கங்களை இரவு சுத்தம் செய்கிறது. ஒரு தாதி குழந்தையைக் குளிப்பாட்டித் துடைத்து எடுப்பது போன்று இரவின் கைகள் உலகைச் சுத்தம் செய்கின்றன. பின்னிரவில் நிழல் கோடுகள் போலத் தெரியும் ஊர்கள் எப்போதுமே மயக்கமூட்டுவதாக இருக்கின்றன.

நகரங்களைக் காண்பதைவிடவும் என்னை மிகவும் இன்றுவரை வசீகரித்து வருவது வெட்டவெளிதான். வெளிதரும் அனுபவம் விவரிக்கமுடியாத நெருக்கம் தருவது. புதுக்கோட்டை மாவட்டத்தில் உள்ள நார்த்தமலை என்ற மலையின் மீது, ஒரு நாள் நண்பருடன் ஏறத் துவங்கியிருந்தேன். அந்த மலையின் மீது பழைய சமணக்கோயில் ஒன்று உள்ளது.

பெரிய மலை அது. பாறைகளின் மீது ஏறத் துவங்கியபோது வெயில் இறங்கி வழிந்து கொண்டு இருந்தது. அரை மணி நேரப் பயணத்துக்குப் பிறகு, கல்லில் வெட்டப்பட்ட குளம் போன்ற ஒன்றின் முன் போய் நின்றோம். பாசி படிந்த தண்ணீரின் மீது ஒரு பிளாஸ்டிக் காகிதம் மிதந்தது. நண்பர் மலையின் மீது ஏறிவிடலாம் என்றார். மெதுவாக ஏறி, மேலே போனபோது சூரியன் உச்சிக்கு ஏறியிருந்தது. நண்பரும் நானும் அந்த மலைக்கோயிலின் படிகளில் சாய்ந்து உட்கார்ந்தோம். அந்த மலையில் எங்கள் இருவரைத் தவிர, யாருமே இல்லை.

மெதுவாக வெயில் தணியத் துவங்கியது. நாங்கள் அங்கிருந்த குடை வரைகளைப் பார்த்துவிட்டு உயரமான ஒரு பாறை மீது ஏறி நின்றோம். அப்போது மேற்கிலும் வடக்கிலும் எல்லையற்ற பெரும்பரப்பு விரிந்து கிடப்பதைக் கண்டேன். அதிலும்

மேற்கில் சரிந்து கொண்டு இருக்கும் சூரியனும், அதன் மடியில் கிடப்பது போலத் தெரிந்த குன்றுகளும் பெரிய பாறைகளும் வேறு ஏதோ ஒரு கனவுப் பிரதேசத்துக்குள் வந்துவிட்டது போலிருந்தது. வடக்கே தெரியும் வெளியில் இருந்த தென்னை மரங்கள் விளையாட்டுப் பொம்மைகளைப் போன்று தான் தோற்றமளித்தன.

பறவைகள் தாழ்வாகப் பறப்பதையும் ஒரு மாட்டுவண்டி மெதுவாக ஊர்ந்து செல்வதையும் கண்டேன். அந்த வெளியில் சிறிய இயக்கம் நடந்துகொண்டே இருந்தது. மலையைவிடவும், மலையின் மீதிருந்த கோயிலைவிடவும் அந்த உயரத்திலிருந்து தெரியும் வெட்டவெளி தரும் அனுபவம் மிகத் தனித்துவமாக இருந்தது. மேற்கில் தெரிந்த வெட்டவெளியைப் பார்த்தபடி நின்றிருந்தேன். திடீரெனக் கத்தவேண்டும் போலிருந்தது. என்னை மீறிச் சப்தமாகக் கத்தினேன். எனது குரல் மலையிலிருந்து சரிந்து எங்கோ பள்ளத்தில் போய் விழுந்தது. சப்தமிடுவது எவ்வளவு பெரிய ஆனந்தம் என்று அப்போதுதான் உணர்ந்தேன்.

'சோலாரிஸ்' என்ற ஒரு ருஷ்யப் படத்தில், 'வெட்டவெளி சிந்திக்கக் கூடியது. அது தனித்த ஒரு மொழியில் நம்மோடு உரையாடிக்கொண்டு இருக்கிறது' என்று ஒரு கதாபாத்திரம் கூறியதைக் கேட்ட போது, ஆச்சர்யமாக இருந்தது. ஆனால், அந்த வாசகம் நூறு சதவிகித உண்மை என்பது போலிருந்தது. நான் அங்கு கண்ட காட்சி.

சூரியன் மறைவதுகூட உடனே நடந்துவிடவில்லை. மிகமெதுவாகவும், உலகை முழுமையாக ஒரு முறை கண்டுவிட வேண்டும் என்று ஆசைப்பட்டது போன்று, மிக நிதானமாக மேற்கில் இறங்கிக்கொண்டு இருந்தது. கிழக்கில் உதயமாகும் போது சூரியன் தரும் கிளர்ச்சி இசையின் உச்சநிலை என்றால், மேற்கில் அடையும் சூரியன் இசைக்குப் பிந்திய அமைதியைப் போன்றது.

மேகங்கள் தங்க நிறத்தில் திட்டுத் திட்டுகளாக இருந்தன. சூரியன் வானில் அடங்கிய பிறகும் வெளிச்சம் இருந்தது. காற்று மட்டுமே சுற்றி அலைந்து கொண்டு இருந்த அந்த வெளி, அளவு கடந்த சந்தோஷத்தை உருவாக்கியது.

நாங்கள் இருந்த பாறை மெல்ல மறையத் துவங்கி, இருள் படியேறி எங்களைச் சுற்றி நின்ற பிறகு, கீழே இறங்கத் துவங்கினோம். அன்று விடுதிக்குத் திரும்பிய பிறகு கோயிலோ, பாறையோ, மலையோ... எதுவுமே நினைவில் இல்லை.

இந்த அனுபவத்துக்கு நெருக்கமான ஒன்று சில வருடங்களுக்கு முன்பு சென்னையிலும் ஒரு நள்ளிரவு நடந்தது. சென்னையில் தேவி தியேட்டரில் இரவுக் காட்சி பார்த்துவிட்டு, நடந்தே கே.கே. நகர் வருவது என்று முடிவு செய்து நடக்கத் துவங்கினேன். பரபரப்பும் வேகமுமாகப் பார்த்துப் பழகிய அண்ணா சாலையில் யாருமே இல்லை. சாலையில் பெட்டிக்கடைக்காரர்கள் ஊற்றிய தண்ணீர் உதிர்ந்த வெற்றிலைகள் படிய ஓடிக்கொண்டு இருக்கிறது. சிக்னல்கள் செயலற்று அமைதியாக இருந்தன.

ஹிக்கின்பாதம்ஸ் எதிரில் மெக்கானிக் போன்றிருந்த ஒரு ஆள் நடைபாதையில் இரும்பு வாளியை வைத்துக் குளித்துக் கொண்டு இருந்தார். அண்ணாசாலை மிக நீண்டதாகவும் மிக அழகானதாகவும் தெரிந்தது.

நடக்க நடக்க சென்னை, நான் இதுவரை பார்க்காத நகரைப் போன்று இருந்தது. வழியில் குல்பி ஐஸ் விற்கும் ஒரு ஆள் செருப்பை இழுத்து இழுத்து நடந்தபடியே ராயப்பேட்டை நோக்கி போய்க்கொண்டு இருந்தார். சினிமா விளம்பரங்கள், நியான் வெளிச்சங்கள் யாவும் அப்படியே இருந்தன. சாலை ஓரங்களில் மரங்கள் இருப்பது அப்போதுதான் கண்ணில் பட்டது. கோடம்பாக்கம் வழியாக நடந்து போனபோது ரோந்து சுற்றும் காவல் வாகனங்கள் கூட சலனமற்று நின்றிருந்தன. வழியில் திறந்திருந்த ஒன்றிரண்டு கடைகளைத் தவிர, நகரம் துயிலின் நீள்பரப்பில் மூழ்கி இருந்தது. புதிர் கட்டங்கள் அவிழ்த்துச் சிதறிக்கிடப்பது போலத்தான் சென்னை இருக்கிறது என்று தோன்றியது.

காற்றும். ஏக சுதந்திரமான வெளியும் பரவசமூட்டியது. வீடு வந்து சேர்ந்தபோது மணி மூன்றைத் தாண்டி இருந்தது. உடனே உறங்க வேண்டும் என்றுகூடத் தோன்றவில்லை. மாறாக, உறங்கிக்கொண்டு இருந்த நண்பர்கள் பலரையும் எழுப்பி சென்னையின் இந்த பின்னிரவுக் காட்சியைக் காட்ட வேண்டும் போலிருந்தது.

நாம் கட்டடங்களை, அடுக்குமாடிக் குடியிருப்புகளைக் காண்பதில்தான் சந்தோஷமடைகிறோம். ஆனால், நம் கண்கள் பழகிக்கொள்ள வேண்டியதும் புரிந்து கொள்ள வேண்டியதும் வெட்ட வெளியைத்தான்.

வெளி, நம் கண்களோடு அல்ல, மனதோடு மிக நெருக்கமாக இருக்கிறது. அல்லது மனம், வெளியைக் கண்டதும் தன்னை அதோடு கரைத்துக்கொண்டு ஐக்கியமாகி விடுகிறது. வெளி என்றும் அழியாத இருப்புடையது என்று மனம் மெல்ல உணரத் துவங்குகிறது. பயணம் கற்றுத் தரும் முதல் பாடம் இதுதானோ என்னவோ?

○

16

மழையை அழைப்பவர்கள்

நிறைய
நதிக்கு
ஒரு புன்னகையே
போதும்

— பி.ராமன்

'தவளைகளுக்குத் திருமணம் செய்து வைக்கப் போகிறோம்!' என்று, சில வருடங்களுக்கு முன்பு, இது போன்ற ஒரு கோடைகாலத்தில் தனது கிராமத்துக்கு அழைத்தான் நண்பன். அந்த ஊர், விருதுநகர் மாவட்டத்தில் உள்ள கண்மாய் சூரங்குடி என்ற கிராமம். பஸ் வசதி குறைவாக இருந்த ஊர் என்பதால், பைக்கில் கிளம்பினோம். வழியில் தார்ச்சாலைகளில் கானல் பொங்கி வழிந்துகொண்டு இருப்பதைக் கண்டேன். எங்கும் வெக்கை கொப்பளித்துக் கொண்டு இருந்தது. வேலிக் கருவேலி செடிகளைத் தவிர, வேறு எதையும் காண முடியவில்லை. வைப்பாறு உலர்ந்து போய்க் கிடந்தது.

ஒரு பெரிய கண்மாயைச் சுற்றி மூன்று சிறிய கிராமங்கள் இணைந்திருந்தன. மூன்றுக்கும் பொதுப் பெயர் சூரங்குடி ஊரில் நூற்றுக்கணக்கில் ஆடுகள் தென்பட்டன. ஆடுகளை மேய்ச்சலுக்கு ஓட்டிப்போவதும், கிடை அமர்த்துவதும்தான் அந்தக் கிராமத்து மக்களின் பிரதான வேலை என்றார்கள்.

மழையற்றுப்போன வருடங்களில் கழுதைகளுக்குத் திருமணம் செய்து வைப்பதைப் பார்த்திருக்கிறேன். ஆனால், தவளைகளுக்குத் திருமணம் செய்து வைக்கப் போகிறார்கள் என்ற தகவல் வியப்பாக இருந்தது.

விவசாயம் பொய்த்துப்போன கிராமம் என்பது பார்க்கும்போதே தெரிந்தது. புதிதாக முளைத்திருந்த தீப்பெட்டித் தொழிற்சாலைகளில் பெண்கள் வேலை செய்து கொண்டு இருந்தார்கள். சிறிய பெட்டிக்கடையும், வேம்பும் கடந்து ஊருக்குள் போனபோது மழையற்றுப்போன வறட்சியில் ஊரே உலர்ந்திருந்தது. கிணறுகளில் கைப்பிடியளவுகூடத் தண்ணீர் இல்லை. வெங்காற்று ஊரைச் சுற்றி வருவதால் பூம்பூம் என்ற விம்மலோசை மட்டும் கேட்டுக்கொண்டே இருந்தது. வெயில் தெருக்களில் நின்று எரிந்துகொண்டு இருந்தது. வீட்டு ஓடுகள், திண்ணைகள், சைக்கிள்கள், வாசற்படிகள் என யாவும் வெயிலைக் குடித்து முறுக்கேறி இருந்தன. வானம் ஈய நிறத்தில் இருந்தது. மேகங்களே இல்லை. பறவைகளைக் காண்பதோ, அதன் சப்தங்களைக் கேட்பதோ கூட அரிதாகவே இருந்தது. ஊரில் நிசப்தம் மிக ஆழமாக ஒடுங்கிக் கிடந்தது.

தவளைகளுக்குத் திருமணம் செய்துவைப்பது அந்தக் கிராமத்தில் பல வருடங்களாகவே நடைபெற்று வருகிறது என்றார்கள். நான் போனபோது தவளைகளின் திருமண வேலைகள் ஒருபக்கம் நடந்து கொண்டு இருந்தன. சிறிய மஞ்சள் துணியை வெட்டி, மணமகனுக்கும் மணமகளுக்கும் டிரெஸ் தயாராகிக்கொண்டு இருந்தது. ஓட்டு வீடு ஒன்றில் சிறுமிகள் வேடிக்கையும் கேலியுமாகச் சுற்றி நிற்க, மணப்பெண்ணின் பட்டுப்பாவாடையை டெய்லர் ஒருவர் தைத்துக்கொண்டு இருந்தார். ஒரு சிறுவன், மாட்டு வண்டியில் இருந்த மசையை அலங்காரம் செய்வதற்காகக் கொண்டுவந்திருந்தான். ஊரே திருமணத்துக்காகக் காத்து நின்றது.

தேவராட்டம் எனும் ஆடல் கலைக்கு பிரசித்தி பெற்ற கிராமம் என்பதால், தவளைகளின் திருமணத்துக்கும் தேவராட்டம்

வேண்டும் என உறுமியை தேய்த்துக்கொண்டு இருந்தார்கள். திருமணத்தை வேடிக்கை பார்ப்பதற்காகக் காத்துக்கொண்டு இருந்தவர்கள், வீட்டு நிழலில் ஒதுங்கி நின்றபடியே கடைவாயில் சிரிப்பு வழிய, வேடிக்கை பார்த்துக்கொண்டு இருந்தார்கள்.

ஒரு சிறுமி, சிவப்பு நிற ரிப்பன் ஒன்றை தவளை மணப்பெண்ணுக்காகப் பரிசாகக் கொண்டுவந்திருந்தாள். திருமணத்துக்காக ஒரு தெரு, மணப் பெண்ணின் உறவாகவும், இன்னொரு தெரு, மணமகனின் உறவாகவும் இரண்டு பிரிவுகளாகப் பிரிந்து கொண்டார்கள். தவளைகளுக்குத் திருமணம் நடத்திவைக்க வேண்டிய பொறுப்பை உள்ளூர் பூசாரி ஏற்றிருந்தார். ஆனால், யார் புது மாப்பிள்ளை, பெண் என்று இன்னமும் முடிவாகவில்லை. ஆகவே, அதற்கான தவளைகளைத் தேடி ஒரு குழு சென்றது.

ஆங்காங்கே சாக்கடைகளில் தவளைகளைத் தேடினார்கள். கடைசியில் ஊரின் வட பகுதியில் இருந்து ஒரு மாப்பிள்ளையும் தென்பகுதியில் இருந்து ஒரு மணமகளும் தேர்வு செய்யப்பட்டார்கள். அதில் ஆண் தவளை, பெண் தவளை என எப்படி அடையாளம் கண்டுகொள்வார்கள் என்று நான் கேட்க, தவளையின் அடி வயிறு சந்தன நிறத்தில் இருந்தால், அது பெண் தவளை என்றும், பச்சை வெடித்தது ஆண் தவளை என்றும் சொன்னார்கள்.

மணமக்களுக்குத் துணை மாப்பிள்ளையும் பெண்ணுமாக இன்னும் இரண்டு தவளைகள் தேர்வாகியிருந்தன. தவளைகளை ஊரின் பொதுவெளிக்குக் கொண்டுவந்ததும் நீராட்டி, பூச்சூடி சந்தனம் வைப்பது என்று சடங்குகள் நடந்தன. வயதான பெண்மணி ஒருவர் ஆகாசத்தை நிமிர்ந்து பார்த்து ஏதோ முணு முணுத்து விட்டு, தவளைக்குக் குங்குமப் பொட்டு வைத்துவிட்டாள்.

திருமணத்துக்காக வீடு வீடாகப் போய் ஆட்களை அழைப்பது என்று சிறுவர்கள் தெருக்களுக்குள் நுழைந்தனர். தெருவில் கிடந்த பெரிய கல் உரல்களில் வெயில் நிரம்பி இருந்தது. ஒரு சிறுவன் கைவிரல்களால் நாகஸ்வரம் வாசிப்பவன் போலச் சப்தமிட்டபடியே முன்னாடி நடந்து போய்க்கொண்டு இருந்தான். அவனோடு நாலைந்து சிறுமிகள் உடன் சென்றார்கள். வீட்டு வேலை செய்து கொண்டு

எஸ்.ராமகிருஷ்ணன் ● 103

இருந்த பெண்கள் நமுட்டுச் சிரிப்புடன் கல்யாணத்துக்கு வந்துவிடுவதாகத் தலையாட்டினார்கள்.

அதற்குள் தெருவில் உறுமிச் சத்தம் பலமாகக் கேட்கத் துவங்கியது. நான்கைந்து இளைஞர்கள் கையில் வெண்ணிறக் கைக்குட்டைகளை வீசி ஆட்டியபடியே ஒயிலாக நடந்து வந்தார்கள். நாய்கள்கூடச் சத்தமிட மறந்து தெருக்களில் அங்குமிங்கும் அலைந்து கொண்டு இருந்தன. வெயில் உச்சிக்கு ஏறிக்கொண்டு இருந்தது.

சிறிய மஞ்சள் கயிற்றில் குங்குமம் தடவி, ஒரு மஞ்சள் கிழங்கை முடிச்சிட்டு வீடு வீடாக புதுத் தாலிக்கு ஆசி வாங்குவதற்காக நான்கு பெண்கள் நடந்து வந்தார்கள். ஒரு வெண்கலத் தட்டில், புது உடை அணிந்த தவளை மணமகனும் மணமகளும் தயாராக இருந்தார்கள். தவளைகளின் கண்களில் இனம் புரியாத தவிப்பு துடித்துக்கொண்டு இருந்தது. தன் மீது சுற்றி வைக்கப்பட்டு இருக்கும் ஆடைகளை உதறிவிட்டு, அவை துள்ளி ஓடுவதற்காக முயன்றன. ஆனால், ஒருவர் தன் அகன்ற கைகளால் தவளையைத் துள்ளவிடாமல் பிடித்து வைத்துக்கொண்டு இருந்தார்.

ஊரில், குடி தண்ணீர் கிணற்றில் மட்டுமே தண்ணீர் இருந்தது. அதுவும் அடி ஆழத்தில் இருந்தது. அந்தக் கிணற்றைச் சுற்றிப் பெண்கள் கூடி இருந்தார்கள். மணமக்களை தெருச் சுற்றி பூசாரி கிணற்றடிக்குக் கொண்டு வந்திருந்தார். உறுமிச் சத்தம் இப்போது உரத்துக் கேட்கத் துவங்கியது. இருவீட்டாரும் எதிரெதிர் நின்றபடியே பூ மாற்றிக்கொண்டார்கள். மணமகன் சார்பில் ஒரு பெரியவர் தாலியை எடுத்துத் தவளைக்குக் கட்டினார். மணமகள் சார்பில் ஒரு பெரியம்மா அந்தத் தாலியை வாங்கிச் சரியாக முடிச்சிட்டாள்.

பெண்களின் குலவை ஓசையும், சிறுவர்களின் ஆர்ப்பரிப்பும் கூடின. மணவிழாவுக்கு வந்தவர்கள் எல்லோருக்கும் ஆரஞ்சு மிட்டாய் கொடுத்தார்கள். திருமணமான இரண்டு தவளைகளும் தங்களுக்கு என்ன நடந்தது என்று புரியாமல் விழி பிதுங்கிக்கொண்டு இருந்தன. புது மணமக்களை கூட்டிக்கொண்டு ஊர்வலம் புறப்பட்டது. தேவராட்டம் ஆடுபவர்கள் மிகுந்த உற்சாகமாக ஆடி வரத் துவங்கினார்கள். தெரு சுற்றி வந்து இரண்டு தவளைகளையும் தூக்கி நல்ல

தண்ணீர் கிணற்றின் உள்ளே போட்டார்கள். தண்ணீரில் விழுந்த தவளைகள் சில நிமிடங்களில் தனது உடைகளைக் களைந்தபடியே விருட்டென மறைந்தன.

பூக்களும் ரிப்பன்களும் தண்ணீரில் மிதந்தன. சிறுவர்கள் தங்கள் கையில் இருந்த பூவை தண்ணீரில் எறிந்தார்கள். பெண் தவளையின் தாலிக்கொடி நீரில் தனியே மிதந்தது. சிறுவர்கள் கிணற்றடியில் நின்றபடியே, 'ஹே... ஹே' என்று கத்திக்கொண்டு இருந்தார்கள். 'புதுசா கல்யாணம் பண்ணினவங்க தனியா இருக்கட்டும்டா' என்று சிறுவர்களைத் திட்டி அழைத்துப் போனார்கள் பெரியவர்கள். சிறுவர்களின் முகத்தில் வெட்கம் பளிச்சிட்டது.

இப்போது ஒவ்வொருவரும் மழை வருகிறதா என்று ஆகாசத்தைப் பார்ப்பதும் கவிழ்ந்து கொள்வதுமாக இருந்தார்கள். அந்த முகங்கள் வெக்கையில் உறைந்து போயிருந்தன.

எந்த நூற்றாண்டுக்குள் நான் நுழைந்திருக்கிறேன் என்று என்னால் நம்ப முடியவில்லை. என் கண்ணில் கண்டது அத்தனையும் நிஜம். மனிதன் மழையை வரவழைப்பதற்காக தனக்குத் தெரிந்த பூர்வ சடங்கை நிறைவேற்றுகிறான். தவளைகள் சந்தோஷம் கொண்டால் மழை வந்துவிடும் என்ற நம்பிக்கை இத்தனை நூற்றாண்டுகளைத் தாண்டியும் மனித மனதில் இன்னமும் ஆழமாக உயிர் வாழ்கிறது.

இன்னொரு பக்கம் கோடையை எதிர்கொள்ளும்போது அடையும் துயரங்கள் ஆண்டுக்கு ஆண்டு அதிகமாகிறதே அன்றி, குறையவே இல்லை. அதுவும் தண்ணீர்த் தட்டுப்பாட்டையும், மழையற்றுப் போய் ஊர் வெம்பரப்பாய் ஆவதையும் தவிர்க்கவே முடியவில்லை. வானில் இருந்து மழையை எப்படியாவது பூமிக்குக் கொண்டு வந்துவிட வேண்டும் என்ற பேராசை அங்கிருந்தவர்களின் கண்களில் ஒளிந்திருந்தது. அவர்கள் சலனமற்று உறைந்து கிடக்கும் சூரியனைச் செய்வதறியாமல் வெறித்துப் பார்த்துக்கொண்டு இருந்தார்கள்.

எல்லா நாகரிகத்தையும் தாண்டி இன்னமும் நமது நிறைய கிராமங்கள் இயற்கையை மட்டுமே நம்பி இருக்கின்றன. எல்லா அழிவுகளையும் தாண்டி, இயற்கை தங்களைக் காப்பாற்றிவிடும் என்று நம்புகிறார்கள். அதனால்தான் வானத்தோடு பேசவும், ஏசவும் அவர்களால் முடிகிறது.

தவளைகளின் திருமணம் முடிந்த அன்று, ஊரில் மற்ற நாட்களில் இல்லாத அளவு வெக்கை பொங்கியது. ஏதோ தேவதைக் கதை ஒன்றில் தவளையாக உருமாற்றப்பட்ட அரசனைப் பற்றிச் சிறுவயதில் படித்திருக்கிறேன். இப்போது அது போல ஒரு தேவதைக் கதைதான் என் முன்னே நடந்து கொண்டு இருப்பது போலிருந்தது.

தவளைத் திருமணம் ஏற்படுத்திய கேலியும் சிரிப்பும் சில மணி நேரங்களுக்குள் ஒடுங்கிவிட்டிருந்தது. காரணம், மழையை வரவழைக்க வேண்டும் என்ற வேதனை அவர்களைத் திரும்பவும் பீடித்துக்கொண்டதே!

வெயில் கொஞ்சம் கொஞ்சமாக அடங்கத் துவங்கியது. ஆடுகளை ஓட்டிவந்த கீதாரி ஒருவன், கையில் துரட்டியும் வாய் முழுக்கச் சிரிப்புமாக ஊருக்குள் வந்துகொண்டு இருந்தான். அவன் டயர் செருப்புகள் தெருவில் இழுபட நுழைந்து, மேற்கில் வானம் இருண்டு கொண்டு வருவதாகச் சொன்னான். அவன் சொன்னது போலவே, அரை மணி நேரத்துக்குள் ஆகாசம் மெல்ல இருளத் துவங்கியது.

வெயில் பதுங்கத் துவங்கிய சில நிமிடங்களில் ஆழமானதொரு வாசனை எங்கும் பரவியது. அது மழையின் நறுமணம் என்று உணர்வதற்குள் சடசடத்து பெய்யத் துவங்கியது மழை. ஓங்காரமிட்டது போல கல் மழை பெய்தது. வீடுகளை விட்டு ஆட்கள் தெருக்களில் வந்து மழையில் நனைந்து ஆடினார்கள். ஆடுமாடுகள், நாய்கள்கூட மழைக்குள்ளாக நனைந்தன. திடீரென காற்றும் சேர்ந்து கொண்டது. மெல்ல மழையின் கதி உயர்ந்து, ஊரை சுற்றி வளைத்துப் பெய்தது மழை.

அரை மணி நேரம் பெய்திருக்கும். மழை வெறித்தபோது ஊர்க்காரர்களின் முகத்தில் சொல்ல முடியாத சிரிப்பு துளிர்த்திருந்தது. யாவர் முகங்களும் மாறியிருந்தன. உலர்ந்து கிடந்த சுவர்களில் மழை ஏதேதோ ஈரச் சித்திரங்களை வரைந்து போயிருந்தது. எங்கும் மண் வாசனை பெருகியது.

எப்படி இது நடந்தது என்று என்னைத் தவிர, யாரும் கேட்டுக் கொள்ளவே இல்லை. தற்செயலா, இல்லை... எளிய மனிதர்களின் நம்பிக்கை பொய்த்துப் போவதில்லையா, என்ன இது என்று யோசித்துக் கொண்டே இருந்தேன். தவளைக்குத்

தாலி முடிச்சுப்போட்ட பெரியம்மா தெருவில் வந்து நின்று ஆகாசத்தைப் பார்த்து பெரிதாக ஒரு கும்பிடு போட்டாள். அவளது கண்களில் ஈரம் கசிந்தது. புடவையால் கண்ணைத் துடைத்துக்கொண்டு வீட்டுக்குள் போய்விட்டாள்.

திரும்ப இந்த ஊருக்கு மழை வருவதற்கு இன்னமும் ஒரு வருடம் ஆகக் கூடும். தவளைகள் நடந்தது எதுவும் அறியாமல் கிணற்றுப் படிகளில் ஒதுங்கி இருந்தன. சில சிறுவர்கள் எட்டிப் பார்த்து, 'டேய் பொண்டாட்டி தவளைடா, புருஷன் தவளைடா' என்று சுட்டிக்காட்டிச் சிரித்தார்கள். அதைக் காணும்போது, 'வாழ்வின் சரடுகள் எங்கெங்கோ புதைந்து கிடக்கின்றன. நாம் காண்பது அதன் வெளித்தோற்றத்தைத்தான்!' என்று தோன்றியது.

இந்தியாவின் பெரும்பான்மை கிராமங்கள் இன்னமும் இப்படித்தான் இருக்கின்றன. மனிதர்கள் தங்களது துயரங்களைத் தாங்களே போக்கிக்கொள்ளத்தான் முயல்கிறார்கள். அவர்கள் வேண்டுவது நம்பிக்கையும் கூட்டு முயற்சியும் மட்டுமே!

○

17

பனாரஸில் ஒரு பகல்

திங்கட்கிழமைகள் செவ்வாய்க்கிழமைகளுடன்
பின்னப்பட்டிருக்கின்றன
வாரமோ முழு வருடத்துடன்
உங்களுடைய சோர்ந்துபோன கத்திரிக்கோலால்
காலத்தை வெட்ட முடியாது
பகலின் பெயர்கள் யாவும்
இரவின் பிரவாகத்தால் அழிக்கப்படுகின்றன!

- பாப்லோ நெரூதா.

சிறுவயதில் படித்த அம்புலி மாமாவாலும், புத்த ஜாதகக் கதைகளின் வழியாகவும் காசி என்ற பனாரஸ் மிகப் பரிச்சயமானதொரு ஊராக என் மனதில் பதிந்திருந்தது. அதிலும், காசிராஜன் என்ற பெயர் எப்போதுமே நினைவில் நிற்கக் கூடியது. காரணம், அம்புலிமாமா கதைகளில் வரும் பெரும்பான்மை நிகழ்ச்சிகள் காசிராஜனின் அரச சபையில் நடந்தவை; அல்லது, அந்த அரசனின் வீர பராக்கிரமத்தைப் போற்றுபவை.

அதுபோலவே புத்த ஜாதகக் கதைகளில் புத்தர் காசியில் வணிகராக, அரசனாக,

விவசாயியாக, யானையாக, காகமாக.... எனப் பல்வேறு வடிவங்களில் பிறந்தார் எனக் கதைகள் கூறுகின்றன.

என் பால்யத்தில் காசிக்குப் போய் வருகிறவர்கள், கிராமங்களில் மிகக் குறைவாகவே இருந்தார்கள். 'காசி நம்மை அழைக்கும்போதுதான், நாம் அங்கே போக முடியும். நினைத்தபோது காசிக்குப் போக முடியாது' என்பாள் பாட்டி. பாஷை தெரியாமல் ரயிலில் காசி வரை போய் வந்த தைரியம் அவருக்கு இருந்தது. காசியை நினைவுபடுத்தியபடியே வீட்டில் தீர்த்தச் சொம்பு ஒன்று இருந்தது. விசேஷ நாட்களில் அதில் இருந்து சில துளிகளை எடுத்துத் தலையில் தெளிப்பார்கள். சில வேளைகளில் குழந்தைகள் இடை விடாமல் அழுது கொண்டு இருக்கும்போது மருந்தாகவும் அது கொடுக்கப்பட்டு இருக்கிறது. வீட்டின் பூஜை அறையில் ஒரு சிறிய வெண்கலக்குடுவைக்குள் அடங்கி இருந்தது கங்கை.

காசிக்குச் செல்பவர்கள் எதையாவது விட்டு வர வேண்டும் என்று சொல்வார்கள். அதனாலேயே காசிக்குப் போவதற்கு வயதாக வேண்டும் என்ற கட்டாயமும் இருந்தது. காசிக்குப் பல முறை போயிருக்கிறேன். ஒவ்வொரு முறையும் அந்த நகரம் ஒரு புதிய அனுபவம் தருவதாகவே இருக்கிறது.

ஒரு முறை, காசியில் உள்ள காசிராஜனின் அரண்மனையைப் பார்க்க வேண்டும் என்று புறப்பட்டேன். காசியில் இருந்து பத்து கிலோ மீட்டர் தொலைவில் இருக்கிறது அந்த அரண்மனை. காசி நகரம் கங்கையின் மேற்குக் கரையில் அமைந்திருக்கிறது. ஆனால், காசி அரசனின் அரண்மனை மட்டும் கிழக்குக் கரையில் அமைந்திருக்கிறது. தொலைவில் இருந்து பார்க்கும்போது தனித்துத் தெரியும் பிரமாண்டமான அந்த அரண்மனை, காலத்தின் அழியா சாட்சியாக நின்றிருந்தது.

இன்று வெறும் மியூஸியமாக மாற்றப்பட்டிருக்கும் அந்த வளாகத்தினுள் நுழையும்போதே, அதன் பழைமை முகத்தில் அறைகிறது. நூற்றாண்டுகளைக் கடந்தும் அந்தச் சிவப்பு நிறம் இன்னமும் மங்கிப் போகவில்லை. கதவுகள், ஜன்னல்கள் துருவேறி இருந்தன. சிறியதும் பெரியதுமாக நூற்றுக்கணக்கில் அறைகள். ஆனால், யாவும் மூடப்பட்டிருந்தன. பார்வையாளர்களின் வருகையும் மிகக் குறைவு என்பதால், அதைப் பாதுகாப்பதற்கான பெரிய முயற்சிகள் எதுவும் இல்லை. ஆதி நாட்களில் காசி அந்த அரண்மனை வரை விரிந்து கிடந்திருக்கிறது.

அரண்மனைக்குள் நுழையும் வழியில், துருப்பிடித்த பீரங்கி ஒன்றைப் பார்த்தேன். எப்படியும் அது முந்நூறு வருடங்களுக்கு மேற்பட்டதாக இருக்க வேண்டும். அதன் வார்ப்பும் அளவும் அது வேறு தேசத்தில் உருவாக்கப்பட்டது என்பதைத் தெரிவித்தது. துருவைத் துடைத்துப் பார்த்தபோது, அது போர்த்துக்கீசியர்களின் பீரங்கி என்று தெரிந்து கொள்ள முடிந்தது. பீரங்கியைத் தொட்டுப் பார்த்தபடியே இருந்தேன்.

ஆயுதங்கள்கூட ஒரு விதத்தில் மிக அழகாகத்தான் இருக்கின்றன. கத்தியை அது கொலைக்கருவி என்று பார்ப்பதைத் தவிர்த்தால், ஏதோவொரு நவீன சிற்பம் போலவே இருக்கிறது. இந்த பீரங்கியைப் பார்க்கும்போதும், அது ஏதோ ஒரு விசித்திரமான பொருளைப் போலிருந்தது. எந்த பீரங்கி வன்முறையின் அடையாளமாக இருந்ததோ, அதன் மீது சர்வ சாதாரணமாக இன்று காக்கைகள் உட்கார்ந்து எச்சம் இடுகின்றன. காலம் தரும் தண்டனை இதுதானோ என்னவோ?

பீரங்கியின் அருகில் மண் மூடிக் கிடந்த இன்னொரு பொருளைக் கண்டேன். மூன்று அடி உயரம் உள்ள இரும்புப் பொருள். ஆனால், என்ன பொருள் என்று அடையாளம் காண முடியவில்லை. ஒரு காகிதத்தை எடுத்து அதன் மீது படிந்திருந்த துருவைத் துடைத்துப் பார்த்தேன். தொப்பி அணிந்தது போல தெரிந்தது. ஏதாவது காவல் சிற்பமா, என்ன அது என்று துடைத்துக்கொண்டே வந்தபோது, சிறிய வில்லை போன்று ஒன்று தனியே கழன்று விழுந்தது.

அதில், அழிந்த நிலையில் ஏதோ எண்கள் இருந்தன. அந்த இரும்பு வில்லை விழுந்த பகுதியைத் துடைத்தபோது சிறிய கதவு போல ஒன்று திறந்துகொண்டது. என்னால் நம்பவே முடியவில்லை. அது ஒரு தபால் பெட்டி. அரண்மனைக்கு வரும் தபால்களைப் போடுவதற்காக வெள்ளைக்காரர்கள் வைத்திருந்த தபால் பெட்டி.

அரண்மனைக்கு ஒரு காலத்தில் எத்தனை கடிதங்கள் வந்திருக்கும்! இன்று அந்த அரண்மனையில் யாருமே இல்லை. அதன் வெறுமை முகத்தில் அறைகிறது. தபால் பெட்டி என்று தெரிந்த மறு நிமிடம், மனதில் இருந்த உற்சாகம் வடிந்துவிட்டது. தபால் பெட்டிதானா என்று மனது கேட்டது. காலத்தில் நாம்

தேடுவது யாவும் விந்தையாகத்தான் இருக்க வேண்டும் என்று ஏன் எதிர்பார்க்கிறோம் என்றே புரியவில்லை.

அரண்மனையின் உள்ளே போனபோது வேட்டையாடப் பட்டுப் பதப்படுத்தப்பட்ட மான்கள் மற்றும் புலிகளின் தலைகள் பாடம் செய்து வைக்கப்பட்டிருந்தன. அந்த மிருகங்களுக்குக் கீழே அதை வேட்டையாடிய மன்னர்கள் சிரித்தபடி ஓவியங்களில் இருந்தார்கள். சுவர் முழுவதும் வேட்டையாடப்பட்ட மிருகத் தலைகள்.

பதப்படுத்தப்பட்ட மிருகங்களை இறந்துவிட்டது என்று எடுத்துக்கொள்வதா, அல்லது உயிரோடு இருப்பதாகக் கணக்கில் கொள்வதா என்று குழப்பமாக இருந்தது. மன்னர்கள் தங்களது வீரத்தைக் காட்டிக்கொள்வதற்காகக் கொன்று குவித்த நூற்றுக்கணக்கான புலிகளையும், மான்களையும் பற்றி நினைக்கும்போது, நல்லவேளை அரசர்களைக் காலம் கரைத்து அழித்துவிட்டது என்று தோன்றுகிறது.

காசியில் சங்கீதம் மிகப் பிரபலம். காசி அரசனின் சபைக்கு வந்து பாடி பரிசு பெறுவது கௌவரத்துக்குரியதாக இருந்திருக்கிறது. காசி அரசர்களும் இசைக் கலைஞர்களுக்கு நிறைய கிராமங்களைப் பரிசளித்திருக்கிறார்கள். அப்படி அரசர்கள் இசை கேட்கும் பெரிய இசை அரங்கம் ஒன்று, தைல ஓவியங்களும் ஆள் உயரக் கண்ணாடிகளும் பதிய இருந்தது. அந்த அறையின் கதவுகள் மூடப்பட்டிருந்ததால், ஜன்னல் வழியாக எட்டிப் பார்த்தேன்.

ஏனோ காதை வைத்துக் கேட்க வேண்டும் போலிருந்தது. சுவரில் காதை வைத்து கேட்டபோது, காற்றின் ஓங்காரம் மட்டுமே கேட்டது. ஏதேதோ இசை மேதைகள் பாடிய பாடல்கள் இன்று நம் காதில் கேட்காமல் இருக்கக்கூடும். ஆனால், காற்றின் சுழிக்குள் இன்றும் அவை சுற்றிக்கொண்டேதான் இருக்கும்.

அரண்மனையின் ஒரு பகுதியில் மன்னர்கள் பயன்படுத்திய ஆயுதங்கள் காட்சிக்கு வைக்கப்பட்டிருந்தன. கத்தி, ஈட்டி என்று விதவிதமான ஆயுதங்கள். துப்பாக்கிகள் மிகத் தாமதமாகத்தான் அரசர்களின் உலகுக்கு அறிமுகமாகி இருக்கிறது. தர்பார் ஹால் மூடப்பட்டிருந்தது. சுவர்களில், மரக்கட்டில்களில் என எங்கும் உறைந்து போயிருந்தது காலம். கோடையிலும்கூட

எஸ்.ராமகிருஷ்ணன் ● 111

அரண்மனையின் உள்ளே மெலிதான குளிர்ச்சி இருந்தது. குறுகலான படிகளில் மேலே ஏறிப் போகும்போது, சுவர்களில் இருள் வழிந்துகொண்டு இருக்கிறது. மேலே ஏறி நின்று பார்க்கும்போது, பிரவாகம் எடுத்து வரும் கங்கையின் முழுத் தோற்றம் தெரிகிறது.

மன்னர்கள் நீராடுவதற்கு என்று தனியாக உள்ள படித்துறைகள், மண்டபங்கள்கூட இடிபாடுகளாகிக் கிடக்கின்றன. அங்கே சில சாமியார்கள் இரவில் கூடி, தாந்தரீகப் பூஜைகள் செய்கிறார்கள் என்று சொன்னார்கள். அதற்குச் சாட்சி போல நிறைய எலும்புகள் கிடந்தன. ஆனால், அந்தப் படித்துறையின் காட்சி ஏதோ ஓவியத்தில் காண்பது போலவே இருந்தது. அரண்மனைக்கு உள்ளாகவே கங்கை நீர் ஓடி வருவதற்கு என்று வழியமைக்கப்பட்டு நீராடும் குளம் இருக்கிறது. கிழக்கிலிருந்து பார்க்கும்போது, காசி நகரம் மிக அழகாக இருக்கிறது.

இலக்கியங்களிலும் கதைகளிலும் படித்து மனதில் பதிந்து போயிருந்த காசி அரச சபை இவ்வளவுதானா என்று தோன்றியது. காலத்தின் முன்பு யாவும் தூசியடைய வேண்டியவைதான் இல்லையா?

அரண்மனைக்கு உள்ளாகவே இருந்த சிறிய கோயிலைக் காணலாம் என்று அழைத்துக்கொண்டு போனார்கள். கோயிலுக்குச் செல்லும் வழி, குகை போன்றே இருந்தது. கோயிலில் தெய்வம்கூட வெக்கை தாள முடியாமல் நீர் துவாரத்தில் நனைந்து கொண்டு இருந்தது. எங்கும் அழிவின் பாடல் நீக்கமறக் கேட்டுக்கொண்டே இருந்தது. எல்லா அழிவுகளையும் மீறி, கங்கை மட்டும் ஒவ்வொரு நாளும் புதிதாக ஓடிக்கொண்டே இருக்கிறது.

காசி நகரம் உண்மையில் ஒரு புதிர்தான். அதைப் பயணியாகச் சுற்றிவந்து ஒருவன் புரிந்துகொள்ள முடியாது. அங்கே நூற்றாண்டின் நினைவு புதைந்து கிடக்கிறது. வெவ்வேறு மார்க்கங்களைக்கொண்ட துறவிகள் அலைந்து திரிவதைக் காணும்போது, அவர்கள் காசியை வேறுவிதமாகப் புரிந்து வைத்திருப்பதை உணர முடிகிறது.

படகில் வரும்போது ஒரு துறவி, 'காசி என்பது வெறும் புகை. அது என் உதடுகளின் வழியாக, நெஞ்சில் படிந்திருக்கிறது.

இந்த மொத்த நகரமும் கலைந்து செல்லும் புகைதான்' என்று சொல்லிச் சிரித்தார். காசி ஒரே நேரத்தில் வேறு வேறு நூற்றாண்டுகளில் வாழ்ந்து கொண்டு இருக்கிறது.

படகில் மேற்கு நோக்கித் திரும்பும்போது, தொலைவில் பிணம் எரிந்துகொண்டு இருப்பது தெரிந்தது. இந்த நகரில் சாவு அன்றாடக் காட்சி. மரணத்தைக் கடந்து சென்று விடுவதற்கான வாசல் அங்கே இருக்கிறது என்று நம்புகிறார்கள். படகில் சென்றுகொண்டு இருந்தபோது, படகோட்டி கை நீட்டிக் காட்டினார். துணியில் சுற்றப்பட்ட ஓர் உடல் எங்கள் படகின் மீது மோதிக் கடந்தது. கங்கையின் வேகத்தில் அந்த உடல் இழுபட்டுக்கொண்டு இருந்தது.

காசியைப் புரிந்துகொள்வது எளிதானதில்லை. படகை விட்டு கிழக்குக் கரையில் இறங்கியபோது, நானும் படகோட்டியும் டீக்கடையில் டீ குடித்தோம். படகோட்டி சர்க்கரை இல்லாமல் டீ வேண்டும் என்றார். இரண்டு பேரும் டீ குடித்து முடித்ததும் நான் ஐந்து ரூபாய் கொடுத்தேன். கடைக்காரர் ஒரு ரூபாய் திரும்பத் தந்தார். "ஒரு டீ இரண்டரை ரூபாய் தானே?" என்று கேட்டேன். அவர் சிரித்துக்கொண்டே, 'ஆமாம்! ஆனால், இவர் சர்க்கரை இல்லாமல்தானே டீ குடித்தார். அதற்கு ஒரு ரூபாய் குறைவு!' என்றார்.

காசி நகரம் மட்டுமல்ல... அங்கு வாழும் மனிதர்களும் எளிதில் புரிந்து கொள்ளப்பட முடியாதவர்கள்தானோ?

○

18

கூவாகத்தின் பௌர்ணமி

நான் முதல் அம்பு
பன்னெடுங் காலமாய்
இந்த மலையுச்சியில்
கிடக்கிறேன்
யார் மீதும் விரோதமற்ற
ஒருவன் வந்து
தன் வில் கொண்டு
என்னை
வெளியில் செலுத்துவானென!

- ஆனந்த்

இரண்டு வருடங்களுக்கு முன், சித்ரா பௌர்ணமியை ஒட்டி கூவாகத்தில் நடைபெறும் அரவாணிகளின் விழாவைக் காணச் சென்றிருந்தேன். சென்னையிலிருந்து விழுப்புரம் பேருந்தில் ஏறும்போதே அந்த விழாவுக்கான அறிகுறிகள் தென்படத் துவங்கின. என் பேருந்தில் சகோதரிகள் போல ஒரே நிறத்தில் சுடிதார் அணிந்த இரண்டு பெண்கள் அமர்ந்திருந்தார்கள். அழுத்தமான உதட்டுச்சாயம் பூசியிருந்தார்கள். ஒரு பெண் கூலிங்கிளாஸ் அணிந்தபடியே

காதில் வாக்மேன் மாட்டிப் பாட்டு கேட்டுக்கொண்டு இருந்தாள்.

பேருந்து கிளம்பும் நேரத்தில் மினுமினுக்கும் அரக்கு நிறப் புடவை அணிந்த பருத்த உடல் கொண்ட ஒரு பெண் பஸ்ஸில் தாவி ஏறினாள். அவளைக் கண்டதும் சுடிதார் அணிந்த பெண்கள், அருகில் உட்கார இடம் கொடுத்தார்கள். சில நிமிடங்களுக்குள் அவர்கள் பேசுவது பஸ் முழுவதும் கேட்டது. சேலை கட்டிவந்த பெண், தனது பெயர் சிங்காரம் என்று சொன்னாள். அவர்கள் தங்கள் பெயர் ஸ்வப்னா, ப்ரியா என்றும், பெங்களூரில் இருந்து வருவதாகவும் சொல்லிக் கை குலுக்கிக்கொண்டார்கள்.

சிங்காரம், தான் ஒரு கூட்டுறவு வங்கியில் வேலை பார்ப்பதாகவும், தனக்கு இரண்டு பையன்கள் இருக்கிறார்கள் என்றும், தனது மனைவி தபால் துறையில் வேலை செய்கிறாள் என்றும் சொல்லியபடியே, வருடத்தில் இந்த நான்கு நாட்கள் மட்டும்தான் இப்படி ஒப்பனை செய்துகொண்டு வருவதாகச் சொன்னார். அந்தப் பெண்கள் தாங்களும் பெங்களூரில் ஒரு ஃபேக்டரியில் வேலை செய்வதாகவும், இரண்டு வருடத்துக்கு முன்புதான் பால் மாற்று அறுவை சிகிச்சை செய்து கொண்டு உருமாற்றம் அடைந்ததாகவும் சொன்னார்கள்.

சிங்காரம் மெல்லிய சிரிப்போடு தனது ஹேண்ட் பேகைத் திறந்து, கண்ணாடியை எடுத்துப் பார்த்து கேசத்தைச் சரிசெய்து கொண்டபடியே, காலையில் ப்யூட்டி பார்லருக்குப் போய் வந்ததாகச் சொன்னார். அந்தப் பெண்கள் தாங்கள் இப்போதுதான் முதல் முறையாக கூவாகம் விழாவுக்கு வருவதாகச் சொன்னார்கள்.

பேருந்து தாம்பரம் வந்தபோது இன்னும் பத்துப் பதினைந்து அரவாணிகள் ஏறினார்கள். பேருந்தில் இருப்பவர்களில் யார் பெண், யார் ஆண் என்ற பேதம் கொஞ்சம் கொஞ்சமாக அழிந்து கொண்டு இருந்தது. கைக்குழந்தையை வைத்திருந்த ஒரு பெண்ணிடமிருந்து குழந்தையை வாங்கிக் கொஞ்சிக்கொண்டு இருந்தார் ஒரு அரவாணி.

விழுப்புரத்திலிருந்து 20 கிலோ மீட்டர் தூரத்தில் உள்ளது கூவாகம். அங்குள்ள கூத்தாண்டவர் கோயிலில் நடைபெறும் விழாவுக்கு இந்தியா முழுவதுமிருந்து அரவாணிகள் ஒன்று கூடுகிறார்கள். இந்த விழா சித்ரா பௌர்ணமியையொட்டி

நடக்கிறது. ஒரு வார காலம் நடைபெறும் இந்த விழாவில் அரவாணிகள் இங்கு உள்ள தெய்வமான அரவானைக் கணவனாக ஏற்றுக்கொண்டு திருமணம் செய்து கொள்கிறார்கள். மறுநாள் அரவான் களப்பலி கொடுக்கப்பட்டு விடுகிறான் என்பதால், அவர்கள் தாலி அறுத்து, ஒப்பாரி வைக்கிறார்கள்.

மகாபாரதத்தில் யுத்தம் துவங்கும்போது பாண்டவர்கள் தங்களது வெற்றிக்காக யாராவது ஒரு சுத்த வீரனைக் களப்பலி கொடுக்க முடிவு செய்கிறார்கள். அதற்காக அர்ச்சுனனுக்கும் நாக வம்சத்தைச் சேர்ந்த உலூபி என்கிற பெண்ணுக்கும் பிறந்த அரவானைத் தேர்வு செய்கிறார்கள். அரவான் களப்பலிக்கு முன்னால் உலகில் உள்ள எல்லா இன்பங்களையும் அனுபவித்துவிட வேண்டும் என்று விரும்புகிறான்.

ஆனால், அவனுக்குத் திருமணம் செய்துவைக்க யாரும் பெண் கொடுக்க மறுக்கிறார்கள். ஆகவே, கிருஷ்ணரே பெண் உருக்கொண்டு அரவானை மணக்கிறார். மறுநாள், அரவான் களப்பலியாகக் கொடுக்கப்பட்டதும் கிருஷ்ணர் தனது தாலியை அறுத்துக்கொண்டு விடுகிறார் என்று ஒரு கதை இருக்கிறது. அந்த நிகழ்வுதான் இந்த விழாவின் மையம்.

ஆண், பெண்ணாக மாறுவது இந்தியப் புராணங்களில் தொடர்ந்து வரும் ஒரு நிகழ்வு. நாரதர் ஒரு குளத்தில் குளித்துக் கரையேறும்போது பெண்ணாக மாறினார் என்றும், வனத்தில் உள்ள ஒரு விருட்ச நிழலில் படுத்திருந்த இளவரசன் உறங்கி எழுந்தபோது பெண்ணாக மாறிவிட்டான் என்றும் மகாபாரதக் கதைகள் கூறுகின்றன. கிருஷ்ணன் மோகினி வடிவம் கொண்டது, ஐயப்ப சுவாமி கதையிலும் வருகிறது. அர்ச்சுனனே கிருஷ்ணருடன் ஒருமுறையாவது பாலுறவு கொள்ள வேண்டும் என்பதால், அர்ச்சுனி என்ற பெயரில் உருமாற்றம் கொண்டான் என்கிறது பத்ம புராணம்.

பீஷ்மரை யுத்தத்தில் கொல்லும் சிகண்டி ஓர் அரவாணிதான். அதுபோலவே வனவாசத்தில் அர்ஜுனன் கூட பிருகன்னளை என்ற பெயரில் அரவாணியாகத்தான் இருக்கிறான். இந்தியாவே கண்டு பயந்த மாலிக்காபூர்கூட ஓர் அரவாணிதான். அவ்வளவு ஏன்... அலாவுதீன் கில்ஜியின் ஆட்சிக் காலத்தில், டெல்லியில் உள்ள முக்கிய பதவிகள் அத்தனையும் அரவாணிகளுக்கு வழங்கப்பட்டு இருக்கிறது. கில்ஜியின் காதல் பெண்களாக இருந்தவர்கள் அத்தனை பேரும் அரவாணிகளே!

பால் அடையாளம் பிறப்பில் ஏற்படுகிறது என்ற போதும், அந்த உணர்வும் பழக்க வழக்கங்களும் குடும்பங்களால் தான் ஏற்படுத்தப்படுகின்றன. அதிலும் கலாசாரக் கட்டுப்பாடுகள் பெண், ஆண் என்ற பாகுபாட்டை முன்வைத்து, ஓர் அதிகார வரம்பை உருவாக்குகின்றன. ஆகவே ஆண், பெண் என்பது பால் அடையாளம் என்பதைத் தாண்டிய உடல் அரசியல் கொண்டது.

விழுப்புரத்தில் போய் இறங்கிய போது நகரமெங்கும் ஆயிரக்கணக்கில் அரவாணிகள். திடீரென அரேபியக் கேளிக்கை அரங்குக்குள் நுழைந்துவிட்டது போலிருந்தது. உள்ளூர்வாசிகள் பலரும் அரவாணிகளுடன் சகஜமாக நின்று பேசிக்கொண்டு இருந்தார்கள். தங்கும் விடுதிகள், உணவகங்கள், பேருந்து நிறுத்தம் என எங்கும் அரவாணிகளின் சிரிப்புச் சத்தம். இதுவரை நான் கண்டிருந்த விழாக்களிலிருந்து முற்றிலும் வேறுபட்டிருந்தது கூவாகம்.

அரவாணிகள், கூத்தாண்டவர் கோயிலில் போய் தாலி கட்டிக்கொண்டார்கள். புது மஞ்சள் கயிறு கழுத்தில் தொங்க, தனக்கு விருப்பமான ஆணின் தோளில் கை போட்டுக்கொண்டு நடமாடினார்கள். அரவானைத் திருமணம் செய்துகொண்ட பெருமிதம் நிஜமாகவே அவர்கள் கண்களில் மினுமினுத்தது. பெண் குறித்து இது வரை மனதில் படிந்திருந்த அத்தனை கலாசாரப் பிம்பங்களும் அங்கு ஒவ்வொன்றாக நீக்கப்பட்டுக் கொண்டே வந்தன.

முத்தமிடுவதும் கட்டிக்கொள்வதும் உடலின் தேவை என்பதைத் தவிர, வேறு ஒன்றுமில்லை என்று சர்வசாதாரணமாக வெளிப்படுத்திக் கொண்டு இருந்தார்கள். ரகசியச் சிரிப்பு, முற்றிய நிலவு, உதிர்ந்த பூக்கள், உபயோகித்து வீசி எறிந்த ஆணுறைகள், போதை நெடி படர்ந்த பேச்சு என அந்த இரவு முழுவதையும் காமம் பேராறு போல் அடித்துச் சென்றுகொண்டு இருந்தது. கூவாகத்தில் அந்த ஒரு இரவு கட்டுப்பாடுகளை விலக்கிய வெளியாக இருந்தது. இருட்டில் கையில் இருந்த கோலைத் தவறவிட்ட குருடன் தடவித் திரிவதைப் போல ஊரெங்கும் காமம் தட்டழிந்துகொண்டு இருந்தது.

இன்னொரு பக்கம், பல்வேறு ஊர்களில் இருந்து வந்திருந்த அரவாணிகள், ஒருவருக்கொருவர் ஆறுதல் சொல்லிக்கொள்வதும் இணையான நட்பும் நேசமும் உருவாவதும் நடந்துகொண்டு இருந்தது.

எஸ்.ராமகிருஷ்ணன்

மறுநாள் காலை அரவான் களப்பலி கொடுக்கப்படுகிறான். அரவாணிகள் தங்களது தாலியை அறுத்துக்கொண்டு அழுகிறார்கள். அது ஒரு புராண சம்பவம் என்பதை மீறி, அவர்களின் அழுகையில் இருந்த நிஜம் முகத்தில் அறைகிறது. அவர்கள் அழுவது அரவானுக்காக இல்லை, இதுவரை அவர்கள் அடைந்துவந்த அவமானத்துக்காகத்தானோ என்று தோன்றியது. ஒருவரையொருவர் கட்டிக்கொண்டு கூந்தல் அவிழ்ந்து கிடக்க, நெற்றியில் இட்ட பொட்டு அழிய, மாரில் அடித்து அழும்போது நம்மை அறியாமல் தொண்டை அடைக்கிறது. அவர்களின் அழுகை கண்களிலிருந்து அல்ல, இதயத்தின் ஆழத்திலிருந்து பீறிடுகிறது.

முதல் நாள் இரவு வரை அவர்களிடம் இருந்த பகட்டான ஒப்பனையும், கேளிக்கையும் இப்போது இல்லை. துக்கமும் வேதனையும் மட்டுமே மிஞ்சி இருக்கிறது. அழுது அழுது அவர்கள் வளையல்களை உடைத்துக் கொள்கிறார்கள். பின்பு, நீராடி ஈரக் கூந்தலுடன் கூத்தாண்டவரை வணங்க நடந்து போகிறார்கள். அந்த நடையில் துக்கம் படிந்திருக்கிறது. அந்த முகங்களில் வெறுமை நிரம்பியிருக்கிறது. அன்றாட வாழ்வுக்குத் திரும்பப் போகிறோம் என்கிற வெறுப்பு கண்களில் பளிச்சிடுகிறது. கிரேக்கத் துன்பவியல் நாடகம் ஒன்று என் கண் முன்னே நிஜமாக நடந்தேறியது போல இருந்தது.

அரவாணிகளுக்கான அழகிப் போட்டிகள், எய்ட்ஸ் விழிப்பு உணர்வுப் பிரசாரம், மதமாற்றப் பிரசாரம், பத்திரிகைகள், தொலைக்காட்சி கேமராக்கள் என பரபரத்து இருந்த கூவாகம், மெல்ல தன் இயல்புக்குத் திரும்புகிறது. ஒரு லட்சம் பேருக்கு மேல் வந்திருக்கக்கூடும் என்றார்கள். விழா முடிந்த பிறகும் சொந்த ஊருக்குத் திரும்ப மனமற்று, சிலர் அங்கேயே சுற்றிக்கொண்டு இருந்தார்கள்.

அவர்களில் பெல்லாரியில் இருந்து வந்திருந்த கஜானா என்ற பெண்ணைப் பார்த்தேன். அவள் மிகுந்த ஆதங்கத்துடன், “அரவாணி என்பதால் நாங்கள் இன்ஷூரன்ஸ் பாலிஸிகூட எடுக்க முடியாதவர்களாக இருக்கிறோம். ஆடுமாடுகளுக்குக்கூட இன்ஷூரன்ஸ் பாலிஸி கொடுக்கிறார்கள். ஆனால், எங்களுக்குத் தருவதற்கு ஆயிரம் யோசனைகள், தடைகள் இருக்கின்றன” என்றார்.

பால் திரிபு கொண்டவர்களை அவமதிப்பதும், ஒடுக்குவதும் காலங்காலமாகவே நடைபெற்று வந்திருக்கிறது. அதிலும், கடந்த காலங்களில் அவர்கள் மீது செலுத்தப்பட்ட வன்முறை மிகக் கொடூரமானது. இன்று அரவாணிகள் குறித்த விழிப்பு உணர்வு ஏற்பட்டிருக்கிறது. ஆனாலும், மனதளவில் அவர்களை முழுமையாக ஏற்றுக்கொள்வதற்குப் பலருக்கும் தயக்கம் இருக்கவே செய்கிறது. அதையும் மீறி அபூர்வமாகச் சில அங்கீகாரங்கள் அவர்களுக்குக் கிடைக்கின்றன. அதற்கு ஒரு சிறிய உதாரணம், சென்ற ஆண்டு தமிழின் சிறந்த படமாகத் தேர்வு செய்யப்பட்ட 'நவரசா' என்ற சந்தோஷ் சிவனின் திரைப்படம். இப்படம் கூவாகம் விழாவைப் பின்புலமாகக்கொண்டு உருவாக்கப்பட்டதே!

அரவாணிகளின் விழாவுக்குச் சென்று வந்த பிறகுதான் பால் அடையாளம் எத்தனை சிக்கலானது என்பதைப் புரிந்துகொள்ள முடிந்தது. அதற்கு முன்பு வரை ரயில் பயணங்களில், தெருக்களில் சந்தித்த அரவாணிகளுக்கும் இங்கு நான் கண்டவர்களுக்குமான வேறுபாட்டைத் துல்லியமாக உணர முடிந்தது. ஒவ்வொரு அரவாணியும் எழுதித் தீர்க்க முடியாத எண்ணிக்கையற்ற கதைகளுடன் இருக்கிறார்.

நான் அரவானைப் பற்றியே யோசித்துக்கொண்டு இருந்தேன். அரவான் களப்பலி கொடுக்கப்படுவதற்குத் தேர்ந்தெடுக்கப்படுகிறான். அது அவனுடைய விருப்பம் அல்ல. அவன் மீது ஏற்படுத்தப்பட்ட கட்டாயம். அரவான் களப்பலியாக மறுத்திருந்தால், நிச்சயம் கொல்லப்பட்டிருப்பான். இதை ஒரு நாடகமாக நிகழ்த்த விரும்பி, 'அரவான்' என்ற நாடகத்தை எழுதினேன். அந்த தனிநபர் நாடகம் கருணா பிரசாத்தால் சென்னையிலும் மற்ற நகரங்களிலும் பலமுறை சிறப்பாக மேடையேற்றப்பட்டது.

கூவாகத்தில் நடைபெறும் அரவாணிகளின் விழா ஒரு கேளிக்கை மட்டுமல்ல... சமூகம் தர மறுத்து ஒடுக்கிவைத்த அங்கீகாரத்தை தாங்களே அடைந்து கொள்ளும் ஒரு பொது நிகழ்வு! உடலின் மீது செயல்படும் வன்முறையிலிருந்து விடுபடும் சுதந்திரம்.

தாங்களும் இயல்பான மனிதர்களே என்று, அரவாணிகள் உலகுக்குத் தெரியப்படுத்தும் ஒரு சந்தர்ப்பம்!

19

சந்தேகத்தின் நிழல்

எங்கோ மலைப்பிரதேசத்தில்
ஒரு தோட்டக்காரனிடம்
கெஞ்சி வாங்கி வந்த திராட்சை செடி
பூக்கவும் இல்லை
காய்க்கவும் இல்லை
மாறாக
படரவிட்டிருக்கிறது
மலையடிவாரத்தை
எனது பால்கனியில்!

- தென்றல்

ஒரு நாள் வாகன நெருக்கடியின் காரணமாக, நான் செல்லவேண்டிய ரயிலைப் பிடிப்பதற்குப் பத்து நிமிடமே பாக்கியிருந்தது. சென்ட்ரல் ரயில் நிலையத்தின் உள்ளே நுழைந்தபோது, நூற்றுக்கணக்கில் ஆட்கள் வரிசையில் நின்றிருந்தார்கள். பாதுகாப்புச் சோதனை என்பதால், பயணிகள் அத்தனை பேரும் பரிசோதனைக்குப் பிறகே உள்ளே அனுமதிக்கப்படுவார்கள் என்று ஒரு வாசலை மூடி இருந்தார்கள்.

அங்கிருந்த கூட்டத்தில் காத்திருந்து உள்ளே செல்வதற்குள் ரயில் புறப்பட்டுப் போய் ஐந்து நிமிடமாகி இருந்தது. பயணம் முந்தைய நாட்களைப் போல இன்று எளிதானதல்ல. நெருக்கடியும் எதிர்பாராமையும் இயல்பாகிப் போய் விட்டன. பரிசோதனையும் சந்தேகமும் தவிர்க்க முடியாதபடி, வாழ்வின் பகுதியாகிவிட்டன. இதனால் எல்லா பயணங்களும் இலக்கை நோக்கி மட்டுமே சென்று வரக்கூடியதாக மாறி இருக்கிறது.

இன்று எவரும், பௌர்ணமி இரவுதானே என்று பின்னிரவில் கடற்கரைக்குப் போய் உலவ முடியாது. வானவில் தெரிகிறதே என்று பெயர் தெரியாத ரயில் நிலையத்தில் இறங்கி நடமாட முடியாது. கோயில்தானே என்று பிராகாரங்களில் படுத்து உறங்க முடியாது. சந்தேகத்தின் நிழல் விழாத இடங்கள் இன்று இந்தியாவில் எங்குமே இல்லை. இலவசமாக உணவு அளிக்கப்படும் இடங்களில்கூட சாப்பிடுபவர்களின் முகங்களை உற்று நோக்கிய பிறகுதான் உணவளிக்கிறார்கள்.

பயணம் எவ்வளவு சந்தோஷத்தைத் தருகிறதோ அத்தனை அலைக்கழிப்பையும், வெளிப்படுத்த முடியாத வலிகளையும் தரக்கூடியதாகவே இருக்கிறது. அதிலும், கடந்த பத்தாண்டுகளாக எனது பயணத்தில் எதிர்ப்பட்ட சில சம்பவங்களைக் காணும்போது, நாம் பல நூற்றாண்டுகள் பின்னால் போய்விட்டோமோ என்ற பயமே ஏற்படுகிறது.

மூன்று வருடங்களுக்கு முன்பாக அகமதாபாத்தில் ஒரு நாள் மாலை நடந்து போய்க்கொண்டு இருந்தபோது ஆட்டோவில் வந்த ஒரு கும்பல் திடீரென தெருவில் இருந்த கடைகளை நொறுக்கத் துவங்கியது. அந்தக் கலவரம் அரை மணி நேரத்துக்குள் நகரையே பற்றிக்கொண்டுவிட்டது. நான் தங்கியிருந்த விடுதிக்குத் திரும்பி வந்தபோது விடுதியின் முன் கதவுகள் பூட்டப்பட்டு இருந்தன. பின் வாசல் வழியாக என்னை உள்ளே வரச் சொன்னார்கள்.

விடுதியின் மூன்றாவது தளத்தில் நின்றபடியே சாலையைப் பார்த்து கொண்டு இருந்தபோது கையில் பெரிய தடிகளுடன் ஆட்கள் அடிப்பதற்காக ஓடிக்கொண்டு இருந்தார்கள். பழைய வேன் ஒன்று சாலையில் எரிந்து கொண்டு இருந்தது. அருகில் இருந்த மரத்தின் காய்ந்த கிளைகளில்கூட நெருப்பு பற்றியிருந்தது. கையில் தடியுடன் ஓடிக்கொண்டு இருந்தவர்களில் பதினைந்து வயதில் இருந்து அறுபது வயது ஆட்கள் வரை இருந்தார்கள்.

எஸ்.ராமகிருஷ்ணன்

அவர்கள் முகங்களில் மிகுந்த சந்தோஷம் இருந்தது. கண்ணாடிச் சில்லுகள் சிதறிக்கிடந்த சாலையில் உள்ள டெலிபோன் கம்பங்களை ஒருவன் தடியால் ஓங்கி அடித்து கொண்டே இருந்தான். விடுதிக்கு சில கட்டடங்கள் தள்ளியிருந்த ஜவுளிக்கடை ஒன்றின் படிக்கட்டில் ஏறி ஒருவன் சிறுநீர் கழித்துக்கொண்டு இருந்தான். சூறையாடுவதை ஒரு கலையாக மிக உற்சாகத்துடன் செய்தார்கள். நகரம் என்ற அடையாளம் கொஞ்சம் கொஞ்சமாக அழிந்து கொண்டு இருந்தது.

அன்றிரவு ஒரு மருத்துவமனைக்குள் கலவரக்காரர்கள் புகுந்து அங்கிருந்த நோயாளிகள் சிலரை அடித்துத் துரத்தி விட்டார்கள் என்று பேசிக்கொண்டார்கள். அதை நிஜமாக்குவது போலவே வயதான ஆட்கள் சிலர் இருளில் தெறித்து ஓடிக்கொண்டு இருந்தார்கள். இரவு முழுவதும் நகரம் இலக்கற்ற வன்முறையில் மிதந்து கொண்டு இருந்தது. மறுநாள் காலை வழக்கம்போல நகரம் தனது இயல்புக்குத் திரும்பியிருந்தது. ஏதோ ஒரு அரசியல் பிரச்னையால் கலவரம் ஏற்பட்டது என்றார்கள்.

எல்லா நகரத்துக்கும் இதுபோன்ற இருண்ட முகம் இருக்கிறது. அது எப்போது வெளிப்படும் என்றுதான் தெரிவது இல்லை. உண்மையில், எந்த நகரமும் பாதுகாப்பானதாக இல்லை. எல்லா நகரத்திலும் கண்ணுக்குத் தெரியாத கனல் ஒன்று எரிந்து கொண்டே தான் இருக்கிறது. குறிப்பாக, அயோத்தி பிரச்னைக்குப் பிறகு, குஜராத் கலவரங்களுக்குப் பிறகு, வட இந்தியாவில் பயணம் செய்வது என்பது எல்லை கடப்பதைப் போன்று சோதனைக்கு உரியதாகவே இருக்கிறது.

அதிலும், அதிகம் கண்காணிக்கப்படுகிறவர்கள் இரவில் பயணம் செய்பவர்கள்தான். ரயில் நிலையங்கள் மற்றும் பேருந்து நிலையங்களில் காத்திருக்கும்போது சந்தேகத்தின் கண்கள் உடலில் ஊர்ந்து கொண்டே இருக்கிறது. நம்மை அறியாமல் பயம் நம் உட லில் அட்டையைப் போல ரத்தம் குடிக்கத் தொடங்கிவிடுகிறது.

ரிஷிகேசத்திலிருந்து டெல்லிக்கு இரவு பேருந்தில் திரும்பி வந்து கொண்டு இருந்தேன். வழியில் பேருந்தை நிறுத்தி சோதனையிட்டார்கள். என் பையில் பிளாஸ்டிக் பாட்டில் ஒன்றில் தண்ணீர் வைத்திருந்தேன். ஒரு ராணுவ அதிகாரி அந்த பாட்டிலைப் பார்த்து, ‘என்ன அது?’ என்று கேட்டார். தண்ணீர் என்றேன். அவர் நம்பவில்லை..

என்னை பேருந்தைவிட்டுக் கீழே இறங்கும்படி சொன்னார். நான் அது தண்ணீர்தான் எனக் குடித்துக் காட்டுவதாகச் சொல்லித் திறக்க முயன்றேன். அவர் அதைத் திறக்கவிடாமல் தடுத்தார். அதற்குள் இன்னொரு ஜவான் அந்த பாட்டிலை வாங்கி முகர்ந்து பார்த்தார். பிறகு, என்னிடம் அடையாள அட்டை ஏதாவது இருக்கிறதா என்று கேட்டார். நான் வங்கியின் அடையாள அட்டை ஒன்றைக் காட்டியதும், அவர் அந்த பாட்டிலில் இருந்த தண்ணீரைக் கீழே ஊற்றச் சொன்னார். கீழே ஊற்றிய பிறகு பேருந்து புறப்பட்டது. ஆனாலும், டெல்லி வந்து சேரும் வரை சக பயணிகள் என்னை சந்தேகத்துடனே பார்த்துக்கொண்டே வந்தார்கள்.

இப்படித்தான் இருக்கிறது இன்றைய பயணம். கறையானைப் போல எல்லா நகரங்களையும் பயம் அரித்துக்கொண்டு இருக்கிறது. அதிலும் பிரசித்திபெற்ற நகரங்கள் எங்கும் பயணிகளைவிடவும் அதிக எண்ணிக்கையில் காவலர்கள்தான் இருக்கிறார்கள்.

ஒரு பக்கம் இத்தனை அதிவேகம், பயம் தொற்றிக்கொண்டு இருக்கும் அதே சூழலில், இன்னொரு பக்கம் இன்றும் பேருந்து வந்து போகாத, இயற்கையின் வனப்பில் தன்னை மூழ்கடித்துக் கொண்டுள்ள எத்தனையோ மலைக் கிராமங்கள் பசுமை பொங்க அப்படியே இருக்கின்றன. இதற்கு உதாரணம், திண்டுக்கல்லுக்கு அருகில் உள்ள 'தோணி மலை' என்கிற சிறிய மலைக் கிராமம்.

மலைவாழைத் தோட்டங்களும் எலுமிச்சம் பழங்களும், மாதுளையும், மிளகும் விளையும் இந்த மலையின் மீதிருந்த சிறிய கிராமத்தில் நூற்றுக்கும் குறைவான வீடுகளே இருந்தன. மலைமீது போவதற்கான போக்குவரத்து இன்றும் முறைப்படுத்தப்படவில்லை. எப்போதாவது வந்து போகும் சிற்றுந்துகளைத் தவிர, பைக்குகளும் குதிரைகளுமே பிரதான போக்குவரத்துச் சாதனங்களாக உள்ளன. பெரும்பாலும் மலையின் ஓரிடத்திலிருந்து இன்னொரு இடத்துக்கு நடந்தே போய்விடுகிறார்கள். எளிமையான மக்கள். அன்பான பேச்சும் உபசாரமும் அவர்களின் வாழ்வியலாக உள்ளன. அவர்கள் மலையோடு பேசுகிறார்கள். மலையும் அவர்களோடு பேசுகிறது.

காட்டு அருவியும், அடர்ந்த மரங்களும், பகலும் இரவும் கேட்டுக்கொண்டே இருக்கும் பூச்சிகளின் சத்தமும், கைதொடும் உயரத்தில் போகும் மேகங்களும் நவீன வாழ்வின் தடயங்கள் அத்தனையையும் அழித்து, இயற்கையோடு கூடிய வாழ்வைச் சாத்தியமாக்கிக்கொண்டு இருந்தன. இந்த மலைக் கிராமத்தில் செல்போன் எடுக்காது. தினசரி பேப்பர்கள் கிடையாது. சுற்றிலும் மலை மட்டுமே உள்ளது. பகலும் இரவும் முழுமையாக வந்து போகின்றன. அப்போது பறித்த பழங்கள், தூய்மையான காற்று, நெருக்கடி துளியும் இல்லாத பரந்த வெளி, நிழல் விரிந்த மரங்கள்...

அந்தக் கிராமத்தில் தங்கியிருந்த ஒரு வார காலமும், தினமும் ஏதாவது ஒரு பறவையையோ ஒரு செடியையோ நெருக்கமாகக் காணும் சந்தர்ப்பம் கிடைத்தது. ஒரு நாள் முழுவதும் மிளகுக் கொடியைப் பார்த்துக்கொண்டு இருந்தேன். இன்னொரு நாள் தவிட்டுக் குருவி ஒன்றை மிக அருகில் சென்று பார்த்தேன். இப்படி, காட்டின் அறியாத உலகம் கொஞ்சம் கொஞ்சமாகத் திறந்து கொண்டு இருந்தது.

அங்கிருந்த ஒரு சில நாட்களில் உடலில் பச்சை படிந்துவிட்டது போன்ற குளிர்ச்சியும், நுரையீரல்களில் மிருதுத்தன்மையும், நாக்கில் புது ருசியும் உண்டானது. இப்படி இரண்டு எதிர் முனைகளுக்கு இடையில்தான் ஊஞ்சல் ஆடிக்கொண்டு இருக்கின்றன என் பயணங்கள்.

இன்றும் அயோத்திக்கும், சாஞ்சிக்கும், துவாரகைக்கும் போகும் போதெல்லாம் மனதில் தோன்றும் முதல் எண்ணம்... நான் காணும் இந்த ஊர் நூற்றாண்டுகளாகவே இங்குதான் இருக்கிறதா? இன்று இருப்பவை, புராணங்கள் குறிப்பிடும் புனித நகரங்கள் தானா? சரித்திரம் அது உண்மை இல்லை என்று சொல்கிறது. மக்களின் நம்பிக்கை இதே ஊர்தான் என்கிறது. எதை நம்புவது என்ற குழப்பம் பல சமயங்களில் எனக்கு ஏற்படுகிறது.

இதிகாசங்களிலும் புராணங்களிலும் இடம் பெற்றுள்ள பெயர்களைக் கொண்ட நகரங்களுக்கும் இன்று அதே பெயர்களில் உள்ள நகரங்களுக்கும் பெரும்பாலும் எந்தத் தொடர்பும் இல்லை.

மதுரைக் காஞ்சியில் வரும் மதுரையும், இன்று நாம் காணும் மதுரையும் ஒன்றல்ல. அந்த மதுரை எங்கே இருந்தது என்ற ஆராய்ச்சி இன்றும் தொடர்ந்து கொண்டுதான் இருக்கிறது. இன்றுள்ள துவாரகையும் மகாபாரதத்தில் உள்ள துவாரகையும் ஒன்றுதானா? ராமாயணம் குறிப்பிடும் இலங்கை இன்றைய ஸ்ரீலங்காதானா என்று தீர்மானமாகச் சொல்ல முடியாமல் தான் இருக்கிறது.

மனிதர்கள் இடம்பெயர்ந்து செல்வதைப்போல நகரங்களும் இடம் பெயர்ந்து சென்றுவிடுகின்றனவோ? இன்றுள்ள பல நகரங்கள் ஆதியில் வேறுவேறு இடங்களில் இருந்திருக்கின்றன. இன்று நாம் காணும் சென்னையும், ராபர்ட் கிளைவ் கண்ட சென்னையும் ஒன்றல்ல. நான் அறிந்த வரை ஒவ்வொரு நகரமும் ஒரு காலத்தில் வாழ்கிறது.

நாம் மும்பையில் போய் இறங்கியதுமே ஐம்பது ஆண்டுகள் முன்னால் சென்றுவிட்டது போலிருக்கிறது. அதே போல் சாஞ்சிக்கோ, ஜெய்ப்பூருக்கோ போனதும் காலம் பல நூற்றாண்டுகள் பின் தங்கிப் போனது போலிருக்கிறது.

நகரமோ, கிராமமோ எதுவாயினும் முன்பு போல இன்று சுதந்திரமாக சுற்றித் திரிதல் சாத்தியமற்றுப் போய் விட்டது. சிறிய கிராமங்களில்கூட தீவிரவாதத்தின் பயம் ஊடுருவி இருக்கிறது. அத்தனையும் மீறி இன்றும் ஆறுதல் தருவதாக இருப்பது விழாக்களும், பண்டிகைகளும்தான். இந்தியாவில் இந்த இரண்டுமே மக்கள் ஒன்று கூடுவதற்கும், சந்தோஷங்களைப் பகிர்ந்து கொள்வதற்குமான சாளரமாக உள்ளன. இன்றும் பயணிகளில் பாதிப் பேர் ஏதாவது ஒரு நகரில் நடக்கும் ஏதாவது விழாவைக் காணவே சென்று கொண்டு இருக்கிறார்கள்.

'யாதும் ஊரே; யாவரும் கேளிர்' என்றான் கணியன் பூங்குன்றன். அது சந்தேகத்தின் நிழல் விழாத காலம். இன்று நாம் அடையாள அட்டைகளும் கடவுச் சீட்டுகளும் இல்லாமல் பயணிப்பது சாத்தியமில்லை. அலைந்து திரியும் துறவிகளேகூட தங்களுடைய பெயரை உடலில் பச்சை குத்திக்கொண்டு அதை அடையாள அட்டையைப் போலக் காட்டுகிறபோது, நான் எம்மாத்திரம் சொல்லுங்கள்!

○

எஸ்.ராமகிருஷ்ணன்

20

காற்றின் ஊற்று

தள்ளிவிடப்பட்ட
டம்ளர்
அரைவட்டில்
உருள்கிறது
காற்று
தொடும்போதெல்லாம்
சந்தோஷமாய்.

\- சமயவேல்

கன்னியாகுமரி மாவட்டத்தின் கீரிப்பாறை மலைப்பகுதியில், வெள்ளாம்பி என்ற இடத்தில் காணிக்காரர்கள் என்னும் ஆதிவாசிகள் வசிக்கிறார்கள். வெள்ளைக்கார நண்பர் ஒருவரின் நாட்டுப் புறவியல் ஆய்வுக்காக காணிகளைச் சந்திக்கச் சென்றிருந்தேன்.

கீரிப்பாறை வனப்பகுதி, பசுமையின் சாறு பொங்கக் கூடியது. வெயில் தரையிறங்க முடியாத மரங்களும், காட்டு ஆறுகளும், மலை அணில்களும், மேகம் முட்டும் பாறைகளும் கொண்டது கீரிப்பாறை.

காணிகள் ஒடுக்கமான முகத்துடன், குள்ளமான உடலமைப் புடன் இருக்கிறார்கள். படித்தவர்கள் வெகு சொற்பம். அவர்களில் இருவர் மட்டுமே பள்ளி இறுதி வரை படித்திருக்கிறார்கள். மலையாளம் கலந்த பேச்சு, எளிமையான வாழ்க்கை.

ஆதிவாசிகள் பெரும்பாலும் கதை சொல்வதில் நன்கு தேர்ச்சி பெற்றவர்கள். இந்தியாவில் மட்டுமல்ல, உலகம் முழுவதிலுமே அவர்கள் கதை சொல்வதில் முன்னோடிகளாக உள்ளார்கள். குறிப்பாக, ஆஸ்திரேலியாவில் உள்ள பழங்குடி மக்கள் கதை சொல்வதை 'கனவுக் காலம்' என்று அழைக்கிறார்கள். கதை சொல்லப்படும்போதும் கேட்கப்படும்போதும் நமது அன்றாட உலகம் மறந்து போய் இன்னொரு உலகுக்குள் புகுந்துவிடுகிறோம் என்பதால் கதைகளை 'கனவுப் பிரதேசம்' என்று அழைக்கிறார்கள்.

ஆதிவாசிகள் குறித்து நம்மிடையே இருப்பவை பெரும்பாலும் மிகுந்த கற்பனையானவை. அவற்றை உருவாக்கியதில் பெரும்பங்கு திரைப்படங்களையே சாரும். தமிழ்த் திரைப்படங்கள் மூலம், ஆதிவாசிகள் என்றாலே இலை தழைகளை ஆடைகளாகக் கொண்டவர்கள், வரைமுறையற்ற பாலுணர்வு கொண்டவர்கள் மற்றும் குரூரமான வன்முறையை மேற்கொள்பவர்கள் என்ற பிம்பமே நமக்குள் உருவாக்கப்பட்டு இருக்கிறது.

அதற்கு நேர்மாறாக, ஆதிவாசிகளை அவர்களது இருப்பிடத்தில் சென்று நாம் காணும்போது, அவர்கள் நமக்கு அளிக்கும் உபசரிப்பும், எளிமையும், இயற்கையை அவர்கள் நுட்பமாகப் புரிந்து கொள்ளும் விதமும் ஆச்சர்யமளிக்கக்கூடியதாக இருக்கிறது. ஆதிவாசிகள் பெரும்பாலும் அதிகாலையில் தங்கள் வேலைகளைத் துவக்கிவிடுகிறார்கள். கடுமையான உடல் உழைப்பாளிகள். வனத்துறையினருக்காக அவர்கள் களப்பணிகளில் ஈடுபடுகிறார்கள்.

காலையில் அவர்கள் எதையும் உண்பதில்லை. வெறும் வயிற்றில் தண்ணீரை மட்டும் குடித்துவிட்டு வேலைக்குப் புறப்பட்டுப் போய் விடுகிறார்கள். காட்டுக் கீரைகளும் மாமிசமும் அவர்களது அன்றாட உணவு. சிலர் மரங்கள் மீதும், சிலர் பாறைகள் மீதும் வீடு அமைத்துக்கொண்டு வசிக்கிறார்கள். வீடுகள் சுத்தமாகப் பாதுகாக்கப்பட்டு வருகின்றன. பாத்திரங்களைக் கழுவி வெயிலில் காய வைத்து

எடுக்கிறார்கள். சூரியன் மறைந்த பிறகு அவர்கள் உண்பதே இல்லை.

அவர்களது இரவு, மாலை ஏழு மணிக்கே துவங்கிவிடுகிறது. இரவு நேரம் ஆண்கள் திறந்த வெளியில் படுத்து உறங்குகிறார்கள். நட்சத்திரங்களை அவதானிப்பதும் சூரியனின் போக்கைக் கண்டு அந்த நாள் எப்படி இருக்கும் என்று முன்கூட்டி அறியும் திறனும் அவர்களுக்கு இருக்கிறது.

மலையின் மீது நடந்து கொண்டு இருந்தபோது காணிகளில் வயதான ஒருவர், "மனிதர்களுக்கு இரண்டு கண்கள் இருக்கின்றன. ஆனால், காட்டுக்கு ஆயிரக்கணக்கில் கண்கள் உள்ளன. இந்தக் காட்டில் உள்ள பறவைகள், செடிகள் அத்தனையும் காட்டின் கண்கள்தான். அவை நம்மைக் கவனித்துக்கொண்டுதான் இருக்கின்றன. நாம் அவற்றை அழிமானம் செய்யத் துவங்கினால், அவை நம்மை அழித்துவிடும்" என்றார்.

பெரும்பான்மையான ஆதிவாசிகள் இயற்கையைத் தெய்வமாக வழிபடுகிறார்கள். காட்டில் உள்ள சில மரங்களை யட்சிகள் வசிக்கும் இடம் என்று புனிதமாகக் கருதுகிறார்கள். ஆண்களைப் போலவே பெண்களும் இங்கே கடுமையான உழைப்பாளிகள். அவர்கள் மலையை விட்டு இறங்கி, அருகில் உள்ள நகரங்களுக்குச் சென்று சிறு வியாபாரம் செய்து வருகிறார்கள்.

இருபத்தைந்து வருடங்களுக்கு முன்பாக 'பிலோ இருதயநாத்' என்னும் மானுடவியல் அறிஞர், ஆதிவாசிகளின் இருப்பிடங்கள் ஒவ்வொன்றாகத் தேடிச் சென்று, அவர்களுடன் சில மாதங்கள் தங்கி வாழ்ந்து, அவர்களின் வாழ்க்கையைப் பற்றி புகைப்படங்களுடன் புத்தகமாக எழுதி இருக்கிறார். அதை வாசித்த நாட்களில் பிலோ இருதயநாத்தின் சைக்கிளும், புகைப்படக் கருவியும், சாகசக் கதைகளும் என்னை ஆச்சர்யமூட்டி இருக்கின்றன. அந்த பிலோ இருதய நாத் இங்குள்ள காணிகளுடனும் சில மாதங்கள் தங்கி வாழ்ந்திருக்கிறார். காணிகளில் வயதான ஒருவருக்கு அவரைப் பற்றிய நினைவுகள் துல்லியமாக உள்ளன.

இந்த மலையின் ஏதோ ஒரு இடத்தில் காற்றின் ஊற்று ஒன்று உள்ளது என்றும், அந்த ஊற்று இருப்பதன் காரணமாகவே

மலையில் எப்போதும் காற்று அடித்துக்கொண்டே இருக்கிறது என்றும், அந்த ஊற்றை மனிதர்கள் யாரும் தேடிப்போய்ப் பார்க்கக் கூடாது என்றும் சொன்னார் அந்த முதியவர். அவர் ஏதாவது வெளியூருக்குப் போயிருக்கிறாரா என்று கேட்டதற்கு, 'இந்த மலையை முழுமையாகப் பார்ப்பதற்கே ஒரு ஆயுள் போதாது. இதில் வேறு ஊர்களுக்குப் போய் என்ன பார்ப்பது' என்று சொல்லிச் சிரித்தார்.

காணிகளின் நம்பிக்கை பெரிதும் இயற்கை சார்ந்தது. அவர்கள், சில பாறைகள் கதை கேட்கக்கூடியது என்று நம்புகிறார்கள். 'இன்று பாறையாக இருப்பது பாறையல்ல; அது ஒரு மனிதன். அவன் கதை கேட்பதில் விருப்பம் உள்ளவன். அதனால், அவன் மலையில் அலைந்து திரிந்து தாவரங்களின் கதையை, மேகத்தின் கதையை, மிருகங்களின் கதையை அறிந்திருக்கிறான். கதையின் மீதான மயக்கத்தில் அவன் பாறையாக உறைந்துவிட்டான். ஆகவே, அந்தப் பாறையைக் கடந்து போகிறவர்களை அவன் கதை சொல்லும்படி கேட்பான்' என்று நம்புகிறார்கள்.

உலகம் முழுவதும் இப்படி ஆதிவாசிகளிடையே விசித்திரமான நம்பிக்கைகள் உள்ளன. குறிப்பாக, மெக்ஸிகோவில் உள்ள ஆதிவாசிகளில் ஒரு பிரிவினர், காட்டில் தங்களது அம்பைத் தொலைத்துவிட்டால் அதைத் தேடிக் கண்டுபிடித்து எடுக்கும் வரை வீடு திரும்பி வர மாட்டார்கள். காரணம், தொலைத்த அம்பு தீராத தனிமையில் வீழ்ந்துவிடும் என்றும், அப்படி அம்பைத் தனியாக விட்டுவைத்தால், அது தனிமை வேதனை தாங்கமுடியாமல், என்றாவது ஒரு நாள் எவர் கையிலாவது கிடைக்கும்போது அவர் மூலமாக, தொலைத்தவனையே அது கொன்றுவிடும் என்றும் நம்புகிறார்கள். இதனால், அம்பைத் தேடி எடுப்பதற்கு அங்குள்ள அனைவருமே அலைந்து திரிவார்கள்.

காணிகள் காட்டு முயல்கள், கோழிகள், பன்றிகள் போன்ற வற்றை வேட்டையாடுகிறார்கள். ஆனாலும், பெரும்பாலும் அவர்கள் தேன் எடுப்பதிலும், கோரை அறுத்து விற்பதிலும், காய்ந்த விறகுகளைச் சேகரித்து விற்பதிலுமே இன்று அதிகம் ஈடுபடுகிறார்கள். இந்தியாவின் எல்லா ஆதிவாசிகளையும் போலவே இவர்களும் அரசின் போதுமான கவனமும்

சலுகைகளும் இன்றிப் புறக்கணிக்கப்பட்டவர்களாகவே இருக்கிறார்கள்.

காணிகள் மலையில் உள்ள மிருகங்களைப் பற்றியோ, மாயத் தோற்றங்கள் பற்றியோ பயப்படுவதில்லை. மாறாக, அவர்கள் பயப்படுவது யாவும் வனத்துறையினரைப் பற்றி மட்டுமே! நமது கிராமப்புறங்களில் காணப்படும் குழந்தைகள் விளையாட்டான 'குலை குலையா முந்திரிக்கா, நரியே நரியே சுற்றி வா! கொள்ளையடிச்சவன் எங்கிருக்கான், கூட்டத்தில் இருப்பான் கண்டுபிடி' என்ற பாடலை அப்படியே இன்னொரு வடிவத்தில் காணிக்காரக் குழந்தைகள் பாடுகிறார்கள். இந்தப் பாடலில் ஒரேயொரு வேறுபாடு... 'கொள்ளையடிச்சவன் யாரு?' என்று கேட்டதும், 'வனத்துறைக் காவலர்' என்று சொல்லிச் சிரிக்கிறார்கள் குழந்தைகள்.

அதுபோலவே 'நண்டு ஊறுது... நரி ஊறுது' என்ற சிறுவர் பாடலைப் பாடும் காணிக்காரச் சிறுமி, தன் ஒவ்வொரு விரலையும் ஒரு மரம் என்று சொல்லியபடியே குரங்கு மரத்திலிருந்து தாவுகிறது என்று விரல்களில் தாவுகிறார்கள். பிறகு, மழை வந்துவிட்டது, ஓடுங்கள் என்று சொல்லி, அடுத்தவரின் கக்கத்துக்குள் விரலை விடுகிறார்கள். கக்கம்தான் குகை என்பது வியப்பாக இருந்தது.

காணிகளின் கற்பனைத் திறன் மிகுந்த வியப்பானது. அவர்கள் அர்த்தமற்ற சொற்களைக் கொண்டு தாள லயத்துடன் 'ஙுங்கிலி பிங்கிலி' என்று ஒரு பாடல் பாடுகிறார்கள். அதுபோலவே பகல் என்பது ஒரு மீன் என்றும், இரவு என்பது வலை என்றும் சொல்லி, பகல் என்ற மீனைப் பிடிக்கவே இரவு என்ற வலை வீசப்படுகிறது என்கிறார்கள் சிறுவர்கள்.

காணிகளில் கதை சொல்பவர்கள் பெரும்பாலும் பெண்கள். அவர்கள் கதைகள் பெரிதும் இயற்கை சார்ந்தது. காணிக்காரர்கள் எங்காவது பயணம் செய்யத் துவங்கும்போது, தங்களோடுகையில் ஒரு கூழாங்கல்லையும் கொண்டு போகிறார்கள். காரணம், தங்கள் ஊரே அந்த கல் வடிவத்தில் உடன் வருகிறது என்ற நம்பிக்கை. கடந்த சில ஆண்டுகளாக அவர்களின் வாழ்வின் மீது அக்கறை கொண்டுள்ள சில தன்னார்வ நிறுவனங்களின் செயல்பாடுகளாலும் ஏரிக் மில்லர் என்கிற அமெரிக்க ஆய்வாளர் முயற்சியாலும், வெளி உலகுடன் தொடர்பு

கொள்ளவும், தங்களது ஆடல் பாடல்களை வெளியிடங்களில் நிகழ்த்தவும் துவங்கியிருக்கிறார்கள் காணிகள்.

ஏரிக் மில்லர், காணிகளில் ஒரு குழுவை முதன்முறையாக சென்னைக்கு அழைத்துச் சென்றிருக்கிறார். அந்த அனுபவம் அவர்களுக்கு ஏதோ வேறு ஒரு உலகத்துக்குச் சென்று வந்தது போன்றிருக்கிறது. சென்னையில் நடைபெற்ற ஒரு சந்திப்பில், அவர்கள் மரங்களில் வீடு கட்டிக்கொண்டு வாழ்வார்கள் என்ற தகவலைக் கேட்டு, ஒரு பள்ளிச் சிறுமி, 'நீங்கள் எல்லாம் பறவைகளா?' என்று கேட்டதை இன்றும் நினைத்து நினைத்துச் சிரித்துக்கொள்கிறார்கள்.

காணிகளைப் பொறுத்தவரை மலைதான் உலகம். அதன் ஒவ்வொரு தாவரமும் பாறையும் அவர்களுக்கு மிக நெருக்கமானவை. இவர்கள் மட்டுமில்லை. மேற்குத்தொடர்ச்சி மலையில் உள்ள பல்வேறு ஆதிவாசிகளும் இவர்களைப் போலவே மலையை நம்பி, வாழ்ந்து கொண்டு இருக்கிறார்கள். பரபரப்பும் வேகமுமான நகர வாழ்வில் நாம் இவர்களைப் பற்றி யோசிக்கக்கூட நேரமில்லாமலும் இயற்கையை அழித்து ஒழிப்பதிலும் அதிகக் கவனம் மேற்கொண்டு வருகிறோம். அவர்கள் தங்களது எதிர்காலம் என்னவாகும் என்ற பயத்துடன் சாலையைப் பார்த்தபடி இருக்கிறார்கள். ஒவ்வொரு வாகனம் மலையில் வந்து நிற்கும்போதும் அவர்களின் பயம் கிளைவிட்டுக்கொண்டே இருக்கிறது.

காணிகளில் ஒருவர் மிகுந்த வேதனையோடு சொன்னார், 'நாங்கள் படிக்கவில்லை. ஆனால், எல்லாவற்றையும் நம்புகிறோம். நீங்கள் படித்தவர்கள். ஆனால், எதையும் நம்புவதே இல்லை. எங்களைக் காப்பாற்றுவது படிப்பறிவு அல்ல, இந்த மலைதான். உங்களுக்கு மலை பொழுதுபோக்கும் இடம். எங்களுக்குப் பிறப்பிடம். நீங்கள் மலையைப் புரிந்துகொள்வதற்கு இன்னும் நூறு வருடங்கள் ஆகும்.'

கூரான அம்பைவிடவும் பலமாகத் தைத்தது அவரது சொல்லின் உண்மை. நிஜம் வலிக்கத்தான் செய்யும் இல்லையா?

○

21

கடல் சொன்னது

சமுத்திரக் கரையில்
ஒதுங்கும் கிளிஞ்சல்கள்
குழந்தைக்கு வைரங்கள்
காட்சிதானே நிஜ வைரம்
காண்பவன் குழந்தையானால்
கிளிஞ்சல்கள் போதுமே.

- நா.விச்வநாதன்

எத்தனையோ பழைய நகரங்களைக் கடல்கொண்ட கதைகளைச் சரித்திரத்தில் வாசித்திருக்கிறேன். ஆனால், அவை எல்லாம் மிகையான கற்பனைகள் என்றே நினைத்திருந்தேன். சுனாமியின் வருகை அந்தச் சரித்திர நிகழ்வுகள் நிஜம் என்பதை உறுதிசெய்தது. கண்முன்னே கடற்கரைக் கிராமங்களும், வீடுகளும் அழிந்துபோன சம்பவம் கடலைப் பற்றிய மனப் பிம்பத்தை முற்றிலும் உருமாற்றிவிட்டது.

இன்றும் பெரும்பான்மையான கடற் கரைக் கிராமங்களில், பயம் கண்ணுக்குத் தெரியாமல் நெளிந்து கொண்டு இருக்கிறது. ஒரு பெரிய அலை கரையை

நோக்கி வந்தால்கூட மனது பயத்தில் அடித்துக்கொள்ளத் தொடங்கிவிடுகிறது. கடற்கரைக் கிராமங்கள் மிக அழகானவை என்று சிலாகித்து வந்தது போய், இன்று அவை பாதுகாப்பற்ற வெளியாக அடையாளம் காணப்பட்டிருக்கின்றன.

இரண்டு கடற்கரைகளுக்குச் சமீபத்தில் சென்றிருந்தேன். ஒன்று, நாகப்பட்டினத்தின் கடற்கரை. மற்றொன்று கொற்கைக் கடற்கரை. நாகப்பட்டினத்தை ஒட்டிய கிராமங்களில் மீன் பாடுகள் நடந்துகொண்டு இருக்கிறது. ஆனாலும், ஒவ்வொரு வீட்டிலும் தாங்கள் பறிகொடுத்த உயிர்களைப் பற்றிய கதைகளைக் கண்ணீர்மல்கச் சொல்கிறார்கள்.

சுனாமி ஏற்படுத்திய சேதம் கடற்கரை மக்களின் மனதில் மிக அழகாகப் பதிந்திருக்கிறது. குறிப்பாக, குழந்தைகள் சுனாமி தாக்குதலில் ஏற்பட்ட இழப்பையும் வேதனையையும் மறக்க முடியாதவர்களாக இருக்கிறார்கள்.

கீச்சாங்குப்பம் என்ற ஊருக்குச் சென்றிருந்தபோது, கடலை கடற்கரையிலிருந்து காண்பதைவிடவும் உள்ளே சென்று பார்க்க வேண்டும் என்று தோன்றியது. ஆகவே, கடலுக்குள் சென்று வரலாம் என்று அழைத்தேன். அவர்கள் தயக்கத்துடன் மறுத்தார்கள். வற்புறுத்திய பிறகு, வேறு வழியில்லாமல் ஒப்புக்கொண்டார்கள். ஆனாலும், 'நாட்டுப் படகில் வேண்டாம். வேறு இயந்திரப் படகில் போகலாம்' என்று அழைத்துப் போனார்கள்.

கடல் காற்று முகத்தில் அடிக்க, அலைகளின் மீது தொடங் கியது பயணம். கடலை எப்படிக் கண்களால் விழுங்குவது? ஒரு கடலை எப்படி உள்வாங்கிக் கொள்வது? கடலை உப்புத் தண்ணீர் என்பதைத் தாண்டி, வேறு விதத்தில் புரிந்து கொள்ள நம் வகுப்பறைகள் கற்றுக்கொடுக்கவே இல்லையே!

கடலின் உள்ளே போகப்போக, சுற்றிலும் தண்ணீரின் எல்லையற்ற பரப்பு விரிகிறது. அலைகள் கைகோத்தபடியே வந்துகொண்டு இருக்கின்றன. தொலைவில் பறக்கும் பறவைகளும் வெளிறிய மேகங்களும் தவிர, வேறு எதுவும் தென்படவில்லை. கடல் ஒவ்வொரு நாளும் ஒரு சுபாவத்தில் இருக்கக்கூடியது. தன் வாழ்நாளில், சுனாமி அன்று எழுந்த கடலைப்போல தான் பார்த்ததே இல்லை என்றார் படகை ஓட்டியவர். அவரது மனதில் அந்த கோரச் சித்திரம் அழியவே இல்லை போலும்!

எஸ்.ராமகிருஷ்ணன்

அவர் தன்னை மீறி அதை விவரிக்கத் துவங்கினார். "கடற்கரையிலிருந்து ஆட்கள் ஓடத் துவங்கியபோது, மொத்தக் கடலும் ஒரே அலையாக வெளியே வந்து கொண்டு இருப்பது போன்று, விசையுடன் கரையை நோக்கி வந்தது. ஒரு கருஞ்சுழி போல அது கிராமங்களைச் சுற்றி வளைத்து இறுக்கியது. கடல் தன் நாவால் அத்தனை பேரையும் வளைத்து உறிஞ்சித் துப்பியது.

உயிர் தப்பிப் பிழைத்த ஆட்கள் கூட, இன்றும் தங்கள் உடலில் மணல் அப்பிக்கொண்டு இருப்பது போன்ற பிரமை கொண்டவர்களாகவே இருக்கிறார்கள். சுனாமிக்குப் பிறகு தனக்குத்தானே பேசிக்கொள்பவர்கள் அதிகமாகிவிட்டார்கள். குறிப்பாக, குழந்தைகளை இழந்த பெண்களால் அந்தத் துக்கத்தைத் தாங்கிக்கொள்ள முடியவில்லை. அவர்கள் தாங்களே பேசிக்கொண்டு இருக்கிறார்கள்" என்றார்.

கடலின் உள்ளே போய், ஓரிடத்தில் இயந்திரப் படகு நின்றது. என்ன பேசுவது என்று தெரியவில்லை. கடலை வெறித்துப் பார்த்துக்கொண்டு இருந்தேன். கடலின் நிறம் கலங்கி மாறிக் கொண்டே இருக்கிறது. கடலைப் பற்றி பேசுவதோ, கடலை வேடிக்கை பார்ப்பதோ குற்ற உணர்ச்சியை உருவாக்குவதாக இருந்தது. கரைக்குத் திரும்பிவிடலாம் என்று சொன்னேன். கடற்கரையை நோக்கித் திரும்பும்போது படகோட்டி சொன்னார்... 'கண்ணால் பார்த்துக் கடலைப் பற்றி ஒண்ணுமே தெரிஞ்சுக்கிட முடியாது!'

அவர் சொன்னது முற்றிலுமான நிஜம். கடலைப் புரிந்துகொள்வதற்குப் பார்வை ஒரு வழி அல்ல. கடல் இன்றும் இயற்கையின் புரிந்துகொள்ளப்பட முடியாத ஒரு பேரியக்கம். கடலின் வெளித்தோற்றமும், உள் தோற்றமும் ஒன்றல்ல! கடலின் உட்புறக் காட்சிகள், பெரிய உயிர்க் காட்சி சாலை போன்றிருக்கிறது.

கடல் விழுங்கிய நகரங்களின் எண்ணிக்கை இந்தியாவில் அதிகம். துவாரகையும் தனுஷ்கோடியும் காவிரிப்பூம்பட்டினமும் இன்றும் கடலின் உள்ளேதான் இருக்கின்றன. கடல் இப்படி எண்ணிக்கையற்ற மலைகளை, நகரங்களை உள்வாங்கிக்கொண்டபடி, வெளித்தோற்றத்தில் சிறியதும் பெரியதுமான அலைகளை வீசியபடியே விரிந்திருக்கிறது.

கடற்கரைக்கு வந்த பிறகு, அங்கிருந்த மீனவர்கள் ஒருவரும் கடலைக் குற்றம் சொல்லவில்லை. கடல் கருணைமிக்கது என்றுதான் கூறுகிறார்கள். அரசின் நடவடிக்கையாலும், தன்னார்வ நிறுவனங்களின் உழைப்பாலும், நாகப்பட்டின கிராமங்களில் இயல்பு வாழ்க்கை திரும்பி இருந்தாலும், மரணத்தின் கைகள் தட்டாத வீடுகளே இல்லை என்பது போல, சாவு அவர்களின் நினைவில் இன்றும் துடித்தபடியே இருக்கிறது.

நாகப்பட்டினத்தின் கடலில் இன்று சுனாமியின் தடமே இல்லை. கடல் எப்போதும் போலவே தன் மர்மத்தை மறைத்தபடி அலையடித்துக்கொண்டு இருந்தது. இதே கடல் காலத்தின் தொன்மையேறி இருந்ததைக் கொற்கையில் கண்டேன்.

தமிழகத்தின் பழைய துறைமுகங்களில் ஒன்றான கொற்கை, திருநெல்வேலி மாவட்டத்தில் ஸ்ரீவைகுண்டம் வட்டத்தில் திருச்செந்தூர் - தூத்துக்குடி சாலையில் ஒரு சிற்றூராக உள்ளது. ஒரு காலத்தில் கிரேக்கத்திலும் எகிப்திலும்கூட அறியப்பட்ட இந்தத் துறைமுகம், இன்று அதன் கடல் காலம் மறந்த சிற்றூராக உள்ளது.

இன்று காணப்படும் கொற்கையைவிட்டு கடல் பின்வாங்கிப் போய்விட்டது என்கிறார்கள். கொற்கையின் அருகில் உள்ள கிராமங்களில் எங்கு தோண்டினாலும் சிப்பிகளும் பழங்காசுகளும் கிடைக்கின்றன. குறிப்பாக, அக்கசாலை எனப்படும் கிராமம் ஒன்றில், பாண்டியர் கால நாணயங்கள் கிடைத்திருக்கின்றன. ஆதி நாட்களில், கொற்கையில் ஒரு கண்ணகி கோயில் இருந்திருக்கிறது. என்றும், அது காணாமற் போய்விட்டதால் அங்கே துர்க்கை சிலை வைக்கப்பட்டது என்றும் சொல்கிறார்கள் கிராமவாசிகள்.

அரசாங்கம் அந்தக் கிராமத்தில் சிறிய ஆவணக் காப்பகம் ஒன்றை ஏற்படுத்தியிருக்கிறது. கொற்கையில் சமண வணிகர்களும் வசித்திருக்கிறார்கள் என்பதற்குச் சான்றாக, அங்கே தீர்த்தங்கரர்களின் சிலைகள் புதையுண்டு கிடக்கின்றன.

கொற்கையிலிருந்து நான்கு மைல் தொலைவில் உள்ளது கடல். அதன் அருகே போய் நின்றபோது, கடலில் கடந்த காலத்தின் எந்தச் சுவடும் இல்லை. யாருமற்ற மணல்வெளியில் வீசும் கடல்

அலைகள் சரித்திரத்தின் சிறு முணுமுணுப்பைக்கூடக் கொண்டு இருக்கவில்லை. கிழிந்து போன பிளாஸ்டிக் காகிதங்களும் சிப்பிகளும் சிதறிக்கிடக்கின்றன.

கொற்கை, முத்துக்கு மிகவும் பிரசித்தி பெற்றது. அக்காலத்தில் கொற்கையிலிருந்து கிடைத்த முத்துக்களைத்தான் கிளியோபாட்ரா அணிந்திருந்தாள் என்கிறார்கள். மிகவும் விலை உயர்ந்த அந்த முத்துக்களில் ஒன்று, இன்றைக்கும் கிரேக்கத்தில் பாதுகாப்பாகக் காட்சிக்கு வைக்கப்பட்டு இருக்கிறது.

இன்றைக்கு கொற்கையில் முத்துக்குளிப்பு நடைபெறுவது இல்லை. ஆனால், தூத்துக்குடியின் கடற்கரைக் கிராமங்களில் ஆங்காங்கே முத்துக்குளிப்பு நடைபெறுகிறது. குறிப்பாக, மே மாதத்தின் இறுதியில் துவங்கும் இந்த முத்துக்குளிப்பு ஒரு மாத காலம் நடைபெறுகிறது.

தமிழகக் கடற்கரைகள் காலத்துக்கேற்ப மாறிக்கொண்டே இருந்திருக்கின்றன. பல வருடங்களுக்கு முன்பாகவே கொற்கை அருகே இருக்கும் புன்னைக் காயல் பிரசித்தி பெற்ற கடற்கரையாக விளங்கியிருக்கிறது. இன்று, அங்கும் கடல் வணிகம் நடைபெறுவது இல்லை. கொற்கை ஒரு காலத்தில் பாண்டிய மன்னர்களின் தலைநகராக இருந்தது என்று சொல்கிறார்கள். இன்றைய கொற்கை யில் அந்தத் தடயங்கள் எதுவுமே இல்லை.

கடல் காலத்தின் நாவு போலும்! காலம் அழித்துவிட ஆசைப்படுவதையெல்லாம் கடல் நிறைவேற்றி வைத்துவிடுகிறது. கடல் உப்பாக இருப்பதற்குக் காரணம், இது போன்ற கடல் கொண்டவர்களின் வேதனையும் துயரமும் தானோ என்னவோ! கடல் பறித்த உயிர்களின் கண்ணீர் கடலில்தான் கலந்துள்ளது. கடல் எல்லா சீற்றங்களையும் தன்னுள் அடக்கிக்கொண்டு, கரை வருவதும் பின் திரும்பிப் போவதுமாகவே இருக்கிறது.

கடலில் மீன் பாடுகள் வேண்டுமானால் ஒவ்வொரு பகுதிக்கும் வேறுபடக் கூடும். ஆனால், கடல் மீதான பயமும் கடல் மீதான நெருக்கமும் எல்லா கடற்கரைக் கிராமங்களிலும் ஒன்று போலத்தான் இருக்கிறது. கடலில் இருந்து நாம் கற்றுக்கொள்ள வேண்டியது ஆயிரம் இருக்கிறது. ஆனால், அது உப்புத் தண்ணீர் என்று மட்டும்தான் நாம் புரிந்துவைத்திருக்கிறோம். தவறு நம்முடையதுதான் இல்லையா?

○

22

விடுமுறை கனவுகள்

வீட்டின் கதவைத் தட்டுகிறது
எப்பொழுதும்
ஒரு பகல்
யாவரும் வெளிக்கிளம்பினர்
எனது தந்தை அலுவலகத்திற்கு
சகோதரி கல்லூரிக்கு
அம்மா சமையலறைக்கு
நானும் வெளிக்கிளம்பினேன்
நண்பகலோடு.

- அப்பாஸ்

எத்தனையோ ஊர்களுக்கு எவ்வளவோ முறை சென்று வந்திருந்த போதிலும், பள்ளி விடுமுறையின்போது உறவினர் வீடுகளுக்குச் சென்றபோது ஏற்பட்ட உற்சாகம் வேறு எதிலும் கூடுவதே இல்லை. ஒவ்வொரு விடுமுறைக்கும் ஒரு ஊர் என்று முன் கூட்டியே திட்டமிட்டுக் கொள்வேன்.

பெரும்பான்மையான பள்ளிக் கனவுகள் நிறைவேறாமல் போனது போலவே, விடுமுறை பயணத் திட்டங்களும்

எஸ்.ராமகிருஷ்ணன்

நிறைவேறாமலே போயிருக்கின்றன. ஆனாலும், ஏதாவது ஒரு ஊருக்கு சில நாட்களாவது என்னை விடுமுறைக்கு அனுப்பிவைப்பார்கள். அந்தப் பேருந்துப் பயணத்தில், வழியில் தென்படும் ஊர்களின் பெயரை வாசிக்கும்போதே மனது கனவு ஒன்றை உருவாக்கத் துவங்கிவிடும்.

பெரும்பான்மையான கோடை விடுமுறைகள், கோவில்பட்டியில் உள்ள என் பாட்டி வீட்டில் கழிந்திருக்கின்றன. கோவில்பட்டியின் புறவெளியில் உள்ள குரு மலையை ஏக்கம் நிரம்பப் பார்த்துக்கொண்டே இருந்திருக்கிறேன். மலைகளை நோக்கி செல்வதில் எப்போதுமே எனக்கு மிகுந்த விருப்பம் உண்டு.

ஒரு மலையை, அதன் மீது ஏறுவதைத் தவிர்த்து எப்படி எதிர்கொள்வது என்று யோசித்துக்கொண்டு இருப்பேன். மலைகள் எப்போதும் தொலைவில் இருந்து காணும் போது ஒரு வடிவத்தையும், நெருங்கிச் செல்லும் போது இன்னொரு வடிவத்தையும் கொண்டு விடுகின்றன. அந்த நாட்களில் மலைகளை நோக்கி அழைத்துப்போக வீட்டில் யாரும் தயாராக இல்லை.

ஒரு சினிமாவுக்குக் கூட்டிப் போவதைப் போலவோ, மார்க்கெட்டுக்குக் கையைப் பிடித்து அழைத்துக்கொண்டு போவதைப் போன்றோ யாராவது மலையின் உச்சிக்குக் கூட்டிச் சென்று விட மாட்டார்களா என்று ஆசையாக இருக்கும். ஆனால், யாரிடமும் இதைப் பற்றி கேட்க முடியாது. கேட்டாலும் பைத்தியக்காரத்தனம் என்று மறுத்துவிடுவார்கள். அதிலும் வீட்டில் பெண்கள் அதிகம் இருந்த காரணத்தால், அவர்கள் நினைத்தாலும் மலைக்குக் கூட்டிப் போக முடியாது என்பது உறுதியாகத் தெரிந்தது.

கண்ணாடித் தொட்டிக்குள் நீந்திக்கொண்டு இருக்கும் ஒரு மீனைப் பார்த்துக்கொண்டே இருப்பதைப் போல, தொலைவில் தெரியும் அந்த மலையைப் பார்த்துக்கொண்டே இருப்பேன். அதிகாலையில் ஒரு நிறத்திலும் மாலையில் ஒரு நிறத்திலும் இருக்கும். சில நேரம் மலையின் மீது மாலைநேரத்துச் சூரியன் தடுமாறி விழுந்துவிட்டது போன்று தோன்றும். மலைக்காட்சிகள் வெகு அற்புதமானவை. அவை ஒவ்வொரு நாளும் புதிதாகவே தோன்றுகின்றன.

குருமலைத் தொடரில் வீசும் காற்றின் சப்தம் விநோதமாக இருக்கும். அதன் உள்ளே யோகிகள் நடமாடுகிறார்கள் என்றும், இரவில் அந்த மலையில் நாகஸ்வர சப்தம் கேட்கும் என்றும் பலரும் சொல்லியதால் ஏற்பட்ட ஈர்ப்பு அதிகமாகிக்கொண்டே இருந்தது. அந்த மலையின் சரிவென வீழ்ந்து கிடக்கும் பாறைகளும், காய்ந்த புற்களும் ஒரு கனவுத் தோற்றத்தைத் தந்தபடியே இருந்தன. அந்த மலையில் மனிதர்களைத் தவிர, வேறு கிரகவாசிகளும் வசிக்கிறார்கள் என்று யாராவது சொல்லியிருந்தால்கூட அன்று நம்பியிருப்பேன். அப்போது மலை என்னை கை நீட்டி அழைத்துக்கொண்டு இருப்பதாகவே தோன்றும்.

ஒவ்வொரு நாளும் சைக்கிளை எடுத்துக்கொண்டு மலையின் அடிவாரம் வரை செல்வேன். ஆனால், மலை ஏறுவதற்குத் தைரியம் இருக்காது. சைக்கிளை ஒரு மரத்தடியில் நிறுத்தி விட்டு, மலையைப் பார்த்தபடியே இருப்பேன். திடீரென நான் மிகத் தனியாக இருப்பது தோன்றும். பாறைகள் தங்களுக்குள்ளாக ஏதோ பேசிக்கொண்டு இருப்பது போன்றும், நான் அதை ரகசியமாக ஒட்டுக் கேட்பதாகவும், கற்பனை செய்து கொள்வேன். மலை அடிவாரத்தில் மேய்ந்து கொண்டு இருந்த ஆடுகளின் சப்தம்கூட விநோதமாகக் கேட்பதை அங்குதான் நான் உணர்ந்தேன்.

வெயில் ஒரு நீர்த்தாரையைப் போல மலை எங்கும் வழிந்து கொண்டு இருந்தது. மலையில் அடிக்கும் வெயில் ஓரிடத்தில் நிற்காது அலைந்து கொண்டே இருப்பதையும், அதற்கு ஏற்ப மலையின் நிழல் வளைந்து நெளிந்து செல்வதையும் அங்குதான் கண்டேன். வெயில் பாறைகளைத் தொற்றி மேலே ஏறுவதும் இறங்குவதுமாக நீளும். திடீரென மலை அப்படியே சரிந்து விழுந்து விட்டால் என்னவாவது என்ற பயம் உருவாகிட, அங்கிருந்து நகர்ந்து போகத் துவங்குவேன்.

மலைக்குக் கைகள் இருக்கிறதா இல்லையா என்று சந்தேகமாக இருக்கும். நான் படித்திருந்த தேவதைக் கதைகளில் இருந்த மலைகளுக்குக் கைகள் மட்டுமல்ல, கண்களும் இருந்தன. அதனால் அவை யாரையும் பிடித்து வைத்துக் கொண்டுவிடக்கூடியவை என்ற பயம் அடிமனதில் இருந்தது. அதனால் குருமலைக்குக் கைகள் இருக்குமா, அது என்னைப்

எஸ்.ராமகிருஷ்ணன்

பார்த்துக்கொண்டு இருக்கிறதா என்று சந்தேகமாக இருக்கும். அதை உறுதிப்படுத்துவது போலவே ஒரு முனகல் சப்தம் மலையின் அடிவாரத்தில் எப்போதும் கேட்டுக்கொண்டே இருக்கும். மலையைப் பரிச்சயம் கொள்வது எளிதானது இல்லை என்று அப்போதுதான் புரிந்தது.

மலையைப் பரிச்சயம் கொள்ளத் துவங்கிய சில நாட்களுக்குப் பிறகு அதன் ஒவ்வொரு வடிவமாக அறிந்து கொள்ளத் துவங்கினேன். மலை நாம் காண்பது போல ஒரு பாறை வடிவம் மட்டுமல்ல... அது ஒரு வடிவற்ற வடிவம். சில நேரங்களில் மலை குனிந்து நம்மைப் பார்த்துக்கொண்டு இருக்கிறதோ எனும்படியாக இருக்கும் அதன் தோற்றம்.

பத்து நாட்களுக்குப் பிறகு, தைரியத்தை வரவழைத்துக்கொண்டு, ஒரு காலையில் சைக்கிளை நிறுத்தி விட்டு மலையேறத் துவங்கினேன். பாறைகளுக்கு இடையில் ஆடுகள் மேய்ந்து கொண்டு இருந்தன. உற்சாகத்துடன் மேலே ஏறிக்கொண்டு இருந்தேன். ஒரு குறிப்பிட்ட உயரம் வந்தபோது திரும்பிப் பார்த்தேன். எனது சைக்கிள் ஒரு சிறிய பூச்சி போல மரத்தை ஒட்டிக்கொண்டு இருந்தது.

மலையின் உச்சிக்கு வந்தபோது மிகுந்த சந்தோஷமாக இருந்தது. காற்று கேசத்தை கோதிக் கலைக்க, சுற்றிலும் உதிர்ந்த இலைகள் காற்றில் மிதந்து கொண்டு இருப்பது போலக் காட்சியளித்த சிறு கிராமங்களைப் பார்த்தபடியே இருந்தேன். மலை உச்சி என்பது நான் கற்பனை செய்திருந்தது போல இல்லாமல், சமதளமாக இருந்தது எனக்கு ஆச்சர்யமாக இருந்தது. மரங்கள், பாறைகள், ஆடுகள் யாவும் தரையில் தன் வடிவம் சுருங்கி ஊர்ந்து கொண்டு இருந்தன. தலைக்கு மேலாக சூரியன் மட்டுமே நகர்ந்து கொண்டு இருந்தது.

ஏதாவது கத்த வேண்டும் போலிருந்தது. எதை எதையோ கத்தினேன். அந்த சப்தம் மலையில் எதிரொலித்து அடங்கியது. வேறு யாராவது தென்படுகிறார்களா என்று வேறு வேறு பாறைகளில் ஏறி நின்று பார்த்தேன். யாருமே இல்லை. ஒரேயொரு பருந்து மட்டும் தொலைவில் வட்டமிட்டுக்கொண்டு இருந்தது. இவ்வளவு பெரிய மலையை விட்டுவிட்டு ஏன் மனிதர்கள் தரையில் குடியிருக்கிறார்கள் என்று கோபமாக

வந்தது. மலையின் மீது வெகுநேரம் நின்றபடியே இருந்தேன். வெயில் மெல்ல மங்கத் தொடங்கியது.

மலையின் கீழே ஆடு மேய்த்துக்கொண்டு இருந்தவர்களின் குரல் காற்றில் சரிந்து வந்து கொண்டு இருந்தது. மலைகளை நேசிப்பது ஒரு மூர்க்கம் என்று தோன்றியது. அதுவும் மூச்சுத் திணறச்செய்யும் ஒரு மூர்க்கம். வீடு திரும்பும் ஆசையற்றுப்போனது போல அங்கேயே கிடந்தேன். பின் மதியத்தில் கீழே இறங்கியபோது, ஒரு ஆடு மேய்ப்பவன் கையில் சிறிய டிரான்சிஸ்டருடன் நடந்து வந்து கொண்டு இருந்தான். எத்தனை நாட்கள்தான் அவனும் தனிமையை எதிர்கொள்வான் என்று தோன்றியது.

அவன் என்னைப் பார்த்துச் சிரித்தபடியே, "மலை மேல் நின்னுக்கிட்டு நீதான் கத்துனதா?" என்று கேட்டான். நான் தலையசைத்தேன். அவன், "உனக்கு மலையைப் பார்த்தால் பயமாக இருக்கிறதா?" என்று கேட்டான். நான் இப்போது இல்லை என்று சொன்னேன். அவன், "மலையும் மனிதர்களைப் போல தன் வடிவத்தை மாற்றிக்கொண்டே இருக்கிறது. சில நேரம் மலை மெலிந்திருக்கிறது. சில நேரங்களில் பருத்துவிடுகிறது. மலை வளர்ந்து கொண்டேதான் இருக்கிறது" என்றான். என்னால் அதை நம்ப முடியவில்லை. அவன், தான் ஆறு வருடமாக மலையில் ஆடுகளை மேய்ச்சலுக்கு விட்டு வருவதாகவும், மலையைவிட தனக்கு மலையின் நிழல்தான் ரொம்பவும் பிடிக்கும் என்றும் சொன்னான்.

வீடு திரும்பிய இரவில், நான் குருமலையில் ஏறியதைப் பற்றியே நினைத்துக்கொண்டு இருந்தேன். திடீரென என் அறை ஜன்னலுக்கு வெளியே தெரியும் அந்த மலை மெல்ல தன் கைகளை நீட்டி அறைக்குள் வந்துவிட்டது போன்றும், என்னை உறக்கத்திலிருந்து எழுப்புவது போன்றும் கனவு வந்தது. விழித்துப் பார்த்தபோது, இருளில் மலை தெரியவே இல்லை.

அதன் பிந்தைய விடுமுறை நாட்கள் அந்த மலையோடு நெருக்கம் கொள்வதற்கே செலவானது. ஒருநாள், மலையின் அடிவாரத்தில் சைக்கிளை நிறுத்தியபோது எதிர்பாராத மழை வந்தது. எங்கே போவது என்று தெரியாமல், மலையை நோக்கி ஓடினேன். மழை என்னைத் துரத்தி வந்து முதுகில்,

எஸ்.ராமகிருஷ்ணன்

தலையில் அடித்தது. பாறை இடுக்கு ஒன்றில் ஒண்டிக்கொண்டு, மழையைப் பார்த்துக்கொண்டு இருந்தேன். மழையின் வேகம் அதிகமாகி, அங்கே இடி விழுந்தது. பாறைகளில் இடி விழுந்த சப்தம் பெருத்த குரலில் எதிரொலித்தது. இங்கிருந்து மலை அப்படியே நகர்ந்து பின்னால் போய்விடப் போகிறதோ என்று தோன்றியது. மௌனமாக மழையைப் பார்த்துக்கொண்டே இருந்தேன்.

எதிரே இருந்த மரங்கள், நாணல் வெளிகள் எதுவும் தெரியவில்லை. சூறைக்காற்றும் மழையும் ஒன்றை ஒன்று போட்டியிட்டன. நனைந்த என் உடலில் ஈரம் ஏறிக்கொண்டு இருந்தது. மழை ஓய்ந்த பிறகு சைக்கிளை நோக்கி வந்தேன். புல்வெளியில் சைக்கிள் விழுந்து கிடந்தது. சைக்கிளை எடுத்துக்கொண்டு புறப்படும்போது, மாலை வெயில் மெல்லப் பீறிட்டது.

அந்த உருகிய மஞ்சள் நிறத்தில் மலையைப் பார்க்கும்போது ஏற்பட்ட சிலிர்ப்பு, உடலின் நரம்புகளை முறுக்கேற்றியது. மலை அப்படியே நடனமாடுவது போல் தோன்றியது. லேசான ஈரமும் மெல்லிய காற்றும் அதில் படிந்துள்ள மஞ்சள் வெளிச்சமும் கனவிலிருந்து ஒரு காட்சி நழுவி வெளியே விழுந்துவிட்டதோ எனும்படியாக இருந்தது. என்னை மறந்து பார்த்துக்கொண்டே இருந்தேன். அந்தக் காட்சி நெடுநேரம் வரைக்கும் அப்படியே இருந்தது. மனதில் அந்த மாலை வெயிலின் திரவம் ஓடி நிரம்பியது.

என் உடல் முழுவதும் அந்த மஞ்சளை நிரப்பிக்கொண்டு வீடு திரும்பி வந்தேன். மலை எப்போதாவதுதான் தனது முழு வசீகரத்தைக் காட்டும் என்பார்கள். எனக்கு அந்த சந்தர்ப்பம் அன்று கூடியது. 'மலை என்பது மாபெரும் மௌனம்' என நான் கண்டுகொண்டது அந்த நாளில்தான்!

23

கற்றுக் கொடுக்கும் காலம்

கூண்டுக் கிளியின்
காதலில் பிறந்த
குஞ்சுக் கிளிக்கு
எப்படி எதற்கு
வந்தன சிறகுகள்?

- கல்யாண்ஜி

மதுரையிலிருந்து திருநெல்வேலி செல்லும் நெடுஞ்சாலையில் பயணிக்கும் ஒவ்வொரு முறையும் நான் அவசியம் பார்க்கும் இடம் கயத்தாறு. சாலையை ஒட்டிய சிறிய ஊர் அது, கோவில் பட்டிக்கு அடுத்ததாக உள்ளது. ஒவ்வொரு நாளும் ஆயிரக்கணக்கில் பயணிகள் கடந்து செல்லும் அந்தச் சாலையின் மேற்கில், சரித்திரத்தின் நீளும் நினைவாக நின்றிருக்கிறது வீரபாண்டிய கட்ட பொம்மன் சிலை.

ஆம், அந்த இடத்தில்தான் கட்ட பொம்மன் தூக்கிலிடப்பட்டான். அவனது நினைவாக அங்கு ஒரு சிலை அமைக்கப்பட்டு, நினைவு ஸ்தூபியும் எழுப்பப்பட்டுள்ளது.

எஸ்.ராமகிருஷ்ணன் ● 143

சுதந்திரப் போராட்டத்தின் முதல் போராளியான வீரபாண்டிய கட்டபொம்மன், பாஞ்சாலங்குறிச்சி என்கிற பாளையத்தை ஆண்டு வந்தார். இப்போது அங்கு கட்டபொம்மன் நினைவாகக் கோட்டையும், சிறிய காப்பகமும் உள்ளது.

பிரிட்டிஷ் ஆட்சியை எதிர்த்து, வரி கொடுக்க முடியாது என்ற சுதந்திர வேட்கையைத் துவக்கிவைத்த கட்டபொம்மன் மீது வெள்ளையர்கள் படையெடுத்து வந்து பாஞ்சாலங் குறிச்சியை அழித்தனர். கட்டபொம்மன் தப்பியோடி, புதுக்கோட்டைக் காடுகளில் ஒளிந்து வாழ்ந்தான். அங்கும் காட்டிக்கொடுக்கப்பட்டு, பிடிபட்டு கயத்தாறில் உள்ள புளிய மரம் ஒன்றில் தூக்கிலிடப்பட்டான்.

அந்தப் புளிய மரம் இருந்த இடத்தில்தான் இப்போது நினைவுச்சின்னம் அமைக்கப்பட்டிருக்கிறது. திருநெல்வேலி செல்லும் நெடுஞ்சாலை முழுவதும் மருத மரங்களும் புளியமரங்களும் ஆதியில் இருந்திருக்கின்றன. அப்படியொரு புளிய மரத்தில் மக்கள் முன்னிலையில், கட்டபொம்மன் தூக்கிலிடப்பட்டிருக்கிறான். சில மாதங்களிலே அந்தப் புளிய மரம் புனிதமானது என்று மக்களால் வழிபடப்பட்டிருக்கிறது. ஆனால், அதைச் சகித்துக்கொள்ள முடியாத வெள்ளைக்காரர்கள் அப்புளிய மரத்தைத் தீயிட்டுக் கொளுத்திவிட்டார்கள். பிற்காலத்தில் அந்த இடம் அப்படியே மறந்து போனது.

வீரபாண்டிய கட்டபொம்மன் திரைப்பட உருவாக்கக் காலத்தில் அதைப்பற்றி ஆராய்ந்த ம.பொ.சி. போன்ற தமிழ் அறிஞர்கள், அந்தப் புளிய மரம் எங்கே இருந்திருக்கக்கூடும் என்ற ஆய்வை நிகழ்த்தினார்கள். அந்தப் படம் அடைந்த வெற்றியின் காரணமாக, சிவாஜி கணேசன் கயத்தாறில் உள்ள அந்த இடத்தை விலைக்கு வாங்கி, தனது சொந்தச் செலவில் கட்டபொம்மனுக்கு சிலை எடுத்து நினைவு ஸ்தூபியும் அமைத்துக்கொடுத்தார்.

இப்போது அந்த இடம் அரசிடம் ஒப்படைக்கப்பட்டுப் பராமரிக்கப்படுகிறது. (வீரபாண்டிய கட்டபொம்மன் திரைப்படம் எடுப்பதற்கு தமிழகத்தில் கோட்டைகளும், பழைய அரண்மனைகளும் இல்லை என்பதால், அந்தப் படம் முழுவதும் ராஜஸ்தானில் படமாக்கப்பட்டிருக்கிறது. நமது சரித்திரச் சான்றுகள் எந்த நிலையில் இருக்கின்றன என்பதற்கு ஒரு சிறிய உதாரணம் இது!)

இருந்திருக்கிறது. அதனால் வெள்ளைக்காரர்கள் பிடிக்க வந்தால், ஒரு பக்கமிருந்து இன்னொரு பக்கத்துக்குத் தப்பிப் போய்விடலாம் என்பதற்காகவே கட்ட பொம்மன் அங்கு வந்து ஒளிந்திருந்ததாகச் சொல்கிறார்கள்.

கட்டபொம்மனை நினைவுகொள்வதற்காக வருடம் தோறும் ஊரில் கட்டபொம்மன் நாடகம் நிகழ்த்தப்படுகிறது என்றும், அந்த நாடகத்தில் கிராமவாசிகளே நடிப்பார்கள் எனவும் இன்றுவரை அது தொடர்ந்து நடந்து வருகிறது என்றும் சொன்னார்கள். கட்டபொம்மனைக் காட்டிக்கொடுத்து ஊதியம் பெற்ற ஒரு நபரின் வீடு இன்றும் இடிந்துகிடக்கிறது. அவர்களது வம்சாவளியினர் கூட அந்தக் கறையிலிருந்து விடுபட முடியாமல் ஊரைவிட்டு வெளியேறிப் போய் விட்டார்கள் என்றும் கூறுகிறார்கள்.

சரித்திரத்தைப் பசுமையாக நினைவில் வைத்திருப்பது ஒருபுறமிருக்க, காட்டை அப்படியே பாதுகாக்கும் அவர்களது நேசம் எனக்கு மிகவும் நெருக்கமாக இருந்தது. காட்டுக்குள் நடந்து போகும்போது மறந்துகூட ஒரு இலையைக் கிள்ளிப்போடுவதை அவர்கள் விரும்புவதில்லை. நான் நடந்து போனபோதுகூட இரண்டு பெரியவர்கள் ஒன்றுக்குப் பத்து முறை எதையும் தொடக்கூடாது என்று எச்சரிக்கை செய்தே அனுப்பினார்கள்.

ஊதியத்துக்காக இந்தியாவுக்குப் பணிபுரிய வந்து வெவ்வேறு நகரங்களில், வெவ்வேறு போராட்டங்களில் இறந்துபோன வெள்ளைக்காரர்களின் சமாதிகளைப் பாதுகாப்பதற்கு இன்றும் கூட பிரிட்டிஷ் அரசு பண உதவி செய்கிறது. முறையாக அந்தக் கல்லறைத் தோட்டங்கள் பாதுகாக்கப்படுகின்றன. ஆனால், இந்தியச் சுதந்திரத்துக்காகப் போராடி ரத்த பலியானவர்களில் ஒரு சிலரைத் தவிர, மற்றவர்கள் எங்கே புதைக்கப்பட்டார்கள் என்ற தகவல்களை அறிந்து கொள்வது கூட எளிதானதாக இல்லை.

திருச்சுழியின் பழைய ராஜபாட்டைச் சாலை ஒன்றில், ஒரு வெள்ளைக்காரக் குழந்தை இறந்து போய்ப் புதையுண்ட சமாதி இருக்கிறது. அதில், வெக்கை தாங்கமுடியாமல் இரண்டரை வயதுக் குழந்தை இறந்து போனதாகத் தகவல் உள்ளது. குழந்தை இறந்து போய் நூறு வருடம் இருக்கக்கூடும். இன்றும் வயதானவர் ஒருவர் அந்தச் சமாதியைச் சுற்றிலும் பூச்செடிகள்

எஸ்.ராமகிருஷ்ணன் ● 147

வைத்துத் தண்ணீர் ஊற்றி வளர்த்து வருகிறார். 'எங்கிருந்தோ வந்து நம்ம ஊர்ல செத்துப் போயிருக்கு அந்தப் பிள்ளை, நம்ம ஊரோடு அதுக்கு ஏதோ சொந்தமிருக்கு..! என்னால முடிஞ்ச அளவு அந்தச் சமாதியைப் பாத்துக்கிடுறேன்' என்று சொன்னார்.

இப்படித்தான் இருந்திருக்கிறது நம் முன்னோர்களின் காலம். வேகத்திலும் பரபரப்பிலும் நாம் கை தவறவிட்டது நமது சரித்திர பிரக்ஞையை மட்டுமில்லை இயல்பான அன்பையும், அக்கறைகளையும்தான்!

○

24

மூன்றாவது கரை

எதையேனும் சார்ந்திரு
கவித்துவம்
தத்துவம் காதல்
இங்கிதம் சங்கீதமிப்படி
எதன் மீதேனும் சாய்ந்திரு
இல்லையேல் உலகம்
காணாமல் போய்விடும்.

- வண்ண நிலவன்

ஹேர்மன் ஹெஸ்ஸே என்ற நோபல் பரிசு பெற்ற எழுத்தாளரின் சித்தார்த்தா நாவலை எனது கல்லூரி நாட்களில் வாசிக்கும் சந்தர்ப்பம் கிடைத்தது. அந்நாவல் வீட்டை விட்டு வெளியேறித் துறவியாக விரும்பும் சித்தார்த்தன் என்ற கதாபாத்திரத்தின் தேடுதல் பற்றியது.

நாவலின் இறுதிப் பகுதியில் துறவி ஆவதற்காக வீட்டைவிட்டு வெளியேறுகிறான் சித்தார்த்தன். அவனின் நண்பன் கோவிந்தன் ஒரு நதியில் படகோட்டியாக வாழ்ந்து வருகிறான். அவனைத் தற்செயலாக சித்தார்த்தன்

சந்திக்கும்போது, தான் ஆற்றிடமிருந்து வாழ்வின் புதிர்களைப் பற்றி அறிந்துகொண்டதாகவும், அதுதான் தனது நித்ய குரு என்றும் கூறுகிறான் கோவிந்தன்.

அவனது பார்வையில், ஆறு என்பது கண்ணில் தெரியும் தண்ணீர் மட்டுமல்ல, அது ஒரு கட்டற்ற விசை. ஆறு ஒருபோதும் பின் திரும்பி ஓடுவதில்லை; ஆற்றுக்குக் கடந்தகாலம், எதிர்காலம் முக்கியமில்லை. அது எப்போதும் நிகழ் காலத்தில் ஓடிக்கொண்டு இருக்கிறது.

'சித்தார்த்தா'வை வாசித்து முடித்ததும் மனதில் அதுவரை ஆறு பற்றி இருந்த காட்சிகள் யாவும் கலைந்து போய், முற்றிலும் புதியதொரு அனுபவ தளத்தில் ஆறு ஓடத் துவங்கியது. அநேகமாக அதற்குப் பிறகுதான் நான் ஆற்றை முழுமையாகப் பார்க்கத் துவங்கினேன் என்றுகூடச் சொல்லலாம்.

ஆற்றைப் பார்ப்பது என்றால் என்ன? எளிமையான கேள்வி போல இது தோன்றினாலும், அது ஒரு மாபெரும் முயற்சி. நூற்றாண்டு காலமாக மனிதன் ஆற் றோடு வாழ் ந் து கொண்டே இருக்கிறான். ஆற்றைப் பற்றி ஆயிரமாயிரம் கவிதைகள், காட்சிப் பதிவுகள், தத்துவ விசாரங்கள் செய்திருக்கிறான். எல்லாவற்றையும் கடந்து, ஆறு இன்றும் புதிரும் வசீகரமும் கலந்து ஓடிக்கொண்டே இருக்கிறது.

ஆற்றைப் பயன்படுத்திக்கொள்வதற்கு நமக்குப் பரிச்சயம் இருக்கிறது. ஆனால், ஆற்றோடு பழகுவதற்கு, புரிந்துகொள்வதற்கு அதிகம் பரிச்சயம் இல்லை. சில நேரங்களில் நீரோட்டமின்றி மணல் மேடுகளாகக் கிடக்கும் ஆற்றில் படுத்து உறங்குபவர்களைப் பார்த்திருக்கிறேன். அது ஒரு ரகசிய ஆசை தான் இல்லையா? ஆறு பெருக்கெடுத்து ஓடும்போது தொலைவில் கை கட்டி நின்று ரசிக்கும் நமக்குள் அதன் மடியில் படுத்து உறங்க வேண்டும் என்ற ஆசை துளிர் விட்டபடியே தான் இருக்கிறது.

ஆற்றை ஒவ் வொரு மனிதனும் ஒருவிதத்தில் புரிந்துகொண்டு இருக்கிறான். தமிழகத்தின் முக்கிய ஆறுகளைப் பற்றிய ஒரு ஆய்வுக்காக தேடித் திரிந்த நாட்களில், ஆற்றின் வேறு வேறு பாதைகளை, அழகை, அலங்கோலத்தை, சிதிலமடைந்த படித்துறைகளைக் காண நேர்ந்தது. குறிப்பாக, ஆறு கடலில்

கலக்கும் இடம் குறித்து மனதில் அதுநாள் வரை இருந்துவந்த பிம்பம் அந்தப் பயணத்தில் முற்றிலும் சிதறிப்போனது.

காவிரி கடலில் கலக்கும் இடம் பூம்புகார் என்பதால், அங்கே சென்று காவிரி எந்த இடத்தில் கடலில் கலக்கிறது என்று கேட்டால் உள்ளூர்வாசிகள் சிரிக்கிறார்கள். 'காவிரி பூம்புகார் வரை வந்தே பல வருடமாகிறது. எப்போதாவது வெள்ளம் வரும்போது, ஆற்றில் தண்ணீர் வரும். ஆனாலும், கடலில் கலப்பதற்கு முன்பே கிளை ஆறுகளின் பாதையால் திசைமாறிப் போய்விடும்' என்றார்கள்.

ஆதி நாட்களில் காவிரி கடலில் கலக்குமிடம் இதுதான் என்று ஒரு வறண்ட பரப்பைக் காட்டினார்கள். பாலிதீன் காகிதங்களும் குப்பைகளும் மலக்கழிவுகளும் பரந்து கிடந்த ஒரு மணல் திட்டும், அருகில் குட்டையாகத் தேங்கி நிற்கும் கழிவு நீருமாக அந்த இடத்தை நோக்கி நடந்து போக முடியாதபடி இருந்தது. அது காவிரி கடலில் கலக்குமிடம் என்பதற்கான அறிகுறியே இல்லை.

ஆறு தன் பாதையை மாற்றிக்கொண்டே இருக்கக்கூடியது. ஆதலால், இப்போதுள்ள காவிரி ஓடும் பாதை வேறு, பழைய காவிரி ஆற்றுப்பாதை வேறு. கர்நாடகாவில் இருந்து காவிரியின் பாதையில் கடந்து வந்த போது கண்ட அதன் பிரமாண்டத்துக்கோ நீர்ப் பெருக்குக்கோ எந்தச் சம்பந்தமும் இல்லாமல் இருந்தது, பூம்புகாரில் நான் கண்ட காட்சி. ஆறும் கூட தன் நிலை கெடும் என்று அதைப் பார்த்தபோதுதான் புரிந்தது.

கடலில் கலக்காத ஒரே ஆறு வைகை. அது ராமநாதபுரக் கண்மாயில் சென்று கலந்துவிடுகிறது என்று வாசித்தபோது ஆச்சர்யமாக இருந்தது. ஒரு ஆறு சென்று கலக்கிறது என்றால், அந்த கண்மாய் எவ்வளவு பெரியதாக இருக்கும் என்று காண்பதற்காகவே அங்கு சென்றிருந்தேன். ராமநாதபுரக் கண்மாய் மிகப் பெரியது. நாரை பறந்து கடக்க முடியாத படி பிரமாண்டமானதாக விரிந்து கிடந்தாலும் நான் சென்று பார்த்த நாளில், வேலி மரங்கள் அடர்ந்து போய் தூர்ந்த நிலையில் இருந்தது.

அந்தப் பயணங்களில் நான் ஆற்றிடமிருந்து எவ்வளவோ கற்றுக்கொண்டேன். ஆற்றைப் புரிந்து கொள்ளத் துவங்கினேன்.

எஸ்.ராமகிருஷ்ணன்

ஆற்றில் மிதக்கும் ஒரு இலையைப் போல என்னை அதில் மிதக்கவிட்டுப் பார்த்தேன். ஆறு என் வரையில் ஒரு விசித்திரம். ஆறு துவங்கும் இடத்துக்கும் முடியும் இடத்துக்கும் இடையில் அது கொள்ளும் ஒப்பனைகள், நாம் கற்பனை செய்து பார்க்க முடியாதபடி வியப்பானவை.

நர்மதை, கங்கை, தாமிரபரணி, கோதாவரி என எத்தனையோ ஆற்றின் படித்துறைகளில் அமர்ந்தபடி ஆற்றின் போக்கை அவதானித்திருக்கிறேன். என் வரையில் பிடித்த இரண்டு படித்துறைகளில் ஒன்று ஸ்ரீவைகுண்டத்தில் உள்ள தாமிரபரணி ஆற்றுப் படித்துறை. இன்னொன்று, ரிஷிகேசத்தில் உள்ள கங்கையின் படித்துறை. இந்த இரண்டும் மிகத் தனித்துவமானவை.

ஒரு மழைக்காலத்தில் ஸ்ரீவைகுண்டத்தில் இரண்டு வாரம் கல்லூரி நண்பனின் வீட்டில் தங்கியிருந்தேன். அப்போது ஆறுதான் எங்களின் அடைக்கலம். எல்லா ஊர்களையும் போலவே ஆண்கள் படித்துறையும் பெண்கள் படித்துறையும் தனித்தனியாகவே இருந்தன. சில நாட்களில் பின்னிரவில் பெண்கள் படித்துறையில் உரசி உரசித் தேய்ந்து மஞ்சள் படிந்து போன கல்லைத் தடவியபடியே நண்பன் தனது ரகசியக் காதலியைப் பற்றி விவரித்திருக்கிறான்.

ஒரு நாள் இரவு, நல்ல மழை. ஆற்றில் குளிக்கப் போனோம். ஆற்றின் வேகம் அதிகமாக இருந்தது. படித்துறைகளில் தண்ணீர் மோதும் சப்தம். பகலாக இருந்தால் எத்தனை படிகளுக்குக் கீழே தண்ணீர் ஓடுகிறது என்று பார்க்கலாம். இரவில் அதுவும் தெரியவில்லை. காற்றோடு பெய்யும் மழை என்பதால் சீற்றம் அதிகமாக இருந்தது. நாங்கள் படித்துறைக்குப் போவதற்குள் நனைந்து போனோம். மழையோடு பார்க்கும்போது ஆறு நூறு கைகளை வீசிக்கொண்டு செல்வது போலிருந்தது. மழைக்குள்ளாகவே ஆற்றில் நீந்தினோம். திடீரென பூமிக்கும் வானுக்குமான இடைவெளியே இல்லாமல் போய்விட்டதோ எனும்படியாக, நீர் வலை பின்னிக்கொண்டு இருந்தது.

தண்ணீரில் யார் எங்கே நீந்துகிறார்கள் என்று தெரியவில்லை. மழை முகத்தில் பெய்கிறது. தண்ணீரின் விசை இழுத்துப் போகிறது. தொலைவில் தெரியும் வெளிச்சம் கூட மழையின் வேகத்தால் சிதறிக்கொண்டு இருந்தது. சில நிமிடங்களுக்குப்

பிறகு மேற்கில் பெரிய மின்னல் வெட்டு ஒன்று தோன்றியது. ஆற்றில் இருந்தபடியே நாங்கள் பார்த்தோம். வெளிச்சம் அப்படியே உருகியோடியது போல, ஆற்றின் மீது பரவி மறைந்தது. அது போன்றதொரு அற்புதக் காட்சியை பின் ஒருபோதும் நான் காண சந்தர்ப்பம் கூடவே இல்லை.

நிமிட நேரத்துக்கும் குறைவாகத்தான் இருக்கக்கூடும். ஆனால், ஆறு முழுவதும் கை தவறவிட்ட பாலைப் போல வெளிச்சம் ஓடி மறைந்தது. அவசரமாக படித்துறைக்கு ஏறி வந்து ஈரத்தினுள் உட்கார்ந்து கொண்டோம். கற்கள் கரைந்து போய்க்கொண்டு இருக்கிறதோ எனும்படியாக தண்ணீரின் வேகம் இருந்தது. கண்கொள்ளாத அளவு ஆறு பெருக்கெடுத்துப் போய்க்கொண்டு இருந்தது. ஈரத்துடன் படித்துறைக் கல்லில் படுத்துக்கொண்ட நண்பன் சொன்னான்... 'உலகின் மிகப் பெரிய ஆறு இரவுதான், நாம் எப்போதும் அதன் படித்துறையில் தான் படுத்துக்கிடக்கிறோம்!'

காற்று தணிந்திருந்தது. மழை வெறிக்கத் துவங்கியது. வீடு திரும்ப மனமற்று அங்கேயே கிடந்தோம். நண்பன் இருளுக்குள்ளாகவே நடந்து போனான். திரும்பி வந்தபோது, அவன் கையில் ஒரு தீப்பெட்டி இருந்தது. அவன் புகைபிடிக்க விரும்பி ஒரு தீக்குச்சியைப் பற்றவைத்தான். அந்தக் குச்சி நனைந்திருக்கக்கூடும். பற்றவே இல்லை. நாலைந்து தீக்குச்சிகளுக்குப் பிறகு ஒன்று பற்றி எரிந்தது. அந்த வெளிச்சம் தண்ணீரின் மீது ஓடத் துவங்கியது. நண்பன் சிரித்தபடியே தீக்குச்சி வெளிச்சத்தை உயர்த்திக் காட்டினான். ஆற்றின் மீது சிறிய கோடு போட்டது போல வெளிச்சம் ஓடி மறைந்தது.

வீடு திரும்பிய பிறகும் ஆற்றிலிருந்து விடுபட முடியவில்லை. மறுநாள் பகலில் அதே படித்துறைக்குப் போனபோது வெயில் பொங்கி வழிந்து கொண்டு இருந்தது. நேற்று பார்த்த ஆறு இதுதானா என்று சந்தேகமாக வந்தது. அன்று கோயிலில் ஏதோ விசேஷம் போலும்... கூட்டம் அதிகமாக இருந்தது. படித்துறையில் வயதான பெண்மணி ஒருவர் துணி துவைத்துக் கொண்டு இருந்தார். ஆறு இறக்கையை ஒடுக்கிக்கொண்ட பறவையைப் போல ஓடிக்கொண்டு இருந்தது.

அங்கிருந்த நாட்களில் ஆற்றின் நூறு நூறு தோற்றங்களைக் காணும் சந்தர்ப்பம் கிடைத்தது. அப்போது தோன்றியது.

எஸ்.ராமகிருஷ்ணன் ● 153

ஆற்றுக்கு இரண்டு கரைகள் மட்டுமல்ல; மூன்றாவது ஒரு கரையும் இருக்கிறது. அந்தக் கரை ஆகாசம்! காரணம், வானம் ஆற்றோடு கொண்டுள்ள உறவு விசித்திரமானது. நான் அந்த மூன்றாம் கரை ஆற்றோடு முயங்கிக்கிடந்ததைப் பார்த்தேன் என்பதுதான் இன்றுவரை சந்தோஷம் தந்தபடியே இருக்கிறது!

○

25

ஒரு கோயில்... சில காட்சிகள்!

நேர்கோடாய் நிற்கும்
நெடும்பனை
குறும்புக் காற்று
தண்ணீர் திரையில்
நெளியும் நாகம்

- தி.சோ.வேணுகோபாலன்

சில ஊர்களுக்குப் போக வேண்டும் என்ற விருப்பம் எனக்கு உண்டானதற்கான காரணங்கள் மிக வேடிக்கையானவை. சிறுவயதில் இருந்தே பழநிக்குப் போக வேண் டும் என்று ஆசைப்பட்டிருக்கிறேன். அதற்கு ஒரேயொரு காரணம், அங்கே குதிரை வண்டிகள் அதிகம் ஓடிக்கொண்டு இருக்கின்றன என்பதுதான். குதிரை வண்டியில் ஏறிப் பயணம் செய்வது, ஒரு தனியான அனுபவம் தரக்கூடியது.

சிறு வயதில், ஒரே வண்டிக்குள் பத்து பேர் உள்ள ஒரு குடும்பமே ஏறிக்கொண்டு, நெருக்கி நெருக்கி உட்கார்ந்த நிலையில் பயணம் செய்யும்போது கூட, குதிரையின் காலடிச் சத்தங்களைக் கேட்டுக்கொண்டே

தொலைவில் தெரியும் மலையைக் காண்பது சந்தோஷம் தருவதாக இருக்கும்.

பல வருடங்கள் இதற்காகவே பழநிக்குச் சென்றிருக்கிறேன். ஆனால், கோயிலைச் சுற்றியுள்ள பகுதிகளில் தனியே அலைந்து கொண்டு இருக்கும் கிழட்டுக் குதிரைகளைக் காணும்போது, மிகவும் வருத்தமாக இருக்கும். அந்தக் குதிரைகளில் ஒன்று, உடல் முழுவதும் சொறி பிடித்ததுபோல் தோல் உரிந்து, ஒரே இடத்தில் அசையாமல் நின்று கொண்டே இருந்ததைப் பலமுறை கண்டிருக்கிறேன்.

சில நேரம் வியப்பாக இருக்கும், போன வருடம் வந்தபோதுகூட இதே இடத்தில்தானே குதிரை நின்றிருந்தது! இப்போது ஒரு வருடமாகி விட்டது. இன்றும் அந்தக் குதிரை அப்படியேதான் நிற்கிறதா? ஆனால், கிழட்டுக் குதிரைகள் யாவும் ஒன்றுபோல்தான் இருக்கின்றன. அவற்றை வேறு படுத்திக் காண்பது எளிதானதல்ல.

முன்பு எல்லா ஊர்களின் ரயில் நிலையத்தின் முன்பாகவும், குதிரை வண்டிக்காரர்கள் நிற்பார்கள். அவர்கள் கையில் மிக அழகான குஞ்சலம் வைத்த கோல் இருக்கும். வண்டிக்குள் வைக்கோல் பரப்பி, அதன் மீது சமுக்காளம் விரித்திருப்பார்கள். குதிரைகளும் ஒரே மட்டத்தில் இருக்கும்.

கிழட்டுக் குதிரைகள் இறந்துபோய்விட்டால் என்ன செய்வார்கள் என்று கேட்டேன். சில நேரம் அவற்றை அப்படியே புதைத்துவிடுவார்கள் என்றும், அதை மாமிசமாக உண்பவர்களும் இருக்கிறார்கள் என்றும் சொன்னார்கள். பராமரிப்பின்றி விடப்படும் குதிரைகளின் நிலையைப் பற்றி யோசிக்கும் போது, திடீரென பயமாக இருக்கிறது. பல வருடமாக நம்மோடுதான் அந்தக் குதிரை வாழ்ந்தது. நமது சாலைகளில்தான் நடந்து திரிந்தது. பயன்பாடு என்ற நோக்கில் அது தளர்ந்து போனவுடன், முற்றிலுமாகப் புறக்கணிக்கப்பட்டு விடப்படுகிறது.

குதிரை வண்டிகளின் இடத்தை இன்று ஆட்டோக்கள் பிடித்துக்கொண்டுவிட்டன. நகரமெங்கும் சப்தமிட்டு அலையும் ஆட்டோக்களைக் காணும் குதிரை வண்டிக்காரர்கள் எரிச்சல் அடைகிறார்கள். குதிரை வண்டிக்காரர்கள் எப்போதாவது

ஆட்டோவைக் குறுக்கிடும்போது, 'டேய்... நம்ம வண்டிக்குப் பெட்ரோல் போடவேண்டியதே கிடையாது, தெரிஞ்சுக்கோ!' என்று நக்கலாகச் சொல்கிறார்கள். ஆட்டோக்காரர்கள் பதிலுக்கு, 'அது சரி... ஆனா, நம்ம வண்டி சாணி போடாது. அதை மறந்துராதீங்க!' என்று சொல்லியபடி போகிறார்கள்.

பழநியில் குதிரைகளைப் போலவே எங்கு பார்த்தாலும் தென்படும் சாமியார்களும், ஊசி பாசி, முருகன் டாலர் விற்பவர்களும் பிரபலமானவர்கள். பழநியில் ஆண்டியாக அலைந்து கொண்டு இருப்பவர்கள் பலருக்கும் சுவாரஸ்யமான கதைகள் இருக்கின்றன. பொதுவாக, கோயில் நகரங்கள் கதைகள் நிரம்பியவை. அதுவும், தொடர்ந்து பக்தர்கள் வந்து போய்க்கொண்டே இருப்பதால், எண்ணிக்கையற்ற சம்பவங்கள் நிகழ்கின்றன. அங்கு கண்ணையும் காதையும் திறந்து வைத்துக் கொண்டால், அறிந்து கொள்வதற்கு ஆயிரம் சுவாரஸ்யமான விஷயங்கள் கொட்டுகின்றன.

ஒருமுறை தேவஸ்தானத்து விடுதி ஒன்றில் தங்கியிருந்தேன். அடுத்த அறையில் ஒரு குடும்பம் தங்கியிருந்தது. அவர்கள் விடியற்காலையில்தான் வந்து சேர்ந்திருந்தார்கள். நாலைந்து ஆண்களும், பெண்களும் இருந்தார்கள். அந்த விடுதியின் பணியாளர் ஒருவர் அவர்களுக்காக ஏதோ வாங்குவதற்காக அதிகாலையில் அங்குமிங்கும் ஓடிக்கொண்டே இருந்தார். யாரோ ஒரு முக்கிய அரசு அதிகாரியின் குடும்பம் என்றார்கள்.

நான் விடுதியைவிட்டுத் தேநீர் அருந்தப் போகும்போது, அவர்கள் பால் குடங்களுடன் மலையை நோக்கித் தரிசனத்துக்காகச் சென்றுகொண்டு இருந்தார்கள். நான் சாப்பிட்டுவிட்டு அறைக்கு வந்தபோது, அவர்கள் அனைவரும் மொட்டையடித்த தலையும் சந்தனமுமாக, காரிடாரில் நடந்து கொண்டு இருந்தார்கள். விடுதிப் பணியாளர் பெரிய டிபன் கேரியரில் ஏதோ வாங்கிக்கொண்டு, ஆட்டோவில் இறங்கினார். ஒரு மணி நேரம் அவர்கள் ஓய்வெடுத்திருக்கக்கூடும்.

திரும்பவும் பன்னிரண்டு மணி பூஜையில் கலந்துகொள்ள வேண்டும் என்று பெரிய பெரிய மாலைகளை அள்ளி எடுத்துக்கொண்டு, கிளம்பி மலைக்குப் போனார்கள். இப்படி ஒரு நாளைக்கு அவர்கள் நாலைந்து முறை சாமியைப் பார்ப்பதற்காக, மலைக்குப் போவதும் வருவதுமாக இருந்தார்கள்.

எஸ்.ராமகிருஷ்ணன்

இரவு அவர்கள் கிளம்பும் வரை, அந்த விடுதிப் பணியாளர் அவர்கள் கூடவே அலைந்துகொண்டு இருந்தார். அவர்கள் அத்தனை பேரும் காரில் ஏறிக்கொண்டு, மலையைப் பார்த்து ஒரு கும்பிடு போட்டுக் கொண்டார்கள். விடுதிப் பணியாளர் தயங்கியபடியே கார் அருகில் நின்றதும், பருத்த தொப்பை உள்ள அதிகாரி தனது சட்டைப் பையில் இருந்து ஐந்து ரூபாயை எடுத்து விடுதிப்பணியாளர் கையில் கொடுத்து, 'வெச்சுக்கோ' என்று சொல்லிவிட்டுக் காரைக் கிளப்பச் சொன்னார்.

கார் கிளம்பிச் சென்ற அடுத்த நிமிஷம், வாசலில் நின்றபடியே அந்தப் பணியாளர், 'சே! ஒரு நாள் பூரா இவன் கூடவே நாயா அலைஞ்சிருக்கேன்... அஞ்சு ரூவா குடுத்துட்டுப் போறான் பாரு! இவன் குடும்பமே விளங்காது. ஊரை மொட்டை அடிக்கிறது பத்தாதுனு குடும்பத்துக்கே மொட்டை போட்டுட்டுப் போறான். களவாணிப் பய! ஒரு நாளைக்குப் பத்து தடவை சாமி கும்பிடுறதிலேயே அவன் கள்ளத்தனம் தெரிஞ்சு போகுதில்லே..!' என வசை பொழிந்தபடியே இருந்தார்.

பெரும்பாலோரின் பக்தி என்பது சுயநலம்தான் என்று தோன்றுகிறது. ஈகையும் கருணையும் இல்லாத மனதில் எப்படிச் சாந்தமும் அன்பும் தோன்றும். மனிதன் முதலில் அறிந்து கொள்ள வேண்டியது கடவுளை அல்ல; தன்னைச் சுற்றியமனிதர்களைத்தான்.

ஒரு கோயிலைச் சுற்றி எவ்வளவு காரியங்கள் நடந்துகொண்டு இருக்கின்றன என்பதே அங்கு தான் முழுமையாகக் கண்டுகொண்டேன். ஒரு சிறுவன் கையில் ஒரு சிறிய தட்டை வைத்துக்கொண்டு, அதில் ஒரு நாகச் சிலையை ஏந்தியபடியே தெருவில் காசு வசூல் செய்துகொண்டு அலைகிறான். போதுமான காசு கிடைத்தவுடன், அந்தச் சிலையைத் தனது கையில் உள்ள மஞ்சள் பையில் போட்டுக்கொண்டு சினிமா பார்க்கச் சென்றுவிடுகிறான். முருகன் சிலையில் இருந்து எடுத்து வந்த நவபாஷாண சந்தனம் என்று விற்பவர்கள் சிலர் அலைந்துகொண்டு இருக்கிறார்கள்.

யானைப்பாகன் ஒருவன் தனது யானையை அருகில் உள்ள டீக்கடையில் ஒப்படைத்துவிட்டு, ஒயின்ஷாப்புக்குள் குடிக்கப் போய்விடுகிறான். கேரளாவில் இருந்து வந்த சிப்ஸ் விற்பவர்கள்

ஒருபக்கம் அலைந்துகொண்டு இருக்கிறார்கள். விபூதி விற்பவர்கள், பஞ்சாமிர்தம் விற்பவர்கள், ஏடு பார்ப்பவர்கள், கஞ்சா விற்பவர்கள், மனோவசியக் கலை புத்தகம் விற்பவர்கள், ரசவாதம் செய்வதற்கு வழிகாட்டுபவர்கள், கிளி ஜோசியம் பார்ப்பவர்கள், சாமி படம் விற்பவர்கள், லாட்ஜ் பிடித்துத் தரும் ஏஜென்ட்டுகள், டாக்ஸி டிரைவர்கள், பழ விற்பனை செய்பவர்கள் என்று கோயிலைச் சுற்றிலும் நூற்றுக்கணக்கில் சிறிதும் பெரிதுமான வேலைகள் நடந்து கொண்டு இருக்கின்றன.

கோயில் படிக்கட்டில், பிச்சைக்காரர்களில் ஒருவராக அமர்ந்து இருந்த ஒருவனை இரண்டு மூன்று நாட்கள் தொடர்ந்து அவதானித்தேன். அவன் அரை மணி நேரத்துக்கு ஒருமுறை தனக்குச் சேரும் காசுகளை மொத்தமாக எடுத்துத் தான் உட்கார்ந்திருக்கும் சாக்கின் அடியில் போட்டுக்கொண்டு விடுகிறான்.

அப்புறம், அவன் சாப்பிடப் போகும்போது, அந்த இடத்தில் வெறும் சாக்கில் நாலைந்து பத்து காசுகளை மட்டும் வைத்துவிட்டு எழுந்து போகிறான். பிச்சைக்காரர்கள் இல்லாமலே சாக்குகள் மட்டும் விரிந்து கிடப்பதைக் காண்பது விசித்திரமாக இருந்தது. அது போலவே, பெரும்பான்மை பிச்சைக்காரர்கள் யாசகம் கேட்பதில்லை. அதிகம் பேசுவதும் இல்லை. சிலருக்கு அதே நகரில் குடிசைகள் இருக்கின்றன. பெரும்பான்மை பிச்சைக்காரர்கள் இரவுக்காட்சி சினிமாவுக்குச் செல்கிறார்கள் பிச்சைக்காரர்களின் கதை இப்படியென்றால், சாமியார்களாக அலைபவர்களில் பலருக்கும் நன்றாக ஆங்கிலம் பேசத் தெரிந்திருக்கிறது. ஆனால், அவர்களில் எவரும் எந்த ஆன்மிகப் புத்தகமும் படித்ததில்லை. நான் சந்தித்த ஒரு சாமியார் தனது டயரியை விரித்து, அதில் தனக்குச் சீடர்களாக உள்ள இத்தாலிய நாட்டைச் சேர்ந்த நபர்களைப் பற்றிய தகவல்களைத் தெரிவித்தார். அநேகமாக எல்லா சாமியார்களுக்கும் நன்றாகத் தெரிந்திருக்கும் ஒரே விஷயம், தன்னைத் தேடி வருபவர்களை மயக்கும்படியாகப் பேசுவது. அதோடு, கொஞ்சம் ஆரூடம்.

மனநலம் பாதிக்கப்பட்டு ஆங்காங்கே சுற்றி அலைந்து கொண்டு இருப்பவர்களும், பழநியில் அதிகம் இருக்கிறார்கள். மனநலமற்ற ஒருவர் சாலையில் ஓரமாக உட்கார்ந்து கொண்டு, காற்றில் ஏதோ எழுதுவதும் அழிப்பதுமாக இருந்தார்.

இந்தியா முழுவதுமே கோயில்கள் தான் பிரதான வணிக மையங்கள். எல்லா கோயில் நகரங்களிலும் இது போன்ற உதிரி மனிதர்கள் ஆயிரக்கணக்கில் வசிக்கிறார்கள். குடும்பத்தை விட்டு வெளியேறியவர்களுக்குக் கோயில்தான் பெரிய அடைக்கலமாக இருக்கிறது. அதிலும் பெரும்பான்மையான கர்நாடக கோயில்களில் உணவு வழங்கப்பட்டு விடுகிறது என்பதால், அங்கேயே தங்கி விடுபவர்கள் அதிகம் இருக்கிறார்கள்.

கோயிலைச் சார்ந்து வாழ்பவர்களில் எத்தனை பேர் அந்தக் கோயில்களுக்குத் தினமும் சென்று வழிபடுகிறார்கள் என்று கேட்கத் தோன்றியது. விசாரித்தபோது, மாதத்துக்கு ஒருமுறை தரிசனத்துக்காகக் கோயிலுக்குள் போகிறவர்களே அதிகம் என்று தெரிந்தது. அவர்களைத் தவிர, மற்றவர்களுக்கு அந்தக் கோயில் வெளியூர்ப் பயணிகளின் தரிசனத்துக்கானது; இவர்களுக்கு அது வருமானத்துக்கான வழி.

பழநியை வழிபாட்டு ஸ்தலம் என்பதற்கும் மேலாக எனக்குப் பிடித்திருப்பதற்கு இரண்டு காரணங்கள் உள்ளன. ஒன்று, மாம்பழக் கவிச்சங்கம் என்னும் தமிழ்ப் புலவர் பிறந்த ஊர் அது. இன்னொன்று, போகர் என்ற சித்தர் வாழ்ந்தது.

இன்றைக்கும் குதிரை வண்டிகள் ஓடிக்கொண்டு இருக்கும் ஒரே ஊர் பழநி என்றுதான் தோன்றுகிறது. பத்து வருடங்களுக்குப் பிறகு, இந்தக் குதிரைகளும் வண்டிகளும் மியூஸியப் பொருள்களாகிவிடும். அல்லது, நட்சத்திர அந்தஸ்து உள்ள தங்கும் இடங்களில் மட்டுமே கிடைக்கக்கூடிய அரிய பொருளாகிவிடும்.

குதிரை வண்டியில் போவதில் அப்படி என்னதான் சௌகரியம் இருக்கிறது என்று நண்பர்கள் கேட்கிறார்கள். என்ன பதில் சொல்வது என்று தெரியாமல் விழிக்கிறேன். என்வரையில், சௌகரியம் என்பதற்காக அல்ல; அது பால்யத்தின் நினைவைத் தூண்டிவிடுகிறது என்பதால் தான் பிடித்திருக்கிறதோ, என்னவோ!

26

திசையே ஆடைகளாய்...

முப்பது கம்பெனிகளும்
இரண்டு வெளிநாட்டு வங்கிகளும் இருக்கும்
அந்தப் பெரிய கட்டடத்தை
தன் மகனுக்கு அறிமுகப்படுத்தினாள்
அந்த சித்தாள்.
நாங்கள் கட்டியது என்று சொல்லி
கட்டும்போது இருந்த இடம்,
சமைத்த இடம், தூங்கிய இடம்
எல்லாம் காண்பித்தாள், வெளியே இருந்தபடியே
முற்றிலும் மாறிப்போய்
தான் உள்ளேகூட நுழைய முடியாததாய்
ஆகிப்போன அந்தக் கட்டடத்தைப்
பெருமையுடன் பார்த்தாள்
அந்த வங்கியின் நியான் போர்டு இருக்கும் இடத்தில்
புடவை காயப்போட்டது தனக்கு மட்டும் தெரியும்
என்பதை திடீரென உணர்ந்தவளாக!

- முகுந்த் நாகராஜன்

தீர்த்தங்கரர் என்ற சொல்லை நம்மில் பலரும் கேள்விப்பட்டதே இல்லை. சமண தெய்வத்தின் பெயர்தான் அது. மகாபலிபுரத்தில் நாம் காணும் சிற்பங்கள்

எப்படிப் பஞ்சபாண்டவர்களையும், சிவனின் ஆவேசமான நிலைகளையும் சித்திரிக்கிறதோ, அப்படிச் சமண சிற்பங்களும், சமணத் துறவிகள் தங்கி வாழ்ந்த குகை தளங்களும் தமிழகத்தில் பல்வேறு இடங்களில் உள்ளன.

சமண மதம் ஒரு காலத்தில் தமிழகத்தில் மிகுந்த செல்வாக்கோடு இருந்திருக்கிறது. சமண அறிஞர்கள் தமிழ் இலக்கணத்துக்கு அரும்பணி செய்திருக்கிறார்கள். வட ஆற்காடு, தென்னாற்காடு மாவட்டப் பகுதிகளில் சமணச் சான்றுகள் இன்றும் அதிகம் கிடைக்கின்றன. அதோடு இன்றைக்கும் மேல்சித்தாமூர் போன்ற இடங்களில் சமண மடாலயங்கள் முறையாகப் பராமரிக்கப்பட்டு வருகின்றன.

திகம்பரர்கள் என்ற சமணத் துறவிகள், ஆடையில்லாமல் நடைப் பயணமாகவே கர்நாடகாவிலிருந்து புறப்பட்டு, முக்கிய சமண ஸ்தலங்கள் அத்தனைக்கும் நடந்தே செல்வதைச் சிறுவயதில் கண்டிருக்கிறேன்.

நிர்வாணமாக அந்தத் துறவிகள் நடந்து போவதைக் காண்பது மக்களுக்கு ஆச்சர்யமாக இருக்கும். சில நேரங்களில், அவர்களை ஒரு சிலர் பரிகசிப்பதும் உண்டு. அவர்கள் கையில் மயிலிறகோடு, வாயைக் கட்டிக்கொண்டு மிக மெதுவாக நிழலைப் போலக் கடந்து போவார்கள். இரவில் பயணம் செய்வதில்லை. எங்காவது தங்கிக்கொள்வார்கள். அப்படி ஒரு திகம்பரர்களின் குழுவை எனது பதின் வயதில் சந்தித்தேன்.

அவர்கள் சிரவணபெலகுலாவிலிருந்து நடந்தே கழுகுமலை நோக்கி போய்க்கொண்டு இருந்தார்கள். அவர்களின் மழிக்கப்பட்ட தலையும், முகத்திலிருந்த சாந்தமும் அவர்கள் பின்னாடியே போய் விடலாமா என்று தோன்றும்படியாக இருந்தது. கிராமத்து மக்கள் அவர்களை எப்படிச் சேவிப்பது என்று தெரியாமல் படி நிறைய நெல், தேங்காய், பழங்கள் சகிதமாகக் கொண்டுபோய் அவர்களை வணங்கியபோது, அந்தத் துறவிகள் கைகளை உயர்த்தி ஆசிர்வாதம் செய்தபடி, மக்கள் கொண்டுவந்திருந்த தானியங்களைப் பறவைகளுக்குத் தீனியாகப் பாறையில் போட்டார்கள். இளம் துறவி ஒருவர் மட்டும், ஆடு மாடுகளை இம்சை செய்யக் கூடாது, உயிர்க் கொலை தவிர்க்கப்பட வேண்டும் என்று சிறிய உரை நிகழ்த்தினார்.

அவர்களின் நிர்வாணம் கண்ணை உறுத்தாமல் இருந்தது. ஒரு பெரியவர் மட்டும் தயக்கத்துடன், அவர்கள் ஏன் ஆடையில்லாமல் போகிறார்கள் என்று கேட்டதும், திசைகளையே தாங்கள் ஆடையாக உடுத்திக்கொண்டு இருப்பதாகவும், பற்றைத் துறந்த பிறகு ஆடைகள் எதற்கு என்றும் சொன்னார் இளம் துறவி.

அப்போதுதான், முதன் முதலாக கழுகுமலையைப் பற்றி கேள்விப்பட்டேன். அதன் பிறகு, ஒன்றிரண்டு முறை பேருந்தில் பயணம் செய்யும்போது, பேருந்து நிலையத்தின் அருகில் தெரியும் அந்தக் குன்றைப் பார்த்தபடியே இருந்திருக்கிறேன். அங்குள்ள சமணக் கோயிலைச் சென்று பார்க்க வேண்டும் என்று தோன்றியதே இல்லை.

ஆனால், மதுரைப் பல்கலைக் கழகத்தில் படித்துக்கொண்டு இருந்த நாட்களில், பல்கலைக் கழகத்தின் எதிரில் இருந்த பெருமாள்மலைக்கு ஒரு முறை ஏறிச் சென்று பார்த்தபோது, அங்கிருந்த சமணத் தீர்த்தங்கரரின் சிற்பமும், கல்லில் உருவாக்கப்பட்ட படுகைகளும் வியப்பில் ஆழ்த்தின. அங்கிருந்து ஒரு பந்தம் ஏற்றிக் காட்டினால் திருப்பரங்குன்றம் மலை மேல் உள்ள சமணத் துறவிகளுக்குத் தெரியும் என்றார் அந்த மலையின் காப்பாளர்.

சீவக சிந்தாமணி அந்த மலையின் மீதுதான் இயற்றப்பட்டது என்ற நம்பிக்கை இருந்தது. சிற்பங்கள் இருந்த இந்த மலைக்கு அருகில் உள்ள குன்றுகளை வெடிவைத்து தகர்த்து கல் குவாரிகளாக மாற்றிவிட்டார்கள். ஆகையால், பெருமாள்மலைக்குப் போவதற்கு முறையான பாதைகள் இல்லை.

மலையின் மீது சிறிய சுனை இருக்கிறது. மழைத் தண்ணீரைத் தேக்கிவைத்துக் கொள்வதற்காகச் சிறிய பள்ளம் இருக்கிறது. உண்ணா நோன்பிருக்கும் நாட்களில், துறவிகள் வெறும் தண்ணீரை மட்டும் அருந்துவார்கள். அதற்குதான் இந்த ஏற்பாடு. சீடர்களுக்கு ஒரு பக்கமும், ஆசிரியர்களுக்கு ஒரு பக்கமுமாக கல்லில் படுக்கைகள் அடிக்கப்பட்டு இருக்கின்றன.

அந்தக் கல் படுக்கையில் படுத்துப் பார்த்தபோது குளிர் சாதன அறைகள் எதிலும் கிடைக்காத அபூர்வமான குளிர்ச்சி,

அந்தக் கல்லில் இருந்தது. அதோடு, காற்று சீராக உள்ளே வந்து போய்க்கொண்டு இருந்தது. தொலைவில் ஆடு மேய்க்கும் இரண்டு சிறுவர்களைத் தவிர, வேறு மனித நாட்டமே இல்லை. பல நூற்றாண்டுகளைக் கடந்த இந்தச் சமணப் படுகையின் முக்கியத்துவத்தை மக்கள் அறியவே இல்லை.

பெருமாள்மலை ஏற்படுத்திய ஈடுபாட்டின் காரணமாக, மதுரையைச் சுற்றியிருந்த முக்கியமான சமணப் படுகைகள் அத்தனையையும் தேடித் தேடிப் பார்த்தேன். குறிப்பாக மேலகுயில்குடியில் உள்ள சமணப் படுகை, திருப்பரங்குன்றத்தில் உள்ள சமணக் குகை, நாகமலை, ஆனைமலையில் உள்ள சமணப்படுகைகள், கிழவளவு, சமணக் குகை போன்றவற்றைப் பார்த்து வந்தேன்.

இன்றைய கல்வி நிலையங்களுக்கு முன்னோடியாக இருந்தவர்கள் சமணர்கள். அவர்கள்தான் முதலில் கல்வியை முறைப்படுத்தி, உரிய முறையில் கற்றுத் தரும் வழி வகையை ஏற்படுத்தியிருக்கிறார்கள்.

பெரும்பான்மையான சமணத் துறவிகள் மலைக்குகைகளில் வாழ்ந்திருக்கிறார்கள். அப்படி அவர்கள் தங்கியிருந்த இடத்தைக் குறிக்கும் சொல்தான் பள்ளி. சமணப் பள்ளிகளில் தங்கியிருந்த துறவிகள் தங்களது மெய்த்தேடுதலோடு, இளந்துறவிகளுக்குப் பாடம் நடத்தவும் செய்திருக்கிறார்கள். இதற்காகப் பல இடங்களில் இருந்து வந்து தங்கிக் கல்வி பயின்று போயிருக்கிறார்கள். கழுகுமலையிலும், கிழக்குயில்குடிமலையின் மீதும் பெரிய கல்வி நிலையங்கள் செயல்பட்டிருப்பதாகச் சரித்திரச் சான்றுகள் கூறுகின்றன.

கிழக்குயில்குடி, மதுரைப் பல்கலைக் கழகத்துக்கு எதிரில் உள்ள சிறிய கிராமம். அங்கே ஊரை ஒட்டிய பெரிய தாமரைக் குளமும், அய்யனார் கோயிலும், அடர்ந்த ஆலமரமும் உள்ளது. அதை ஒட்டியதாக உள்ள பெரிய குன்றின் தென் மேற்கில் செட்டிபுடவு என்ற இடம் உள்ளது. அந்தப் புடவில் தீர்த்தங்கரரின் சிற்பம் ஒன்று உள்ளது. சமண தெய்வம் என்று தெரியாமல், காது வளர்ந்த அந்தச் சிலையைச் செட்டியார் சிலை என்று அழைக்கிறார்கள் கிராமத்து மக்கள்.

நீள் செவி, அனல் நாக்கு, சூழ்ந்த ஒளி வட்டம், சாமரம் ஏந்திய இயக்கியர்கள்... அசோக மரத்தின் கீழ் அமர்ந்த

கோலம். தீர்த்தங்கரர் சிற்பங்களிலேயே மிக அழகானது இந்தச் சிற்பம். இங்குள்ள பெண் சிற்பம் சிங்கத்தின் மீது அமர்ந்து, யானை மீது வரும் அரக்கனை எதிர்த்துப் போராடுகிறது. இது ஒருவகையில் மகாபலிபுரத்தில் உள்ள போர்களக் காட்சியை நினைவுபடுத்துகிறது. கொற்றாகிரியா என்ற அந்த சமணப் பெண் தெய்வத்தின் உரு மிகச் சிறப்பாக அமைக்கப்பட்டு இருக்கிறது.

மலையின் மீது இது போன்ற சமண உருவங்கள் உள்ளன. மலையேறுவதற்குப் பாதி தூரம் வரை படிகள் வெட்டி வைத்திருக்கிறார்கள். பிறகு, பாறைகளைப் பிடித்துதான் மேலே ஏறிப் போகவேண்டும். மலையேறிப் போனால் அங்கே ஒவ்வொரு உயரத்திலும், ஒரு தளம் உள்ளது. மலையின் மீது இடிந்த நிலையில் ஒரு கற்கோயில் உள்ளது. அது ஒன்பதாம் நூற்றாண்டைச் சேர்ந்த கோயில் என்று கல்வெட்டுகள் கூறுகின்றன.

ஆயிரம் வருடங்களுக்கு முன்பு இந்த இடத்தில் மாதேவி பெரும்பள்ளி என்ற கல்வி நிலையம் செயல்பட்டு இருக்கிறது. அங்கு ஒரு பெரிய சுனை உள்ளது. வருடம் முழுவதும் அதில் தண்ணீர் சுரந்தபடியே இருக்கும் என்கிறார்கள். அங்குள்ள பாறையில் வரிசையாக எட்டு சமணத் தீர்த்தங்கரர்களின் சிற்பங்கள் செதுக்கப்பட்டு உள்ளன.

மலையின் உயரத்திலிருந்து பார்க்கும் போது, மதுரையின் தோற்றம் மிகுந்த அழகோடு காணப்படுகிறது. ஏகாந்தமான காற்றும், விரிந்து பரந்த காட்சியும் அந்த மலை மீது இருக்கும் நிமிஷங்களை அற்புதமான தாக்குகிறது.

கிழக்குயில்குடிமலை தந்த மயக்கத்தில்தான் கழுகுமலையில் உள்ள சிற்பங்களைக் காணச் சென்றேன். அங்கும் இது போன்றே பாறைகளில் தீர்த்தங்கரர்களின் சிற்பங்கள் செதுக்கப்பட்டு இருக்கின்றன. குகை ஒன்றும் உள்ளது. கழுகுமலையில் உள்ள வெட்டுவான் கோயில் மிகச் சிறப்பானது.

பாதி கட்டி முடிக்கப்படாத நிலையில் அந்தக் கோயில், மலையின் உயரத்தில் உள்ளது. தற்போது மத்திய தொல்பொருள் துறையினால் பாதுகாக்கப்பட்டு வரும் அந்தக் கோயிலில் உள்ள கலை வேலைப்பாடுகள் மிக நுட்பமானவை. குறிப்பாக, அந்த

மலைக்கோயிலின் தெற்கு நோக்கியுள்ள நரசிம்மம் மிகுந்த கலை அழகோடு உருவாக்கப்பட்டுள்ளது.

நம்மிடையே உள்ள கலைச்செல்வங்களைப் பாதுகாக்க நாம் இன்றும் முறையான வழிமுறைகளைப் பின்பற்றவே இல்லை. அதோடு, இது போன்ற சமணப் படுகைகள் பற்றிய அறிமுகம் கூட நமது பள்ளிக் கல்வியில் இல்லை. எந்த நகரங்களில் இந்த மலைகள் உள்ளதோ, அந்த நகரவாசிகளுக்கே கூட அதன் முக்கியத்துவம் பற்றித் தெரியவில்லை.

எங்கிருந்தோ வரும் வெளிநாட்டவர்கள், கையில் வழிகாட்டும் புத்தகங்களுடன் இந்த மலையைத் தேடிக் கண்டு பிடித்து ஏறிச்சென்று பார்த்து வருகிறார்கள். அதன் அருகில் வசிக்கும் நாமோ அதைக் கல்குவாரிகளாக விலைக்கு விற்று அதனைச் சிதைப்பதற்குத்தான் முன்னுரிமை தந்து கொண்டு இருக்கிறோம்.

பாரம்பரியம் மிக்க இந்தச் சிற்பங்களும் பள்ளிகளும்தான் நமது கலாசாரத்தின் தொன்மையை உலகுக்கு எடுத்துச் சொல்பவை. அமெரிக்காவில் ஒரு வீடோ, அலுவலகமோ நூறு ஆண்டைக் கடந்து விட்டாலே அது புராதனமானது என்று பாதுகாக்கப்பட்டுவிடுகிறது. அதை விலைக்கு வாங்கிய நபரே இடிக்க வந்தால் கூட பொதுமக்கள் சண்டையிடத் தயாராகிறார்கள். ஆனால், நம் ஊர்களைச் சுற்றிலும் சர்வ சாதாரணமாக, ஆயிரம் வருடத்தைக் கடந்த கோயில்களும் சிற்பங்களும் ஏராளமாக உள்ளன. நாம் அவற்றைப் பார்ப்பதும் கிடையாது; பாதுகாப்பதும் கிடையாது!

கல்விப்புலங்களில் இதுபோன்ற சரித்திர முக்கியத்துவமான இடங்களைக் குறித்து எளிமையான அறிமுகம் செய்து வைத்து, நம்மைச் சுற்றிய புராதனங்களை நாம் காணவும், புரிந்து கொள்ளவும் ஆரம்பித்தால், இந்தச் சிற்பங்களும் படுகைகளும் காப்பாற்றப்படும். இல்லையேல், அந்த இடத்தில் புராதனச் சிற்பங்கள் கொண்ட ஒரு மலை இருந்தது என்று வரைபடத்தில் மட்டுமே நாம் தேடிக் காணவேண்டியதாகிவிடும்.

○

27

கல்லில் மலர்ந்த பூக்கள்!

கடவுளை அடைய
ஒரேயொரு வழிதான் உண்டு
அது - அவர் செய்வதையே
நாமும் செய்வது - படைப்பது

- பால் காகின்

மழைக் காலத்தின் ஒரு நாளில், கங்கைகொண்ட சோழபுரத்துக்குச் சென்றிருந்தேன். கும்பகோணத்திலிருந்து அரை மணி நேர பயணத்தில் இருக்கிறது. திருச்சியிலிருந்தும் வரலாம். முதல் நாள் பெய்த மழையில் ஈரமேறியிருந்த கோயிலின் புறத் தோற்றம் காலை வெயிலில் மினுங்கியது. கோபுரச் சிலைகள் மெல்ல தங்கள் இடம்விட்டுத் தரையிறங்க முயற்சிப்பது போன்ற பாவம் வெளிப் பட்டுக் கொண்டு இருந்தது. அன்றைக்கு அதிக சுற்றுலாப் பயணிகள் இல்லை. மேற்கு பார்த்து நின்ற நந்தியும், கால் தூக்கி நின்ற துவார பாலகர்களும் நிசப்தத்தில் அமிழ்ந்திருந்தார்கள்.

கோயிலைச் சுற்றிய புல்வெளியும், பாசி படிந்த கோட்டைச் சுவரும், இளநீல வர்ணத்தில் இருந்த ஆகாசமும் அந்த இடத்துக்கு மெருகேற்றின. கற்படிகளில் ஏறி நிற்கும்போது, கண்ணுக்குத் தெரியாத காலத்தின் கைகள் நம்மை வரவேற்கின்றன. பாதி இருட்டும் மெல்லிய வெளிச்சமும் கலந்த கோயிலின் உட்புறத்தில் அமானுஷ்யம் சுடர்விட்டது.

இந்தியாவில் எனக்குப் பிடித்தமான பத்து இடங்களைத் தேர்வு செய்யச் சொன்னால், அந்தப் பட்டியலில் எப்போதும் இடம் பெறக் கூடியது கங்கைகொண்ட சோழபுரம். சோழர்களின் தலைநகரமாக இருந்த கங்கைகொண்ட சோழபுரம் இன்றைக்கு ஒரு டவுன் பஞ்சாயத்து ஒன்றிரண்டு பேருந்துகளும், சுற்றுலா வரும் பயணிகளும் தவிர, ஆள் நடமாட்டம் குறைந்து போன ஒரு ஸ்தலம்.

கோயில் என்றதுமே நம் மனதில் உருவாகும் பக்தியையும், இறைநம்பிக்கையையும் விட்டு விலகி நிற்கிறது கங்கை கொண்ட சோழபுரம். வழிபாட்டுக்காக மக்கள் இங்கு அதிகம் வந்து போவதில்லை. மாறாக, இது ஒரு கலைக்கூடம். எல்லா கோயில்களும் ஆதியில் இப்படிக்கலையின் சங்கம வெளியாகத்தான் இருந்திருக்கும் என்பதை இக்கோயிலைக் காணும்போது உணர முடிகிறது.

ஆயிரம் பௌர்ணமிகளைக் காண்பது மனிதர்கள் வாழ்வில் கிடைத்த பெரும் பேறு என்பார்கள். இந்தக் கோயில் எத்தனை ஆயிரம் பௌர்ணமிகள் கடந்து வந்திருக்கும்? மனிதர்களின் கனவு அவர்கள் வாழ்வுடன் முடிந்துபோய் விடக் கூடியதில்லை. அதுவும், கலையாகிவிடும். கனவுகள் காலம் கடந்தவை என்பதை இந்தக் கோயிலின் முன்பாக நிற்கும்போது அறிந்துகொண்டேன்.

கங்கைகொண்ட சோழபுரம் திராவிடக் கட்டடக் கலையின் உன்னதம். சிற்ப மரபின் தனித்துவம். கல்லில் வடிக்கப்பட்ட ஒரு கூட்டுக் கனவு. இன்றைக்கு நிசப்தம் கவ்வியுள்ள இந்தச் சிற்பங்களின் பின்னால் சிற்பிகளின் தீராத உழைப்பும், ஆனந்தமும், ஏக்கமும், தங்கள் பெயரை எதிலும் விளம்பரப்படுத்திக்கொள்ளாத பெரிய மனதும் வெளிப்படுகிறது. கோயிலின் உள்ளே நுழைவதற்கு முன்பாக ஒரு நிமிடம், அந்த மகத்தான சிற்பிகளுக்கு மனதில் வணக்கம் செலுத்தி விட்டுத்தான் நுழைய வேண்டும் போலிருந்தது.

எத்தனையோ சிற்பிகள் எங்கிருந்தோ வந்து தஞ்சையின் அருகில் வேறு வேறு சிற்றூர்களில் தங்கியிருந்து, தன் குடும்பம் மறந்து, பசி... தூக்கம் மறந்து, கலையின் உச்சங்களை வெளிப்படுத்தி மறைந்த ஒரு மாபெரும் சிருஷ்டி நாடகம் இதன் பின்னே ஒளிந்திருக்கிறது.

நாம் இதை, ராஜேந்திர சோழன் என்ற மன்னன் தனது வெற்றியின் நினைவாகக் கட்டியதாக மட்டுமே இன்றுவரை அறிந்திருக்கிறோம். தன் அரச பெருமையை உலகுக்குக் காட்ட மன்னன் விரும்பியிருக்கலாம்; அதற்காக அவன் பொருட் செலவிட்டிருக்கலாம். ஆனால், இந்தக் கலையும் மனநுட்பமும் சிற்பிகளாலும், அங்கு வேலை செய்த எளிய மனிதர்களாலும் மட்டுமே சாத்தியமாகி இருக்கிறது. அவர்கள் எவரது பெயரும் இங்கே இல்லை. இப்படித்தான் வாழ்ந்திருக்கிறார்கள் நமது முன்னோடிக் கலைஞர்கள்.

கல் ருசியை நான் அறிந்தது சோழர்களின் கோயில்களில் இருந்து தான். அதிலும், தொடர்ச்சியாகச் சில மாதங்கள் சோழர்களின் கற்கோயில்களைச் சுற்றியலைந்து கண்டபோதுதான் கல்லின் நுட்பத்தைப் புரிந்துகொள்ள முடிந்தது. தஞ்சைப் பெரிய கோயிலும், தாராசுரமும், பட்டீஸ்வரமும், திருப்புவனமும், கங்கை கொண்ட சோழபுரமும் சோழர்களின் ஐந்து முக்கிய கற்கோயில்கள். இந்த ஒவ்வொரு கோயிலின் நுட்பத்தையும் முழுமையாகப் பார்த்து அறிய ஒரு கோயிலுக்கு குறைந்தபட்சம் ஒரு ஆண்டாவது செலவிட வேண்டும்.

கோயில் சிற்பங்களை நாம் பிராகாரம் சுற்றும் போது நிமிர்ந்து பார்த்துவிட்டுத் தலையைத் திருப்பிக்கொண்டு கடந்து போவது, அந்தச் சிற்பங்களுக்கு நாம் செய்யும் அவமரியாதை. நடனக்கூடம் போல அத்தனை அழகுமிக்க சிற்பங்கள் கொண்ட கோயில்களில் தரையைப் பார்த்தபடியே குனிந்து நடப்பவர்களைக் காணும்போது ஆத்திரமாகவே இருக்கிறது. நல்ல இசையை ரசிப்பது போல கொஞ்சம் கொஞ்சமாக அந்த சிற்பங்களை நம் மனதுக்குள் இடம்பெறச் செய்ய வேண்டும். அது ஒரு நாளில் சாத்தியமாகக் கூடியதில்லை. கூர்ந்த கவனமும் ரசனையும் பொறுமையும் மிகத் தேவை.

ஒருவிதத்தில், இக்கோயில் தந்தைக்கும் மகனுக்கும் நடந்த போட்டி. தஞ்சைப் பெரிய கோயிலை ராஜராஜ சோழன்

எஸ்.ராமகிருஷ்ணன் ● 169

உருவாக்கிச் செய்த சாதனையை முறியடிக்க வேண்டும் என்று, அவரது மகன் முதலாம் ராஜேந்திர சோழன் கண்ட கனவுதான் இங்கே கோயிலாகி இருக்கிறது. பத்தாம் நூற்றாண்டில், கங்கை வரை படையெடுத்துச் சென்று வென்று வந்த சாதனையை உலகறியச் செய்ய வேண்டும் என்பதற்காக இக்கோயிலைக் கட்டினான் என்கிறது சரித்திரம்.

சரித்திரத்தையும், அரச பெருமைகளையும் தாண்டி நம் முன்னே உயர்ந்து நிற்கிறது கோயிலின் விமானம். நூற்று அறுபது அடி கொண்ட விமானம். எட்டு நிலைகள் உள்ளது. தஞ்சைப் பெரிய கோயிலின் விமான அமைப்பு ஆண் தன்மை கொண்டது என்றும், அதற்கு இணையாக இருக்க வேண்டும் என்பதற்காக இந்த விமானம் பெண் தன்மை கொண்டதாகக் கட்டப்பட்டது என்றும் கட்டடக் கலை அறிஞர்கள் கூறுகிறார்கள்.

அதை மெய்ப்பிப்பது போல, கண்ணை விலக்க முடியாமல் நம்மைப் பார்த்துக்கொண்டே இருக்கச் சொல்லும் அற்புதம் அந்த கோபுரத்தில் உள்ளது. அதிலும் நீல வானத்தின் பின்னணியில், அந்தி வெளிச்சத்தில் என வேறுவேறு கால நிலைகளில் அந்த விமானத்தைக் காண்பது தனித்த அனுபவமாகவே இருக்கிறது.

கோயிலின் கருவறையில் சந்திரகாந்தக் கல் பொருத்தப்பட்டு இருக்கிறது. அக்கல்லின் காரணமாக கோடையில் குளிர்ச்சி யாகவும், குளிர்காலத்தில் இளவெம்மையோடும் கருவறை இருக்கிறது என்கிறார்கள். மிகப் பெரிய ஆவுடையும் லிங்கமும் கொண்ட கருவறையின் முன் கண்மூடி நிற்கும்போது, யாவும் மறந்து காலத்தின் நூறு நூறு ரூபங்கள் மட்டுமே வெளிப்படுகின்றன.

கோயிலின் தெற்குப் பகுதியில் உள்ள வாசல் கர்ணத் துவாரம் எனப்படுகிறது. கர்ணம் என்றால் காது. கோயிலின் ஒரு காது இந்த வாசல். இன்னொரு காது வடக்கு வாசல். இந்த வாசலின் இரண்டு பக்கமும் வரிசை வரிசையாக சிற்பங்கள் வடிக்கப்பட்டு இருக்கின்றன. நடன மாதர்கள், மல்லர்கள், பைரவ மூர்த்தி, பிட்சாடன கோலம், தேவ கணங்கள், துந்துபி இசைப்பவர்கள், ஆவேசத்தில் தன்னை மறந்து நிற்கும் போர் வீரர்கள், இவர்களைத் தாண்டி வந்தால் ஒரு சிற்பம் கல்லில் பூ மலரும் அற்புதமாக உருக்கொண்டு இருக்கிறது. அது சண்டிகேஸ்வரருக்கு சிவன் பூ மாலை சூட்டி விடும் சிற்பம்.

அந்தச் சிற்பத்தில் பூ மாலையை சிவன் சண்டிக்கு சூட்டிக்கொண்டு இருக்கிறார். அந்த மாலையில் பூக்கள் இடைவெளிவிட்டுக் கட்டப்பட்டு இருக்கின்றன. சிவனின் இடக்கை சண்டியின் தலையைப் பற்றியிருக்கிறது. வலக்கை பூவைச் சுற்றிவிடுகிறது. தலையில் சுற்றப்பட்ட பூவின் இதழ்கள் ஆங்காங்கே மடங்கியுள்ளன. பூக்கள் பாதி மலர்ந்தும் மலராதது போன்றும் இருக்கிறது.

சண்டிகேஸ்வரரின் முகத்தில் பணிவும், சாந்தமும் கூடியிருக்கிறது. சிவனின் அருகில் வலது காலை மடக்கி அமர்ந் திருக்கிறாள் உமாதேவி. அவளது கால் நரம்புகள் கூடத் துல்லிய மாகத் தெரிகின்றன. பாதி திறந்த கண்கள், ஏதோ சொல்லவரும் உதடு என அவளது கோலம் அந்தக் காட்சிக்கு இன்னொரு பரிமாணத்தை உருவாக்குகிறது. சிவனின் இடது கையில் அணிந்துள்ள மூன்று மோதிரங்கள், அவரது முழங்காலின் கீழ் உள்ள சிறிய வளைவு, கூர்ந்த நாசி, அகன்ற பாதங்கள், பூச்சூடும் நளினம் என அந்தச் சிற்பம் பேரழகின் சாட்சியாக இருக்கிறது.

இன்று உலகம் முழுவதும் ஒவ்வொரு தேசமும் தனது கலை மற்றும் கலாசாரத்தின் வேர்களைத் தேடுவதிலும், பாரம்பரியக் கலைகளைப் பாதுகாப்பதிலும் மிகுந்த அக்கறை எடுத்துவருகிறது. முக்கிய ஓவியங்களையும் சிற்பங்களை யும் பார்ப்பதற்காக மியூஸியங்களில் மக்கள் மாதக்கணக்கில் முன்பதிவு செய்துவிட்டுக் காத்திருக்கிறார்கள். டாவின்சியின் ஓவியங்களைப் பார்ப்பதற்காக பாரீஸில் உள்ள லூவர் மியூஸியத்தில் காத்திருப்போர் பட்டியல் இரண்டு ஆண்டுகளைக் கடந்து சென்றுவிட்டது.

ஆனால், இங்கே? இந்தியாவில் உள்ள எத்தனையோ சிற்றூர் கோயில்களில் உள்ள வெண்கலச் சிற்பங்கள், ஆயிரம் வருடங்களுக்கு முற்பட்டவை. அவற்றின் மகத்துவம் நம் மக்களுக்குத் தெரியவே இல்லை.

கங்கைகொண்ட சோழபுரத்திலிருந்து இரண்டு கிலோ மீட்டர் தொலைவில் உள்ளது முதலாம் ராஜேந்திரனின் மாளிகை இருந்த இடம். அதை மாளிகை மேடு என்று அழைக்கிறார்கள். ஒருகாலத்தில், உட்கோட்டை என்று அழைக்கப்பட்ட அந்த இடத்தில் பெரிய மாளிகை இருந்து அழிக்கப்பட்ட சுவர்கள் ஆங்காங்கே புதையுண்டு தெரிகின்றன. அந்த இடத்தைத் தோண்டும்போது கிடைத்த சிற்பங்கள்

அங்கேயே வெட்டவெளியில் காட்சிக்கு வைக்கப்பட்டு இருக்கின்றன.

அந்தச் சிற்பங்களில் ஜேஷ்டா என்ற பெண் தெய்வத்தின் அற்புதமான சிலை இருக்கிறது. ஜேஷ்டா, நோயைக் குணமாக்கும் பெண் தெய்வம். வாதையின் கடவுள். அந்த சிலையோடு சிறியதும் பெரியதுமான இருபதுக்கும் மேற்பட்ட சிற்பங்கள் உடைந்தும் சிதைந்தும் காட்சிக்கு உள்ளன.

காலம், மன்னர்களின் எல்லா பெருமைகளையும், சுகபோகங்களையும் எந்தத் தயக்கமும் இன்றி அழித்துவிடக் கூடியது. மிச்சமாக விட்டுவைத்திருப்பது இது போன்ற மாளிகை மேடுகளை மட்டும்தான். ராஜேந்திரனின் எல்லா வெற்றிகளும், பெருமைகளும் மண்ணோடு புதைந்துவிட்டன. கலை மட்டுமே காலம் கடந்தும் தன் கம்பீரம் குறையாமல் நிற்கிறது.

நமது பாரம்பரியமான சிற்ப மரபுகளும், ஓவிய பாணிகளும் இன்று பின் தொடரப்படாமல் காரணம் அற்றுக் கைவிடப்பட்டு விட்டன. நம் கவனக் குறைவுதான் வேம்பைப் பயன்படுத்தக்கூட வெள்ளைக்காரர்களிடம் அனுமதி கேட்கக்கூடிய நிலையை இன்று உண்டாக்கி இருக்கிறது.

உலக முக்கியத்துவம் வாய்ந்த கலைக் கோயில்கள் வரிசையில் பாதுகாக்கப்பட்டு வரும் கங்கை கொண்ட சோழபுரத்தைக் காண்பதற்காக வருடம் முழுவதும் வரும் வெளிநாட்டவர்களின் எண்ணிக்கை நம்மவர்களின் எண்ணிக்கையைவிட அதிகம்.

கோழிக் குஞ்சுகளுக்குக்கூட நீலம், மஞ்சள், சிவப்பு என நிறம் மாற்றி பூசி விற்கத் துவங்கிவிட்ட வணிக உலகில், கலைகள், சிற்பம், பாரம்பரிய இசை என்று பேசுவதுகூட பைத்தியக் காரத்தனமானதாகவே கருதப்படும். ஆனாலும், காலத்தில் நாம் எதையெல்லாம் முக்கியம் எனத் தெரியாமல் தூக்கி எறிகிறோமோ, அதையெல்லாம் பின்னாளில் அடைவதற்குப் பெரிய விலை கொடுத்து வருகிறோம் என்பதையே காலம் திரும்பத்திரும்ப நிரூபித்து வருகிறது!

○

28

திரைக்குப் பின்னால்...!

என் அன்பின் சிப்பியை யாரும்
திறக்க வரவில்லை
கடல்களுக்குக் கீழே
அவை அலைந்துகொண்டு இருக்கின்றன
ஓட்டமும் நடையுமாய்.

- தேவதச்சன்

கொச்சியில் உள்ள ஒடேசா என்ற 'மக்கள் சினிமா இயக்கம்' கிராமம் கிராமமாகச் சென்று உலகின் சிறந்த திரைப்படங்களைத் திரையிட்டு வருகிறது. அவர்களுடன் சில நாட்கள் கேரளக் கிராமங்களில் சுற்றித் திரியும் வாய்ப்பு 1992-களின் மத்தியில் எனக்குக் கிடைத்தது.

படப்பெட்டிகள், புரொஜெக்டர் சகிதமாக நாங்கள் ஆறு பேர் கொச்சியில் இருந்து இருபது கிலோமீட்டர் தூரத்தில் உள்ள கல்பறா என்ற கிராமத்தில் போய் இறங்கியபோது, மாலை நேர வெயில் கடந்து போய்க்கொண்டு இருந்தது. பசுமையான வயல்களும் கால்வாய்களும்

கொண்ட அந்தக் கிராமம், பிரதான சாலையைவிட்டு விலகி உள்ளோடி இருந்தது.

பேருந்திலிருந்து இறங்கி வரப்பு வழியாகவே பதினைந்து நிமிடங்கள் நடந்து சென்றோம். தொலைவில், வயல்களுக்கு நடுவில் அமைக்கப்பட்டிருந்த ஒரு வீட்டில் நின்றிருந்த நாய் எங்களைக் கண்டு இடைவிடாமல் குரைத்துக்கொண்டு இருந்தது.

இருள் கொஞ்சம் கொஞ்சமாகக் கிராமத்தைச் சுற்றிக் கொள்ளத் துவங்கியது. எங்களோடு வந்திருந்த இருவர் கிராமத்துக்குள் வருவதும் போவதுமாக இருந்தார்கள். நாங்கள் ஒரு தென்னை மரத்தின் அடியிலிருந்த டீக்கடையில் கட்டன் சாயா குடித்துக்கொண்டு இருந்தோம்.

இருட்டு முற்றத் துவங்கிய பிறகு நண்பர், தான் கொண்டு வந்திருந்த ஒரு கை ஒலிபெருக்கி வழியாக கிராம மக்களுக்காகக் கோயிலின் முன்பாக இரண்டு திரைப்படங்கள் காட்டப்பட இருப்பதாகவும், கிராம மக்கள் அதைக் காண்பதற்காக வந்து சேர வேண்டும் என்றும் அறிவித்தார்.

எங்கிருந்தோ வயர் இழுத்து மின்சார வசதி ஏற்பாடு செய்திருந்தார்கள். சில நிமிடங்களில் புரொஜெக்டர் தயாரானது. பத்து நிமிடங்களில் பகவதி கோயில் திடல் நிரம்பியது. நண்பர்களில் ஒருவர், தாங்கள் கொச்சியில் உள்ள ஒடேசா என்ற மக்கள் திரைப்பட இயக்கத்தைச் சேர்ந்தவர்கள் என்றும், அது ஜான் ஆபிரகாம் ஆரம்பித்தது என்பது பற்றியும் மக்களிடம் சிறிய அறிமுகம் செய்தார்.

அடுத்த ஐந்தாவது நிமிடத்தில், 'பேட்டில்ஷிப் பொடம்கின்' என்ற உலகப் பிரசித்தி பெற்ற ரஷ்யத் திரைப்படம் கோயில் சுவரில் ஓடத் துவங்கியது. கிராம மக்கள் மிக ஆர்வமாக அந்தத் திரைப்படத்தைப் பார்க்க ஆரம்பித்தனர். பாஷை புரியவில்லை என்றபோதும், மாலுமிகளுக்கும் வேலை செய்பவர்களுக்கும் இடையில் ஏற்படும் பிரச்னைகளையும், அதன் விளைவாக மாலுமிகள் வேலையாட்களை அடித்து நொறுக்குவதையும் திரையில் மிக உணர்ச்சிகரமாகப் பார்த்துக் கொண்டு இருந்தார்கள்.

எனக்கு எல்லாமே ஆச்சர்யமாக இருந்தது. எப்படி இது சாத்தியமானது? சென்ற நூற்றாண்டின் மிகச் சிறந்த திரைப் படங்களில் ஒன்று கிராமத்துக் கோயில் சுவரில் காட்டப்படுகிறது. மக்களும் அதை முழுமையாக ரசிக்கிறார்கள். தமிழ்நாட்டில் உலக சினிமாவில் ஒன்றைக் காண வேண்டுமானால், ஏதோ ஒரு திரைப்பட சங்கத்தின் உறுப்பினர் ஆனாலோ அல்லது திரைப் பட விழாவிலோ பார்க்க முடிந்தால்தான் உண்டு. அதுவும் கூட நகரங்களில் மட்டுமே சாத்தியம். ஆனால், இங்கே மக்களையே தேடி உலக சினிமா குக்கிராமம் வரை வந்திருக்கிறது.

'பேட்டில்ஷிப் பொடம்கின்' போன்ற படங்கள் அறிவு ஜீவிகள் மட்டுமே ரசிக்கக் கூடியது என்று பொது புத்தியால் வரையறுக்கப்பட்ட இலக்கணம் ஒரு நிமிடத்தில் அர்த்தமற்றுப் போய்க்கொண்டு இருப்பதைக் கண்டேன். திரைப்படம் முடிந்த பிறகு, அடுத்த திரையிடலுக்காக சிறிய இடைவெளி விடப்பட்டது. திரைப்படம் மனதில் ஏற்படுத்திய பாதிப்பிலிருந்து வெளியே வர முடியாமல் மக்கள் அப்படியே அமர்ந்திருந்தனர்.

அடுத்ததாக, ஜான் ஆபிரகாம் இயக்கிய, 'அம்மா அறியான்' என்ற திரைப்படம். கலகக்காரனாக வாழ்ந்த ஓர் இளைஞனின் மன உலகை விவரிக்கும் படம். காட்சிகளின் தாக்கத்தால் நடுநடுவே சிலர் அழுவதையும், வேதனையில் பெருமூச்சுவிடுவதையும் காண முடிந்தது. படம் முடிந்தபோது கிராமவாசிகள் அந்தத் திரைப்படத்தைப் பற்றிப் பேசியபடியே கலைந்து போனார்கள்.

நாங்கள் சாப்பிடுவதற்கு மரச்சீனிக் கிழங்கும் மீனும் ஒரு வீட்டில் ஏற்பாடு செய்யப்பட்டு இருந்தன. இரவு அந்தக் கிராமத்தில் தங்கினோம். மறுநாள் காலை எங்கள் ஆறு பேருக்கும் வழிச்செலவுக்கு அவர்களால் முடிந்த பணம் தந்தார்கள். பயணம் மீண்டும் கொச்சியை நோக்கித் திரும்பியது. அடுத்த நாள் இன்னும் ஓர் ஊர். இன்னும் சில சினிமா. இப்படி ஊர் ஊராகச் சென்று, மக்களுக்கு உலகின் சிறந்த படங்களைக் காட்டிக்கொண்டே இருக்கிறார்கள் ஒடேசா இயக்கத்தைச் சேர்ந்தவர்கள்.

அவர்கள் ஒரு கூட்டுக் குடும்பம் போல் வாழ்கிறார்கள். ஒரு பழைய வீடு. அதில் இரண்டு மூன்று அறைகள். அந்த அறையில் ஒரு பக்கம் ஓவியங்கள் வரைந்து வைக்கப்பட்டு இருக்கின்றன.

சிறிய சிரட்டைகளில் கலந்துவைக்கப்பட்ட வர்ணங்கள் உலர்ந்துபோயிருந்தன. இன்னொரு பக்கம் பழைய மலையாள, ஆங்கில செய்தித்தாள்கள். புத்தகங்கள் ஆங்காங்கே சிதறிக் கிடந்தன. அறையில் பத்து பேருக்கும் மேல் இருந்தார்கள். இசை, சினிமா, வீதி நாடகம், தீவிர அரசியல் என்று ஈடுபாடு கொண்ட இளைஞர்கள் ஒன்றுசேர்ந்து பணிபுரியும் மையமாக இருந்தது. தினசரி மாலை இது போன்று ஏதாவது ஒரு கிராமத்துக்கு படப்பெட்டியை எடுத்துக்கொண்டு சிலர் கிளம்பிச் செல்கிறார்கள். மற்றவர்கள் கல்லூரிகள், பள்ளிகளில் சினிமா பற்றி வகுப்பு எடுக்கிறார்கள். சில நேரம் பிரசுரம் விநியோகம் செய்கிறார்கள்.

நல்ல சினிமா, நல்ல இலக்கியம், தீவிர அரசியல் இந்த மூன்றும் அவர்களது பிரதானச் செயல்பாடுகள். இந்த ஒடேசா இயக்கம் துவங்குவதற்குக் காரணமாக இருந்தவர் ஜான் ஆபிரகாம். நல்ல இலக்கியவாதி. சிறந்த திரைப்பட இயக்குநர். இவை யாவையும்விட எல்லா மரபுகளையும் உடைத்து எறிந்து சுதந்திரமாக வாழ முற்பட்ட கலகக்காரன்.

மக்களுக்கான சினிமா இயக்கத்தை உருவாக்க முயன்றவர்களில், இருவர் முக்கியமானவர்கள். ஒருவர் கர்நாடகாவில் வாழ்ந்து மறைந்த மகசேசே விருது பெற்ற நாடகக் கலைஞரான சுப்பண்ணா. அவர் ஹெக்கோடு என்ற சிறிய கிராமத்தில், இது போன்று உலகின் சிறந்த திரைப்படங்கள், நாடகங்கள், இசை போன்றவற்றை மக்களின் பார்வைக்குக் கொண்டுசென்று, அதில் வெற்றி பெற்றிருக்கிறார். மற்றவர் ஜான் ஆபிரகாம்.

இந்தப் பெயர் தமிழ் சினிமாவின் ரசிகர்களில் பெரும் பாலோருக்கு அறிமுகம் இல்லாதது. 'அக்ரஹாரத்தில் கழுதை' என்று ஒரு தமிழ்ப் படத்தை இயக்கி, அதற்காக மத்திய அரசின் தங்கப்பதக்கத்தைப் பெற்றவர் என்ற தகவல் கூட சாதாரண தமிழ் சினிமா ரசிகன் அறியாதது.

ஜான் ஆபிரகாம், பூனா திரைப்படக் கல்லூரியில் பயின்றவர். கேரளாவைச் சேர்ந்தவர். பிரசித்தி பெற்ற இந்திய இயக்குநரான 'ரித்விக் கடாக்'கின் மாணவர். ஐம்பது வயதே வாழ்ந்து மறைந்த இவரது திரைப்படங்கள் இத்தாலியத் திரைப்பட விழா உள்ளிட்ட பல முக்கிய திரைப்பட விழாக்களில் பங்கு பெற்றிருக்கின்றன.

ஜான், சினிமாவை மிக ஆழமாக நேசித்தார். தனது விருப்பங்களைத் திரைப்படமாக எடுப்பதற்குத் தடையாக பொருளாதாரம் மட்டுமே உள்ளது என்பதால், சினிமா எடுப்பதற்குத் தேவையான முதலீட்டை மக்களிடமிருந்தே பெறுவது என்று முடிவு செய்தார். அதற்காக ஒடேசா என்ற மக்கள் திரைப்பட இயக்கத்தை உருவாக்கினார்.

இந்த இயக்கத்தைச் சேர்ந்தவர்கள் பேருந்து நிலையம், ரயில் நிலையம் போன்ற பொது இடங்களில் மக்களிடமிருந்து ஒரு ரூபாய், இரண்டு ரூபாய் என வசூல் செய்து அதில் கிடைத்த பணத்தில் 'அம்மா அறியான்' என்ற படத்தை உருவாக்கினார்கள்.

அந்தப் படம் மக்களின் உதவியால் உருவாக்கப்பட்டதால் அதைக் கிராமம் கிராமமாக எடுத்துச் சென்று மக்கள் முன்பாகவே திரையிட்டார்கள். அதற்குக் கிடைத்த வரவேற்பு இன்று வரை ஒடேசாவை மக்களுக்கான சினிமா இயக்கமாக வளர்த்து எடுத்திருக்கிறது.

ஒடேசாவில் இருந்த நாலைந்து நாட்களில், அவர்கள் எவ்வளவு தீவிரமாக சினிமாவை நேசிக்கிறார்கள் என்பதைப் புரிந்துகொள்ள முடிந்தது. வாழ்வை நேசிப்பதும் ஆவணப்படுத்துவதும்தான் சினிமாவின் பிரதான வேலை என்கிறார் சத்யஜித் ரே. அதை நான் ஒடேசாவிடம் கண்டேன்.

மக்களிடம் நல்ல சினிமாவைக்கொண்டு போவதில் ஏன் நாம் அக்கறை காட்ட மறுக்கிறோம்? கேரளாவில், கர்நாடகாவில் உள்ளது போன்று அரசாங்கமே ஏன் திரையரங்கங்களைக் கட்டி, இது போன்ற மாற்று சினிமா முயற்சிகளுக்கு உதவி செய்யக் கூடாது?

பள்ளி, கல்லூரி என்று எத்தனையோ இடங்களில் முறையான அரங்கங்கள் உள்ளன. அவை வருடத்தில் சில நாட்கள் உபயோகப்படுவதைத் தவிர்த்து, மற்ற நேரங்களில் மூடப்பட்டே உள்ளன. அவற்றை ஏன் இது போன்ற முயற்சிகளுக்குப் பயன்படுத்தக் கூடாது? அல்லது தொலைக்காட்சிகளில் இது போன்ற உலகத் திரைப்படங்கள் வாரம் ஒரு முறை அல்லது மாதம் ஒரு முறையாவது திரையிடப்படலாம்தானே!

இந்தக் கேள்விகள் பல வருடங்களாக கேள்விகளாகவே எஞ்சி நிற்கின்றன. இந்தியாவிலேயே அதிகத் திரைப்படங்கள் உருவாக்கப்படும் தமிழகத்தில், இது போன்ற விஷயத்தில் மட்டும் எதற்காக இவ்வளவு மௌனம் என்பது மட்டும் புரியவே இல்லை.

சினிமா வெறும் பொழுதுபோக்கோ, வணிகமோ மட்டுமல்ல; அது ஒரு கலை. அதிலிருந்து நாம் கற்றுக்கொள்ளவும் பகிர்ந்து கொள்ளவும் எவ்வளவோ இருக்கின்றன. நல்ல சினிமா, வாழ்வை அதன் சுகதுக்கங்களுடன் மிகையின்றி பிரதிபலிக்கக்கூடியது. அதைச் சாத்தியப்படுத்தியவர்கள் மட்டுமே என்றும் நினைவு கொள்ளப்பட்டு வருகிறார்கள்!

○

29

பசித்த பூதம்

நாரைகளின் குரல்
நினைவுபடுத்திக் கொண்டேயிருக்கிறது
எங்கோ தொலைவில் உள்ள
எனது கிராமத்தை.

- புசான் யசோ

'நீங்கள் யாருக்காவது ஒரு கதை சொல்லியோ அல்லது யாரிடமாவது கதை கேட்டோ எவ்வளவு நாட்கள் ஆகியிருக்கும்?'

என்னைச் சந்திக்க வரும் பலரிடமும் இந்தக் கேள்வியைக் கேட்பேன். பெரும்பாலானவர்கள், 'அதெல்லாம் மறந்துபோய்விட்டது. எப்போதாவது தொலைக்காட்சியிலோ, வார இதழ்களிலோ வருகிற கதைகளை பார்ப்பதையும் வாசிப்பதையும் தவிர்த்து, கதை சொல்வதோ, கேட்பதோ கிடையாது என்றே பதில் சொல்வார்கள்.

இதற்கு விதிவிலக்கு பெண்கள். அவர்கள் தங்களுக்குத் தெரிந்த அல்லது

எஸ்.ராமகிருஷ்ணன் ● 179

தாங்கள் வாசித்த கதைகளை அவ்வப்போது குழந்தைகளுக்குச் சொல்லி வருகிறார்கள். ஆனால், அவர்களும்கூட யாரிடமாவது கதை கேட்டுப் பல வருடங்கள் ஆகிவிட்டன என்றே பதில் தருகிறார்கள்.

குழந்தைகளுக்குக் கதை சொல்லும்; குழந்தைகளிடமிருந்து கதை கேட்கும் பழக்கம், நான் அறிந்த வரை பெரும்பாலான வீடுகளில் இல்லவே இல்லை.

குழந்தைகள் கதை கேட்பவர்கள் மட்டுமல்ல... கதை சொல்பவர்களும்கூட! அதுவும் நாம் யோசிக்காத விதத்தில், மிகையான கற்பனையும் தனியான கதை மொழியும் கொண்டு கதை சொல்லக்கூடியவர்கள்.

நாட்டுப்புறக் கதைகளுக்காகக் கதைக் களஞ்சியம் ஒன்றை உருவாக்க வேண்டும் என்று கிராமப்புறக் கதைகளைத் தேடிச் சேகரிப்பதற்காகப் பத்து வருடங்களுக்கு முன் தமிழகக் கிராமங்கள் முழுவதிலும் சுற்றி அலைந்தேன். (இன்றுவரை அது நிறைவேறாத எனது கனவுத் திட்டம்.)

அந்த நாட்களில் எனக்கு இருந்த ஒரே வேலை, ஏதாவது ஒரு கிராமத்துக்குச் சென்று யாரிடமாவது கதை கேட்பது. அவர்கள் சொல்லும் கதையை ஒலிநாடாவில் பதிவு செய்வது. பின்பு, அந்தக் கதை குறித்த விவரங்களை அவர்களிடமே கேட்டுக் குறித்துக் கொள்வது.

இந்தப் பணியை ஓர் ஆய்வைப் போலன்றி, எனது விருப்பத்தின் வழி சார்ந்து அமைத்துக்கொண்டேன். மக்கள் எதை எதையெல்லாம் பற்றி கதைகள் சொல்கிறார்கள், ஒரு கதை சொல்லப்படும் போது அதன் முதல் வாக்கியம் எப்படித் துவங்குகிறது, கதை சொல்கிறவர் எது போன்ற விஷயங்களைக் கதையின் வழியாக முதன்மைப்படுத்துகிறார், கதையை எப்படி வளர்த்து எடுத்துக்கொண்டு போகிறார், கதை எப்படி முடிகிறது என்று என் பணி கதையாடல்கள் பற்றியதாகவே இருந்தது.

அதிலும், கதை வழியாக மக்கள் மனதில் பதிந்து போயிருக்கும் புராதன நினைவுகள் எப்படி வெளிப்படுகின்றன என்பதை அறிவதே என் முக்கிய விருப்பமாக இருந்தது. சாதாரணமாக, வீட்டில் சொல்லப்படும் கதைகளுக்கும், கிராமத்துக் கதை

சொல்லிகள் கதையைச் சொல்வதற்கும் மிகப் பெரிய வேறுபாடு உண்டு.

கதை கேட்பதற்காக ஒருமுறை தர்மபுரி மாவட்டத்தில் உள்ள குட்லானஹள்ளி என்ற கிராமத்துக்குச் சென்றிருந்தேன். மலையடி வாரத்தில் சிறிய கிராமம். நூற்றுக்கும் குறைவான வீடுகளே இருந்தன. சிறிய பள்ளிக்கூடத்தைத் தவிர, அங்கே வேறு பெரிய கட்டடங்கள் எதுவும் இல்லை. பெரும்பாலும் விவசாயிகள்.

கதை கேட்பதற்கு எதற்காக இப்படி ஒரு ஆள் வந்திருக்கிறான் என்பதே கிராமவாசிகளுக்கு ஆச்சர்யமாக இருந்தது. அதிலும் வயதான விவசாயி ஒருவர், "கதையெல்லாம் நினைச்ச நேரம் சொல்லவும் கூடாது; கேட்கவும் கூடாது. அதுக்குன்னு சில நேரம் காலம் இருக்கு. இல்லாவிட்டால் கதை மனசில் தங்காது" என்றார்.

பிறகு, அவராக கதை சொல்லத் துவங்கினார். கதை ஆரம்பித்த சில நிமிடங்களிலேயே, அக்கதையை என் சிறுவயதில் வீட்டில் கேட்டிருந்தது நினைவில் வந்தது.

பூதம் ஒன்று மனிதர்களைப் பிடித்துக் கொல்வதைப் பற்றிய அக்கதையை எனது பத்து வயதில் கேட்டிருக்கிறேன். அந்தக் கதையில் வரும் பூதம் தீராத பசியால் அவதிப்பட்டுக்கொண்டே இருக்கும். அதற்காக தினமும் ஒரு வீட்டில் உணவு சமைத்துக் கொண்டு போய்க் கொடுப்பார்கள். உணவு ருசியாக இல்லா விட்டால், சாப்பாடு கொண்டுவரும் ஆளை அது அடித்துக் கொன்றுவிடும்.

இப்படி அது ஆயிரக்கணக்கான ஆட்களைக் கொன்று போட்டுவிட்ட பின்னால், பூதத்துக்கு ஒரு பெண் சாப்பாடு கொண்டு போகிறாள். சாப்பாடு பிடிக்காமல் ஆத்திரமாகி, அந்த பெண்ணைக் கொல்லப்போவதாக பூதம் கத்துகிறது.

அவள் பூதத்தைப் பார்த்துச் சிரித்தபடியே, அது பெரிய பலசாலி என்று தான் நம்பவில்லை என்றும், பலசாலி என்று நிரூபித்த பிறகு தன்னைக் கொல்லலாம் என்றும் சொல்கிறாள். அதன்படி, தனது தலைமுடியைப் பிடுங்கி அதனிடம் கொடுத்து, அதில் ஒரு முடிச்சு போட்டுக் காட்டச் சொல்கிறாள்.

எஸ்.ராமகிருஷ்ணன்

'இவ்வளவுதானா' என்று தலைமுடியில் பூதம் முடிச்சு போடத் துவங்கியது. ஆனால், பல நாட்கள் முயன்றும் அதனால் முடிச்சுப் போடவே முடியவில்லை. கடைசியில், இவ்வளவு சின்ன வேலையைக்கூடச் செய்ய முடியாத தன்னை மக்கள் மதிக்க மாட்டார்களே என்று ஊரைவிட்டே ஓடிவிட்டது பூதம் என்று கதை முடியும்.

இந்தக் கதையை வீட்டில் சொல்லும் போது, பூதத்துக்கு என்னென்ன சாப்பாடு கொண்டு போவார்கள் என்ற பட்டியலைச் சொல்வார்கள். அந்தப் பட்டியல் பெரும்பாலும் என் வீட்டில் பண்டிகை நாட்களில் தயாரிக்கப்படும் உணவுப் பட்டியலாக இருக்கும்.

அதனால்தானோ என்னவோ, கதையில் வந்த பூதங்களின் மீது பயம் ஏற்படவே இல்லை. காரணம், பெரும்பாலும் அந்த பூதம் சைவச் சாப்பாடு சாப்பிடுவதும், அப்பளம் வேண்டும் என்று அடம்பிடிப்பதுமாக இருந்ததே!

குட்லானஹள்ளியில் நான் கேட்ட கதை, பெரும்பாலும் நரகாசுரன் கதையை ஒத்திருந்தது. கதையை விடவும், அந்தக் கதையில் பூதம் என்ன சாப்பிடுகிறது என்று அவர் சொன்ன உணவுப் பட்டியல்தான் என்னை ரொம்பவும் வசீகரித்தது.

கதை சொல்லும் வயசாளி மிக ஆசை ஆசையாக அந்த உணவுப் பட்டியலைச் சொன்னார். 'ஒரு பெரிய வண்டி நிறைய களி மொந்தை (கேப்பைக் களி), கோழி குருமா, கடிச்சுக்கிட பச்சை வெங்காயம், ஒரு வண்டி நிறைய திருப்பதி லட்டு (இந்தப் பட்டியலில் லட்டு எப்படிச் சேர்ந்தது என்று ஆச்சர்யமாக இருந்தது), சாப்பிட்டு முடிஞ்சதும் குடிக்கிறதுக்கு டீ என்று எல்லாமும் கொண்டு போனார்கள்' என்று சொன்னார்.

சிறு வயதில் கேட்ட பூதத்தைவிடவும் இந்த பூதம் ரொம்ப சிநேகமாக இருந்தது. அதோடு, எந்தப் பகுதியில் கதை சொல்லப்படுகிறதோ, அங்கு வாழும் மக்களின் பிரதான உணவுப் பழக்கங்கள்தான் பூதங்களின் பழக்கமாக உள்ளதே அன்றி, பூதங்களுக்கான சிறப்பு உணவுகள் எதுவும் கிடையாது என்றும் தோன்றியது.

குட்லானஹள்ளியின் கதை சொல்லி கதையைச் சொல்லி முடித்துவிட்டு, "பூதம் பெருசா, மனுசன் பெருசா?" என்று

கேட்டார். அவரே பதில் சொல்லட்டும் என்று காத்திருந்தேன். அவர் சிரித்தபடியே, "மனுசன் நாலு இடத்தில் உழைச்சுச் சாப்பிடுறான். உழைக்கிற மனுசனைப் பயமுறுத்தி அடிச்சுச் சாப்பிடுது பூதம். அப்போ பெரிய ஆளு மனுசன் தானே?" என்றார்.

அதன் பிறகு, இது போல பூதம் தொடர்பான கதைகளை எங்கெங்கோ கேட்டிருக்கிறேன். பூதம் பெரும்பாலும் சாம்பார் சாதம், தயிர் சாதம், மாவடு, கொஞ்சம் பருப்பு, நெய், பாயசம், வறுத்த கறி, முயல் கறி என என்னென்னவோ சாப்பிட்டது. அந்த இரண்டு ஆண்டுகளில், பூதம் என்பதைக் குறித்து மக்கள் மனதில் இருந்த நூற்றுக்கணக்கான கற்பனைக் குறிப்புகளை அறிந்துகொள்ள முடிந்தது.

அதிலிருந்து பூதம் ஒரு முட்டாள், பூதம் ஒரு சாப்பாட்டு ராமன், பூதம் சைவம் சாப்பிடும், பூதம் குறட்டைவிட்டுத் தூங்கும், பூதம் லட்டு தின்னும், பூதம் பசி தாங்காது... இப்படித்தான் அறிந்துகொள்ள முடிந்தது. யோசிக்கையில், இவை எவையுமே பூதம் பற்றிய குறிப்புகள் அல்ல, நம்மோடு சேர்ந்து வாழும் மனிதர்களைப் பற்றியதே என்று புரிந்தது.

பத்து வருடங்களுக்கு முன்பு கேட்ட அந்தக் கதைகளின் நினைவில், அதே தர்மபுரி மாவட்டத்தின் கிராமங்களுக்குச் மீண்டும் போயிருந்தேன். இப்போது கிராமத்தில் பெரும்பான்மை வீடுகளில் கேபிள் டி.வி. வந்திருந்தது. கிராமத்துச் சிறுவர்கள் மெட்ரிக் பள்ளிக்குப் போகிறார்கள். மினி பஸ் ஓடுகிறது. நான் கதை கேட்ட ஆட்களில் ஒன்றிரண்டு பேர் மட்டுமே உயிரோடு இருந்தார்கள். அவர்களும் கூட தாங்கள் கதைகளை மறந்துவிட்டதாகவே சொன்னார்கள்.

முடிந்தவரை நினைவுபடுத்திச் சொல்லுங்களேன் என்று வற்புறுத்தியபோது, "ஆங்காங்கே சிலது நினைவிருக்கிறது. மற்றவை மறந்துவிட்டது. இப்போது நினைவில் உள்ளது எல்லாம் தினசரி வரும் தொலைக்காட்சித் தொடர்களின் கதைகள் மட்டுமே" என்றார்கள்.

கிராமவாசிகள் நினைவில் இருந்த கதைகள் யாவுமேவா அழிந்துவிட்டன என்று திகைப்பாக இருந்தது. அது நிஜம் என்றால், நாம் மறந்தது கதைகளை மட்டுமல்ல... நமது பாரம்பரிய

எஸ்.ராமகிருஷ்ணன் ● 183

நினைவுகளை... நமது மூதாதையர்களின் கற்பனையை... நாம்கடந்து வந்த பாதையை!

நாம் குழந்தைகளுக்குச் சொல்லும், பாட்டியிடமிருந்து காகம் வடையைத் திருடிச் சென்ற கதை, 2000 வருடங்களுக்கு முன்னால் கிரேக்கத்தில் சொல்லப்பட்டது. அது ஒவ்வொரு தேசமாகக் கடந்து, இந்தியா வந்து சேர்ந்திருக்கிறது. அப்படி பல கதைகள் ஒரு நித்ய பயணியைப் போல தேசம், மொழி என எல்லா எல்லைகளையும் தாண்டி வந்து, நம்மோடு கலந்திருக்கின்றன. நமது கதைகளும் ஆசியா முழுவதும் கடந்து போயிருக்கின்றன.

ஆஸ்திரேலியப் பழங்குடி மக்கள் கதை சொல்வதை 'விழித்தபடியே கனவு காண்பது' என்று அழைக்கிறார்கள். அதுதான் உண்மை. ஒவ்வொரு கதையும், விழித்தபடியே நாம் கனவு கண்ட கனவுதான். உறங்குவதைக்கூடத் தள்ளிப்போட முடியுமா என யோசிக்கும் பரபரப்பான வாழ்வில், கனவுகளைப் பற்றி எப்படிப் பேசுவது என்று தெரியவில்லை.

ஆனால், கனவுகள் இல்லாத வாழ்வைப் பற்றி யோசிக்கவே பயமாக இருக்கிறது!

30

மணலின் சமுத்திரம்

அந்திக் கருக்கலில்
இந்தத் திசை தவறிய
பெண் பறவை
தன் கூட்டுக்காய்
தன் குஞ்சுக்காய்
அலைமோதிக் கரைகிறது
எனக்கதன்
கூடும் தெரியும்
குஞ்சும் தெரியும்
இருந்தும்
எனக்கதன்
பாஷை புரியவில்லை.

- கலாப்ரியா

மணலைப் போல மிகத் தனிமை யானதும், துயரமானதும் உலகில் வேறில்லை. மணலோடு நாம் கொள்ளும் பற்றும் மிகச் சில நிமிடங்களில் முடிந்து விடக் கூடியது. உலகில் அதிகம் நேசிக்கப் படுவதும், அதிகம் புறக்கணிக்கப்படுவதும் மணலாகத்தான் இருக்கக்கூடும்.

சிறு வயதிலிருந்தே மணலின் ரசிகனாக இருந்திருக்கிறேன். கையில் மணலை அள்ளும்போது, அது விரல் இடுக்கு வழியாக சரசரவென இறங்கிப் போகும் அவசரம் இருக்கிறதே, அது அலாதியானது.

மணல் எங்கிருந்து வருகிறது? எங்கே போகிறது? எதற்காக மணல் இவ்வளவு ப்ரியத்துடன் நம்மோடு ஒட்டிக்கொள்கிறது? ஏன் நம் கால்களைப் பிடித்து இழுத்து நிறுத்துகிறது? மணல் என்றால் என்ன? மணல்வெளி வசீகரிப்பது போல, தனித் துகள் ஏன் நம்மை வசீகரிப்பதில்லை? கல்லும் மணலும்தான் நமது வீட்டின் சுவர்களாக ஆகியிருக்கிறது என்றபோதும், அதை நாம் கல், மண் என்று ஏன் ஒருபோதும் உணர்வதே இல்லை. இப்படி சுனையைப் போல கேள்விகள் ஊறிக்கொண்டே இருக்கின்றன மனதில்.

மணலை அறிந்து கொள்ளத் தொடங்கிய பால்யத்தின் வியப்பு, இன்றுவரை முடியவில்லை. மணல் மயக்கம் எப்போதும் தீராத விந்தை.

பாலைவனத்தைப் பற்றி பாடப் புத்தகங்களில் வாசித்தபோது, அது மிகையான கற்பனை என்றே தோன்றியது. பாடம் நடத்திய ஆசிரியர்கள் எவரும் பாலைவனத்தைக் கண்டதில்லை. பாலைவனம் எப்படி இருக்கும் என்பதைப் புகைப்படத்திலிருந்தும், கற்றுக்கொண்டதிலிருந்தும் தான் எடுத்துச் சொல்லிக்கொண்டு இருந்தார்கள். சுற்றுலா அழைத்துப் போகிறவர்கள் ஏன் மலைக்கும், அருவிக்கும், கடலுக்கும் மட்டுமே அழைத்துப் போகிறார்கள்? பாலைவனத்துக்கு ஏன் கூட்டிப் போக மறுக்கிறார்கள் என்று அந்நாட்களில் யோசித்திருக்கிறேன்.

பாலைவனம், ஒரு தனி உலகம். சூரியனுக்கு மிக நெருக்கமான நிலப்பகுதி. பாலையை அறிந்து கொள்ளவேண்டும் என்றால், அது பயணியாகச் சென்றால் முடியாது; அங்கே சில காலம் வாழ வேண்டும் என்பதை ராஜஸ்தானில் உள்ள ஜெய்சல்மீருக்குச் சென்றபோதுதான் அறிந்து கொண்டேன்.

பாலையைப் பற்றி மனது வரைந்திருந்த சித்திரங்கள் யாவையும் ஒரே நிமிடத்தில் அழித்துவிட்டது ஜெய்சல்மீரில் உள்ள மணற்குன்றுகளின் காட்சி. அதிலும், சூரியன் அஸ்தமிக்கும் போது அந்த மணல் திட்டுகளில் மஞ்சள் வெளிச்சம் ஊர்ந்து செல்வதையும், கண்கொள்ளாத அளவு

மணல் பரந்து கிடப்பதையும் கண்டபோது, கனவுலகுக்குள் பிரவேசித்துவிட்டதான உணர்வு தோன்றியது. முதன்முதலாக பாலைவனத்தின் பிரமாண்டமான மணல்வெளியைக் கண்டபோது, மனது கூச்சலிட்டது. அப்படியே மணலை அள்ளி அள்ளி நிரப்பிக்கொள்ள வேண்டும் போலிருந்தது.

சிறு வயதில் மணல் ஏற்படுத்திய முதல் ஆச்சர்யம் அதுதான். நினைவு தெரிந்த நாளில், திருச்செந்தூர் கடற்கரைக்குப் போயிருந்தபோது, கடற்கரை மணலில் விளையாட விட்டார்கள். மணலை கை நிறைய அள்ளி அள்ளி சட்டைப் பையில், கால் சட்டைப் பையில் நிரப்பினேன். மணல் தீரவே இல்லை. மணல் ஒரு ஊற்றைப் போல சுரந்து கொண்டே இருக்கிறதா! அள்ளி அள்ளிச் சோர்ந்து போய், மணலைக் காற்றில் பறக்கவிடத் துவங்கினேன். காற்றில் மணல் பறந்து போகும் அழகிருக்கிறதே, அந்தக் காட்சி ஒரு சித்திரத்தைப் போல மனதில் அப்படியே ஒட்டிக்கொண்டு இருக்கிறது.

மணலை தலையில், கால்களில், உடலில் நிரப்பியபடி நிமிர்ந்தபோது, அடி விழுந்தது. மணலை இப்படி யாராவது நிரப்பிக்கொள்வார்களா என்று திட்டினார்கள். என் பையிலிருந்து மணலை அள்ளி வெளியே போட்டார்கள். அடி வாங்கியதைவிடவும் மணலை அள்ளி வெளியே போட்டதற்குத்தான் அழுகை அதிகமானது. உடலில் ஒட்டியிருந்த மணல் துகள்களை என்ன செய்வது என்று தெரியாமல், அருகில் இருந்த நாழிக்கிணற்றில் கூட்டிப் போய்க் குளிக்கவைத்தார்கள். மணல் உடலிலிருந்து வழிந்து ஓடியது. காலடியில் ஓடும் நீரில் மணல் கரைந்து போகாமல் படிந்திருந்ததைக் கண்கள் வெறித்துப் பார்த்தபடியே இருந்தன.

மணலை அறிவது எப்படி என்று யாரும் கற்றுத் தரவில்லை. குழந்தைகளாக இருந்த போது மணலிடம் கூடிய ஈர்ப்பு, வயது வளர்ந்ததும் வடிந்து விடுகிறதுபோலும்! ஜெய்சல்மீரின் மணல்வெளி, பால்யத்தின் கதவுகளைத் திறந்துவிட்டது.

மணலைக் கை கொள்ளுமளவு அள்ளி முகர்ந்து பார்த்தேன். மணலின் வாசனை மிகவும் அலாதியானது. அது உலகில் உள்ள எந்தப் பூவின் வாசனையும் போலில்லை. ஆனாலும், மணல் பூத்திருக்கிறது என்று தான் தோன்றியது. கண் கொள்ள முடியாத அந்த மணற்பரப்பில் காற்று மட்டுமே அலைகிறது.

எஸ்.ராமகிருஷ்ணன் ● 187

காற்றுக்கு விரல்கள் உண்டு என்பதை அங்குதான் கண்டு கொண்டேன். காற்று தன் விரல்களால் மணலின் மீது ஏதோ எழுதுவதும், அழிப்பதுமாக இருந்தது. மணலின் மீதுள்ள வளைவுகள் எப்படி இத்தனை அழகாக இருக்கின்றன!

மணல் திட்டுகளில் ஏறி நின்று நான் கண்ட சூரியன், மிக மூர்க்கமானவன். பாலைவனத்துச் சூரியனை நாம் எளிதில் சிநேகிக்க முடியாது. அது எரிகொம்புகளுடன் நடந்து வரும் முரட்டு உருவம். இரை தேடி ஒரு இடத்தில் வட்டமிடும் பருந்தைப் போல சூரியன் வானில் நின்றுகொண்டே இருக்கிறது.

பிறந்தது முதல் வெயிலைக் குடித்து வளர்ந்திருந்தபோதும், பாலையில் நான் கண்ட வெயில் வேறுவிதமானது. அது காடி ஏறிய கள்ளைப் போல நுரைத்துப் பொங்கிக்கொண்டு இருந்தது. அதன் உஷ்ணம் முதுகில் பிரம்பால் அடிக்கக் கூடியது. வெளிச்சத்தின் விலாசம் கண்டு கண்கள் நடுங்குகின்றன. பாலைவனத்தில் பகல் நேரம் கிழட்டுப் பாம்பைப் போன்று மெதுவாக நகர்ந்து போகிறது.

ஒட்டகங்கள் பற்றி நமக்கிருந்த கேள்வி ஞானம் யாவும், அதைக் கண்ட மறுநிமிடம் உதிர்ந்து விடுகின்றன. ஒட்டகங்கள் யாவும் ஏதோ ஒருவிதமான துக்கத்தில் பீடிக்கப்பட்டவை போலவே இருக்கின்றன. அதன் முகவெட்டிலே ஒரு தனிமை படர்ந்திருக்கிறது. வெட்டவெளியில் ஆடுகள் மேய்வதைப் போன்று ஆங்காங்கே கிழட்டு ஒட்டகங்கள் அலைகின்றன.

ஜெய்சல்மீரில் இருந்து 50 கிலோமீட்டர் பயணித்திருப்பேன். மணல் மேடுகளைத் தவிர, கண் எதிரில் வேறு எதுவுமே இல்லை. குதுகுது வென்ற சப்தம் மட்டுமே தொலைவிலிருந்து கேட்டுக்கொண்டே இருக்கிறது. மாபெரும் மணல் சமுத்திரத்தின் நடுவே நின்றிருந்தபோது இயற்கையின் மகத்தான சிருஷ்டியைப் புரிந்துகொள்ள முடிந்தது.

எப்போதோ வாசித்த ஒரு கதை நினைவுக்கு வந்தது. இரண்டு அரசர்கள் மிக நெருங்கிய நண்பர்களாக இருந்தார்கள். ஒருவன் பாலைவனத்தின் அரசன், மற்றவன் தூர தேசத்து அரசன். தனது வெற்றியின் நினைவாக தூர தேசத்து அரசன் ஒரு மாபெரும் மாளிகையைக் கட்டுகிறான். அந்த மாளிகை சுற்றுச் சுழல் பாதைகளும் சூட்சுமங்களும் கொண்டதாக உள்ளது.

அந்த மாளிகைக்குள் நுழைவது எளிது; வெளிவருவது மிகக் கடினம். ஏனென்றால், அதற்கு ஒரேயொரு வழி மட்டுமே உள்ளது. அது எங்கிருக்கிறது என்று எளிதில் தெரிந்துகொள்ள முடியாது.

இந்த மாளிகையைக் காட்டுவதற்காக, தனது நண்பனை அழைக்கிறான் தூர தேசத்து அரசன். பாலை அரசனும் வருகிறான். மாளிகையைப் பார்வையிடுகிறான். ஆனால், வெளியேற வழி தெரியாமல் அதற்குள்ளாகவே நாட்கணக்கில் சுற்றி அலைகிறான். முடிவில் ஒரு நாள், தூர தேசத்து அரசன் வந்து அவனை மீட்டு வெளியே கூட்டி வருகிறான். பிறகு, தனது சிருஷ்டிக் கடவுளைவிடவும் மிகச் சிறப்பானது என்று கேலி செய்கிறான்.

பாலை அரசன் பதில் சொல்லாமல், தன் நாடு திரும்பிவிடுகிறான். சில மாதங்களுக்குப் பிறகு பாலை அரசன் தான் ஒரு அதிசயத்தை உண்டாக்கியிருப்பதாகச் சொல்லி, தூர தேசத்து அரசனை அழைக்கிறான். அவனும் வருகிறான். அவனைக் கூட்டிப் போய் பாலைவனத்தின் நடுவில் விட்டுவிட்டு, 'எனது தேசத்தில் உள்ள விந்தை, நீ சிருஷ்டித்ததைவிடவும் மிக அற்புதமானது. இதில் உள்ளே போவதற்கும் எண்ணிக்கையற்ற வழிகள் உள்ளன. வெளியே போகவும் எண்ணிக்கையற்ற வழிகள் உள்ளன. ஆனால், அறியாதவர் உள்ளே சென்றால் வெளியே திரும்புவது சாத்தியமே இல்லை. முயன்றால், வெளியே வந்து பார்!' என்று சொல்லிப் பாலைவனத்தின் நடுவே, தனியே விட்டுவிட்டு வந்துவிடுகிறான்.

தூர தேச அரசன் பல மாதங்கள் பாலைவனத்துக்குள்ளாகவே வழி தெரியாமல் சுற்றி அலைந்து, தாகமும் பசியுமாக இயற்கையின் முன் தனது சிருஷ்டி எதுவுமில்லை என்று உணர்ந்து அங்கேயே இறந்து போகிறான் என்று கதை முடிகிறது.

இயற்கையைப் போல சிருஷ்டியின் நுட்பம், மனிதர் எவருக்கும் சாத்தியமானதே இல்லை. மனிதன் வடித்த சிறந்த சிற்பம் யாவையும் விட, ஒரு மணல் துகள் துல்லியமும், அழகும் ஈர்ப்புமாக படைக்கப்பட்டு இருக்கிறது என்பது எவ்வளவு பெரிய ஆச்சர்யம்! எந்தக் கரங்கள் இதை சிருஷ்டி செய்தன! எத்தனை ஆயிரம் வருடம் இவை அழியாமல் உயிர்ப்போடு உள்ளன!

எஸ்.ராமகிருஷ்ணன்

பாலையைக் கடந்து பயணிக்கும்போது சங்க காலப் பாடலின் ஆறலை நினைவுகள் மனதில் எழுகின்றன. ஆங்காங்கே அடர் சிவப்பிலும், அடர் நீலத்திலும் உடையணிந்த ஒன்றிரண்டு பெண்கள் தென்படுவது மட்டும்தான், நான் கனவில் இல்லை, நிஜத்தில் நடமாடிக்கொண்டு இருக்கிறேன் என்பதற்குச் சாட்சியாக இருந்தது.

நெடுஞ்சாலைகளில் கானலைப் பார்த்துப் பழகிய நமக்கு, பாலையில் தோன்றும் கானலைக் காண்பது அலாதியானது. பாலையில் தோன்றும் கானல் மிக நெருங்கிச் செல்லும் வரை நிஜம் போலவே இருக்கிறது. ஏதோ ஒரு மாயம் நடப்பது போல் பாலை தனக்குத் தானே விந்தைகளை நடத்திப் பார்த்து மகிழ்கிறது.

பகலில் இருந்த பிரமாண்டம் கொஞ்சம் கொஞ்சமாக இரவில் அடங்கத் துவங்கி, இருள் அவ்வளவு பிரமாண்டமான மணல்வெளியையும் மூடிவிடுகிறது. இருளின் கரங்கள் எத்தனை

அகன்றது என்பதை அங்குதான் கண்டேன். இரவில் பாலை அடங்கிவிடுகிறது. கிராமங்கள் விழித்துக்கொண்டு விடுகின்றன. நிலவு மட்டும் வழி தவறிய பயணியைப் போல தனியாகப் பாலையில் சுற்றியலைகிறது.

ஜெய்சல்மீரில் நாலைந்து நாட்கள் அலைந்து திரிந்தேன். கோட்டைகளும், கற்களால் ஆன பூங்காவும், பாலைவனத்தின் சங்கீதமும் அறிந்தபடியிருந்த நாட்கள் அவை.

வயது வளர வளர, மணல் நம்மைப் பற்றிக்கொள்ளக் கூடாது என்று கவனம் மிக்கவர்களாகிவிடுகிறோம். கடற்கரையில் நம் கைகளில், உடைகளில் ஒட்டிக்கொள்ளும் மணலை அங்கேயே தட்டிவிட்டு எழுந்து கொள்கிறோம். மணலோடு நமக்குள்ள பற்று மிக அற்ப நிமிடம் மட்டுமே! மணலின் விதியும் அதுதான் போலும்!

மணல் மனிதனிடம் என்ன தேடுகிறது? குழந்தைகள் மணலில் என்ன கண்டுகொள்கிறார்கள்? மணலின் பாஷைதான் என்ன? யோசிக்க யோசிக்க குற்ற உணர்ச்சியுடன், வெட்கமாகவும் இருக்கிறது... அறியாமையை நினைத்து!

31

தூரத்து மணியோசை

அவன் மலை மீது அமர்ந்திருந்தான்
ஒரேயொரு கணம்
அவன் தோளுக்கும் வலிக்காமல்
ஒரு பறவையின் நிழல்
சற்றே
அமர்ந்து
கடந்துவிட்டது.

- ராணி திலக்

ஞாயிற்றுக் கிழமை காலையில், எங்கிருந்தோ ஒலிக்கும் தேவாலயத்தின் மணிச் சத்தம் கேட்பது தனியான அனுபவம். எல்லா தேவாலயங்களும் ஏனோ கடந்த காலத்தை நினைவுபடுத்தியபடியேதான் இருக்கின்றன.

இந்தியாவின் புகழ்பெற்ற சில தேவாலயங்களுக்குள் சென்றிருக்கிறேன். அங்கு என்னை மிகவும் ஈர்த்தது அதன் நிசப்தமும், எரியும் மெழுகுவத்திகளும்! சில தேவாலயங்களில் மெழுகு உருகுவதுகூட காதில் கேட்குமளவு நிசப்தம் கூடியிருக்கும். பிரார்த்தனைக்காக வருகிறவர்களின்

உதடுகள் அசைவது தெரியும். ஆனால், குரல் உயராது. எப்படி மௌனத்தின் வழியாகப் பேசிக்கொள்கிறார்கள் என்று ஆச்சர்யமாக இருக்கும்.

சென்னையில், புகழ்பெற்ற பல தேவாலயங்கள் இருக்கின்றன. ஒவ்வொன்றும் தனக்கென ஒரு சரித்திரமும், பாரம்பரியமும் கொண்டிருக்கிறது. எப்போதாவது வெளியூர் நண்பர்கள் சென்னை வரும்போது, நான் அவர்களை அழைத்துச் செல்லும் இடங்களில் ஒன்று, ஆர்மீனியன் தேவாலயம்.

சென்னை உயர்நீதிமன்றத்தின் அருகில் உள்ள ஆர்மீனியன் தெருவில் உள்ளது, செயின்ட் மேரி தேவாலயம். சென்னையின் மிகப் பழைமையான இந்தத் தேவாலயம், வெறும் வழிபாட்டு ஸ்தலம் மட்டுமல்ல; ஒரு சரித்திரத்தின் நினைவுச் சின்னம். இன்றைய சென்னை மறந்துபோன கடந்த காலத்தை, இந்தத் தேவாலயத்தின் மணிகள் நினைவு படுத்திக் கொண்டே இருக்கின்றன.

கடந்த நூற்றாண்டுகளில், சென்னையில் போர்த்துக்கீசியர்களும், டச்சுக்காரர்களும், அரபு வணிகர்களும், யூதர்களும், ஆங்கிலேயர்களும் வசித்திருக்கிறார்கள். அவர்களின் கலாசாரமும், நம்பிக்கைகளும் சென்னையில் வேர்விட்டிருக்கின்றன. கால மாற்றத்தில் இவை யாவும் கரைந்து போய்விட்டன.

முந்நூறு வருட பாரம்பரியம் கொண்ட சென்னை, அவசர அவசரமாகத் தனது புராதன நினைவுகளைக் கண்முன்னே அழித்துக் கொண்டுவருகிறது. பழைய பாரம்பரியக் கட்டடங்கள் பலவும் இடிக்கப்பட்டுவிட்டன. மீதமிருப்பவை உயர்ரக உணவு விடுதிகளாகிவிட்டன. திரையரங்குகள் தரைமட்டமாக்கப்பட்டு, வணிக மையங்கள் தோன்றுகின்றன. விளையாட்டு மைதானங்கள், பூங்காக்கள் இருந்த அடையாளம் தெரியாதபடி ஆக்கிரமிக்கப்பட்டு, புதிய குடியிருப்புகளாகிவிட்டன.

ஐரோப்பிய நகரங்களில் பழைமையான கட்டடங்கள் எதை இடிக்க வேண்டுமானாலும், அதற்கு அரசின் சிறப்பு அனுமதி பெற வேண்டும். பெரும்பாலும் இடிக்க அனுமதி கிடைக்காது. சில வேளைகளில் அந்த இடத்தைச் சிறிய மாற்றங்கள் செய்து, உணவு விடுதியாகவோ, ஆர்ட் கேலரியாகவோ அமைத்துக்கொள்ள அனுமதி தருகிறார்கள். அதுபோலவே,

குடியிருப்புப் பகுதிகளில் பல அடுக்கு வணிக வளாகங்களுக்கு அனுமதி தரப்படுவதில்லை. பெரிய வணிக வளாகங்களை நகரைவிட்டு 40 மைல் தள்ளி, விஸ்தாரமான கார் பார்க்கிங் வசதியுள்ள இடத்தில், தனியே அமைத்திருக்கிறார்கள்.

ஆனால், வேக வேகமாக ஐரோப்பியப் பழக்கவழக்கங்களை நகலெடுக்கத் துவங்கும் நாம், அவர்கள் கடந்த காலத்துக்குத் தரும் மரியாதையையும், பொதுமக்களுக்கு இடையூறு இல்லாதபடி வணிகம் நடைபெற வேண்டும் என்ற பண் பாட்டினையும் சுத்தமாக மறந்துவிட்டோம்.

இன்று சென்னையில், லேக் வியூ ஏரியா என்ற பெயரில் எத்தனையோ பகுதிகளில் தெருக்கள் இருக்கின்றன. அங்கு எவராவது சென்று, இங்கே எங்கே ஏரி இருக்கிறது என்று விசாரித்தால், எவருக்கும் தெரியாது. காரணம், பெரிய ஏரிகள் இருந்த இடங்கள் மொத்தமும் ஆக்கிரமிக்கப்பட்டு, குடியிருப்புகளாகவும், வணிகவீதிகளாகவும் உருமாறியிருக்கின்றன.

கடல் ஒன்றுதான் 300 வருடங்களாக அப்படியே உள்ளது. அதையும் பாதி மூடிவிட முடியுமானால், அதிலும் அடுக்குமாடிக் கட்டடங்களும், கேளிக்கை அரங்குகளும் அமைக்கலாமே என்ற யோசனை கொண்ட பலர் சென்னையில் இருக்கிறார்கள். இவ்வளவையும் தாண்டி பழைய சென்னை ஆங்காங்கே ஒளிந்து, தன்னைத் தக்கவைத்துக்கொண்டுதான் இருக்கிறது.

சென்னையின் தெருப் பெயர்களைப் பற்றி யாராவது ஆய்வு செய்வார்களேயானால், ஒவ்வொரு தெருவின் பின்னாலும் ஒரு கதை இருப்பதை அறிந்துகொள்ள முடியும். அப்படி ஆர்மீனியன் தெருவில் 300 வருடங்களாக சென்னையில் வாழ்ந்த ஆர்மீனியர்களின் வாழ்வு, ஒவ்வொரு கல்லிலும் பதிவாகி இருக்கிறது.

பரபரப்பான வணிக வீதியான ஆர்மீனியன் தெருவுக்குள், சற்றே ஒதுங்கி பசுமையான மரங்களுக்கு இடையில் சுழல் படிக்கட்டுகள் கொண்டதாக அமைந்துள்ளது, புனித மேரி தேவாலயம். தொலைவில் இருந்து பார்க்கும்போதே தேவாலயத்து கோபுரமும், சிலுவையும் தெரிகின்றன.

ஆர்மீனிய மக்கள் தங்கள் வழிபாட்டுக்காக 1712-ல் இந்தத் தேவாலயத்தைக் கட்டியிருக்கிறார்கள். ஆரம்பத்தில்

எஸ்.ராமகிருஷ்ணன் ● 193

இந்தத் தேவாலயம், இன்று உயர்நீதிமன்றம் உள்ள இடத்தில் கட்டப்பட்டிருக்கிறது. ஆனால், ஆங்கிலேயருக்கும் பிரெசுக் காரர்களுக்கும் நடந்த சண்டையில் அது இடிக்கப்படவே, இப்போதுள்ள புதிய தேவாலயத்தை நிறுவியிருக்கிறார்கள்.

300 வருடங்களைக் கடந்த பிறகும், இன்றும் தன் கம்பீரம் குன்றாமல் அப்படியே நிற்கிறது தேவாலயம். பெரிய தூண்களும், நுணுக்கமான கலை வேலைப்பாடுகளும், கல்லறைத் தோட்டமும் கொண்டதாக உள்ளது. இந்தத் தேவாலயத்தின் தனிச் சிறப்பு, இயேசுவின் வாழ்வை விவரிக்கும் இருபது சித்திரங்கள்! புனித மேரியின் திருவுருவத்தின் கீழே ஓவல் வடிவில் அமைக்கப்பட்டுள்ள இந்த இருபது படங்களில் இயேசுவின் வாழ்வு சித்திரங்களாகத் தீட்டப்பட்டுள்ளது. அத்துடன், பெல்பிரோ டவர் எனப்படும் ஆறு பெரிய மணிகள். 150 கிலோ எடையுள்ள 20 அங்குலம் அகலமான 6 மணிகள் இரும்புக் கம்பியில் தொங்கிக்கொண்டு உள்ளன. இவை ஒன்று சேர ஒலிப்பதைக் கேட்டால், ரம்மியமான இசை போல இருக்கும்.

இந்த மணிகள் இங்கிலாந்தில் செய்து, இங்கே கொண்டுவரப்பட்டன. இதில் பெரிய ஒரு மணி மட்டும் விரிசல் கண்டு, திரும்பவும் சென்னையில் வார்த்து எடுக்கப்பட்டு இருக்கிறது. அருளப்பன் செய்த வேலை என்று அந்த வார்ப்பு செய்தவர், தனது பெயரை மணியில் பொறித்திருப்பதைக் காண முடிகிறது.

இந்த ஆறு மணிகளும், ஞாயிற்றுக் கிழமை காலை பிரார்த்தனைக்காக ஒலிக்கின்றன. ஆனால், பிரார்த்தனை செய்வதற்கு அங்கே ஆர்மீனியர்கள் எவரும் இல்லை. அருகில் குடியிருக்கும் சிலர் மட்டுமே கலந்து கொள்கிறார்கள். எப்போதாவது வரும் வெளிநாட்டுப் பயணிகளையும், ஒன்றிரண்டு உள்ளூர்வாசிகளையும் தவிர, அந்தத் தேவாலயம் எப்போதும் கடந்த காலத்தின் நிழலில் சலனமற்று உறைந்திருக்கிறது.

தேவாலயத்தின் காரிடாரில் நடந்து சென்றால், வழி முழுவதும் ஆர்மீனியர்களின் கல்லறைகள் உள்ளன. இந்தக் கல்லறைக் குறிப்புகளைக் காணும்போது, ஆர்மீனியர்கள் எவ்வளவு புகழுடன் சென்னையில் வாழ்ந்திருக்கிறார்கள் என்பதைத் தெரிந்து கொள்ள முடிகிறது.

ஐரோப்பியர்கள் இந்தியாவுக்கு வணிகம் செய்ய வருவதற்குப் பல நூறு வருடங்களுக்கு முன்பாகவே இந்தியாவுக்குள் வணிகம் செய்தவர்கள் ஆர்மீனியர்கள். உலகில் முதன்முதலாக கி.பி. 4-ம் நூற்றாண்டிலேயே கிறிஸ்துவ சமயத்தை நாட்டின் சமயமாக ஏற்றுக் கொண்டது ஆர்மீனியா. மொகலாயர்கள் காலத்தில் ஆர்மீனிய வணிகர்கள் மிகவும் புகழ்பெற்று விளங்கினார்கள்.

1666-ல் சென்னையில், ஆர்மீனியர்கள் ஒரு குடியிருப்பை உருவாக்கினார்கள். 18-ம் நூற்றாண்டின் முற்பகுதியில், சென்னையில் வாழ்ந்த புகழ்பெற்ற வணிகர்களில் ஒருவரான கோஜா பெட்ரஸ் லுஸ்கான், தனது சொந்தச் செலவில் புனித தாமஸ் மலைக்குப் படிக்கட்டுகள் அமைத்துக் கொடுத்ததோடு, சைதாப்பேட்டையில் அடையாறின் குறுக்கே ஒரு பாலத்தையும் அமைத்துத் தந்தார். அந்தப் பாலத்தின் பெயர் மர்மலாங் பாலம். அது இப்போது மறைமலையடிகள் பாலம் என்று அழைக்கப்படுகிறது.

முதல் ஆர்மீனிய மொழிப் பத்திரிகையான ஆஸ்தரார், சென்னையில் இருந்துதான் வெளிவந்திருக்கிறது. ரெவரெண்ட் அரத்தான் சுமாவோன் என்ற ஆர்மீனியர் இதற்காக ஒரு அச்சகத்தை நிறுவி, பத்திரிகையை நடத்தி வந்திருக்கிறார். ஆர்மீனியர்கள், சென்னையின் வளர்ச்சியில் அதிக ஈடுபாடு காட்டியிருக்கிறார்கள் நெடுங்காலமாக சென்னையில் கவர்னர்களின் இல்லமாக இருந்த அட்மிரால்ட்டி ஹவுஸ், பிரபலமான ஆர்மீனிய வணிகர் நசர் ஜேகப் ஜான் கட்டியது. இன்றும் கொல்கத்தாவில், ஐந்நூறுக்கும் குறைவான ஆர்மீனியர்கள் வசிக்கிறார்கள். அவர்களுக்கென தனியான அமைப்பு இருக்கிறது.

காலம் இன்னும் எத்தனை ஆண்டுகளுக்கு இந்த ஆர்மீனிய மணியோசையைக் காப்பாற்றி வைத்திருக்கும் என்று தெரியவில்லை. ஒரு கல் சிலையாகும்போது, அது மனிதனின் கலை நுட்பத்தை வெளிப்படுத்துகிறது. ஆனால், அதே சிலை உடைக்கப்பட்டுத் திரும்பவும் கல் ஆகும்போது, அது தனிமனிதனின் வீழ்ச்சியை மட்டுமல்ல; ஒரு சமூகத்தின் வீழ்ச்சியைக் குறிப்பதாகவே அமையும் என்றே தோன்றுகிறது.

32

நினைவில் வாழும்...

இரண்டு குமிழிகள்
இணையும் தருணத்தில்
காணாமல் போகின்றன
இரண்டுமே.
மலர்கிறது ஒரு தாமரை.

- கிஜோ முரகாமி
(தமிழில்: யுவன் சந்திரசேகர்)

சிக்மகளூருக்குப் போகலாமா என்று என் நண்பர் அழைத்தபோது, எதற்கு என்று கேட்காமலே, வருவதாக ஒப்புக் கொண்டேன். கர்நாடகாவில் ஊர் சுற்றுவதற்கு எவ்வளவோ இடங்கள் இருக் கின்றன. அதிலும், ஹசனைச் சுற்றிலும் சில மணி நேர பயணத்துக்குள் பேளூர், ஹளேபேடு. சிருங்கேரி, பாபா புதனகிரி என எத்தனையோ இடங்கள்

நண்பர் வங்கியில் பணிபுரிபவர். மூன்று நாட்கள் விடுமுறை எடுத்துள்ளதாகச் சொல்லி, அன்றிரவே பெங்களூருக்கு ரயிலில் கிளம்புவோம் என்றார். நண்பரின் பணி, அதிக வேலைப்பளு கொண்டது.

அந்த வேலைகளைப் போட்டுவிட்டு அவரே கிளம்புகிறாரே என்று நானும் தயாரானேன்.

ரயில் நிலையத்துக்கு வந்தபோது, நண்பரிடம் மிகச் சிறிய துணிப்பை ஒன்று மட்டுமே தோளில் தொங்கிக்கொண்டு இருந்தது. கையில் ஒரு வாட்டர் பாட்டில். அவரது முகத்தில் பயணம் போகிற சந்தோஷம் இல்லை. ஒருவேளை, அலுவலகப் பணியின் அழுத்தம் தாங்க முடியாமல் விடுபட்டுக் கிளம்புகிறாரோ என்று நினைத்தேன்.

ரயிலிலும் அவர் எதுவும் பேசவில்லை. ரயில் கிளம்பிய சில நிமிடங்களிலேயே, அவர் படுத்து உறங்கி விட்டார். நான் எழுந்து படிக்கட்டின் அருகில் நின்றபடி, கடந்து செல்லும் இருளைப் பார்த்தபடி இருந்தேன்.

மறுநாள், பேருந்தில் சிக்மகளூர் போய்ச் சேரும் வரை, அவர் எதுவும் பேசவே இல்லை. ஒரு விடுதியில் அறை எடுத்தோம். குளித்துச் சாப்பிட்ட போது, மாலையாகி இருந்தது. நண்பர் தனக்கு ஒரு சிறிய வேலை இருப்பதாகச் சொல்லி, அறையை விட்டு வெளியேறிச் சென்றார். நான் சிக்மகளூரின் தெருக்களில் இறங்கி நடக்கத் துவங்கினேன்.

அதிக நெருக்கடி இல்லாத ஊர். அலாதியான காற்று. சிறிதும் பெரிதுமான உணவகங்கள். தங்கும் விடுதிகள். சப்தமிடும் நகரப் பேருந்துகள். பழக்கடைகளும் காய்கறி விற்பவர்களும் கூவிக்கொண்டு இருந்தார்கள். அறைக்கு அவர் திரும்பி வருவதற்கு இரவு நெடு நேரமாகியது. நான் உறங்கத் தொடங்கியிருந்தபோது, அறைக் கதவைத் தட்டி எழுப்பினார் நண்பர். எதற்காக சிக்மகளூர் வந்திருக்கிறோம் என்று அவரிடம் அப்போதாவது கேட்கலாம் என்று நினைத்தேன். பிறகு, காலையில் அவராகச் சொல்வார்தானே என்று உறங்கிவிட்டேன்.

காலையில், இருவரும் அங்கிருந்த ஒரு வங்கிக்குச் சென்றோம். ஊழியர்களில் ஒன்றிரண்டு பேருக்கு நண்பரைத் தெரிந்திருந்தது. அவர்களோடு கன்னடத்தில் பேசியபடியே, 'சிக்கலா என்பவரைத் தேடினார். அந்த நபர் மாறுதலாகி, சிமோகாவில் இருப்பதாகச் சொன்னார்கள்.

நண்பர், அருகில் உள்ள டீக்கடைக்கு அழைத்துப்போய், டீ வாங்கித் தந்தார். தான் 15 வருடத்துக்கு முன்பு, சிக்மகளூரில் ஒரு வருடம் வேலை பார்த்ததாகச் சொன்னார்.

அப்படியானால், ஏதோ அலுவலக வேலையாக வந்திருக்கக்கூடும் என்று முடிவு செய்து, "எங்கே குடியிருந்தீர்கள்?" என்று கேட்டேன். "அதைத்தான் இப்போது தேடிக்கொண்டு இருக்கிறேன்" என்றார்.

எனக்குப் புரியவில்லை. 15 வருடங்களுக்கு முன்பு இருந்த வீட்டை இப்போது எதற்காகத் தேடுகிறார்? அவராக அதைப்பற்றிச் சொல்லட்டும் என்று இருந்துவிட்டேன். "நான் குடியிருந்த பகுதியில் ஒரு சிவன் கோயில் இருந்தது. அது பழைய காலத்து வீட்டின் ஒரு பகுதி. எந்த ஏரியா என்று மறந்துவிட்டது" என்றார்.

விசாரித்துத் தெரிந்து கொள்ளலாம் என்று தெருக்களில் நடக்கத் துவங்கினோம். அங்கு மிங்கும் சுற்றி, ஒருவழியாக அந்தத் தெருவைக் கண்டுபிடித்தோம். ஆனால், அந்த வீடு இடிக்கப்பட்டு, அந்த இடத்தில் வேறு சில கட்டடங்கள் கட்டப்பட்டு இருந்தன.

அந்தத் தெருவில் தான் குடியிருந்ததாகச் சொல்லி, அங்கிருந்த வீடு ஒன்றின் கதவைத் தட்டினார் நண்பர். 60 வயதைக் கடந்த பெண்மணி வெளியே வந்தார். அரக்கு நிறத்தில், காட்டன் புடவை கட்டியிருந்தார். அவரிடம், "நான் முன்பு இந்தத் தெருவில்தான் குடியிருந்தேன்" என்று, அந்த வீட்டைக் காட்டினார்.

அந்தப் பெண்மணி, அது சென்னப்பாவின் வீடு என்றும், அவர்கள் மைசூருக்குப் போய் விட்டார்கள் என்றும் சொல்லிவிட்டு, நண்பரின் மனைவி பெயரைக் கேட்டார். நண்பர் சொன்னதும், அவள் எப்படி இருப்பாள் என்று திரும்பவும் கேட்டார் அந்தப் பெண்மணி. சிறிது யோசனைக்குப் பிறகு, அவரே சொன்னார்... "சிவப்பாக, ஒடிசலான பெண்ணில்லையா..? ஒரு பொம்பளைப் பிள்ளைகூடப் பிறந்து, ஒரு வாரத்தில் இறந்து போய்விட்டது. சரிதானா?" என்று கேட்டார். அவளது துல்லியமான நினைவின் முன் செயலற்றவரைப் போல நின்றிருந்த நண்பர் சொன்னார்...

“அது என் முதல் குழந்தை பிறந்து சில நாளில் இறந்து போய்விட்டாள்!”

அந்தப் பெண்மணி, வீட்டின் உள்ளே வரச் சொல்லி, நாற்காலியில் உட்காரச் சொன்னார். இப்போது என் நண்பருக்கு எத்தனை பிள்ளைகள் இருக்கிறார்கள், என்ன படிக்கிறார்கள் என்று விசாரித்தார். நண்பர் பதில் சொல்லியபடியே இருந்தார். நான் அந்த வீட்டின் தூசி படிந்த பழைய புகைப்படங்களைப் பார்த்தபடி இருந்தேன்.

“இப்போது எதற்காக வந்திருக்கிறீர்கள்?” என்று அந்தப் பெண்மணி கேட்டதும், நண்பர் தன் குழந்தையைப் புதைத்த இடத்தைப் பார்த்துப் போவதற்காக வந்திருப்பதாகச் சொன்னார். அவளுக்குப் புரியவில்லை. “ஏதாவது சாந்தி செய்யப் போகிறீர்களா?” எனக் கேட்டாள். “இல்லை. பார்த்துவிட்டுப் போகவேண்டும் என்று தோன்றுகிறது” என்று சொல்லி, விடைபெற்றுக்கொண்டார்.

அறைக்குத் திரும்பி வரும்வரை, நாங்கள் பேசிக்கொள்ளவே இல்லை. இரவில் அவராகவே சொல்லத் தொடங்கினார்... “அது என் முதல் குழந்தை. குறைப் பிரசவமாகி, மருத்துவமனையில் வைத்துச் சில தினங்கள் பார்த்து வந்தோம். ஆனால், பலனின்றி இறந்து போய் விட்டாள். ஊரில் இருந்த உறவினர்கள் எவருக்கும் தெரியப்படுத்தவே இல்லை. அலுவலகத்தில் வேலை செய்யும் ஒன்றிரண்டு நண்பர்கள் உடன் வந்தார்கள். ஒரு பின் மதிய நேரத்தில், வெயில் ஊர்ந்து கொண்டு இருந்த இதே வீதியில், அவளைச் சுமந்து சென்று, அருகில் இடுகாட்டில் புதைத்துவிட்டு வந்தோம்.

என் மனைவியால் அந்த வேதனையைத் தாங்க முடியவில்லை. அதனால், இங்கிருந்து மாறுதலாகி சென்னைக்கு வந்து விட்டேன். இறந்துபோன குழந்தையைப் பற்றிய நினைவு ஒரு வருஷம் வரை அழுத்திக்கொண்டே இருந்தது. அதன் பிறகு, மூன்று பிள்ளைகள் பிறந்து வளர்ந்து, இன்று பள்ளிப் படிப்பை முடிக்கப்போகிறார்கள். எனினும் நானோ, என் மனைவியோ எங்கள் முதல் குழந்தையைப் பற்றி நினைக்காத நாளில்லை.

ஆனால், சில மாதங்களாகவே என் மனைவி சிக்மகளூருக்குப் போய், எங்கள் குழந்தையைப் புதைத்த இடத்தைப்பார்த்துவிட்டு

வர வேண்டும் என்று என்னை நச்சரிக்கத் துவங்கினாள். எனக்கும் மனதில் ஏதோ உறுத்திக்கொண்டே இருந்தது. என்ன செய்வது என்றே புரியவில்லை. முதலில் நான் மட்டும் போய்விட்டு வந்து, பிறகு உன்னைக் கூட்டிச் செல்கிறேன் என்று ஆறுதல் படுத்திவிட்டுக் கிளம்பி வந்திருக்கிறேன்" என்றார்.

பேசி முடித்த சில நிமிடங்களில், எந்தச் சலனமும் இன்றி அவர் உறங்கத் துவங்கிவிட்டார். எனக்கு உறக்கம் வரவில்லை. அதுவரை பிரகாசமாகத் தெரிந்த சிக்மகளூரின் மீது அப்படியே சாம்பல் கவிழ்ந்து விட்டது போன்ற உணர்வு.

என்ன தேடுதல் இது? எதற்காக அவர் மனைவிக்குத் திடீரென சிக்மகளூருக்குப் போய் வர வேண்டும் எனத் தோன்றியது. கனவு கண்டிருப்பாரா? இல்லை... சாவுக்குப் பிறகும், அந்தச் சிறுமி அவர் மனதில் வளர்ந்து கொண்டே இருக்கிறாளா?

ஒவ்வொரு நகரமும் இது போன்ற ஆயிரக்கணக்கான மனிதர்களின் நினைவுகளில் பதிந்திருக்கக்கூடியது தானா? ஒரு நகருக்கு வரும் ஆயிரம் பேரும், ஆயிரம் காரணங்களோடு வருகிறார்கள் என்பது பெரிய நிஜம்!

கவனிக்காமல் விடப்படுவது உயிரோடு இருக்கும் மனிதர்கள் மட்டுமல்ல, கல்லறைகளும்தானா? இறந்தவர்களை நம் நினைவில் இருந்து முழுமையாகத் துண்டித்துவிட வேண்டியதுதானா? யோசிக்க யோசிக்கப் பயமும், குழப்பமும் ஏற்பட்டது.

மறுநாள் காலை, அங்கிருந்த இடுகாட்டுக்குக் கொண்டு செல்வதற்காக நிறைய பூக்களும், வளையல்களும், இனிப்பும் வாங்குவதற்காக, அதே கடைத் தெருவில் அலைந்து கொண்டு இருந்தோம். ஒவ்வொன்றை வாங்கும்போதும், மனது நடுங்கிக்கொண்டே தான் இருந்தது. அந்தக் குழந்தைக்குப் பெயர் வைத்திருப்பார்களா? அது வளர்ந்திருந்தால் இப்போது என்ன படித்துக்கொண்டு இருக்கும்? எந்த வயதுக்கு உரிய பொருட்களை இப்போது வாங்கி அர்ப்பணம் செய்வது? நண்பர் சிவப்பு நிற ரிப்பன்கள் இரண்டும், நீல நிற ரிப்பன்கள் இரண்டும் வாங்கிச் சட்டையில் சொருகிக்கொண்டு இருந்தார்.

கால மாற்றத்தில், எந்த இடத்தில் குழந்தையைப் புதைத்தார்கள் என்று அடையாளம் காண்பது சிரமமாக

இருந்தது. மயானத்தின் காப்பாளராக இருந்த வயதானவர், மழைக்காலத்தில் புதைமேடுகள் கரைந்து போய்விடுகின்றன என்பதால், அடையாளம் காண்பது சிரமம் என்றபடியே பத்து வருஷத்துக்கு முந்தியது என்றால், இந்தப் பகுதியில் தான் இருக்கும் என்று ஓர் இடத்தைக் காட்டினார்.

அவர் கை காட்டிய இடத்தில், நண்பர் தான் கொண்டுவந்த பொருட்களை எல்லாம் படைத்தார். பிறகு, இரண்டு நிமிடம் கண்கள் மூடி நின்றார். அவர் சப்தமின்றி அழுகிறார் என்பது புரிந்தது. குனிந்து அந்த மண்ணை அள்ளி நெற்றியில் திருநீறு போல இட்டுக்கொண்டு, விடுவிடுவென வெளியேறி நடக்கத் துவங்கினார். எனக்கு என்ன செய்வது என்று தெரியாமல், அந்தப் புதைமேட்டையே பார்த்துக்கொண்டு இருந்தேன்.

முகம் தெரியாத அந்த சிசுவுக்காக என்ன வேண்டிக்கொள்வது? எந்த விதி இந்தத் துயரத்தைப் பங்கு போட்டுக் கொள்வதற்காக என்னை இங்கே அழைத்து வந்தது. என்னோடு அவள் ஏதோ ஒருவிதத்தில் தொடர்பு உள்ளவளா? மனதில் அந்தச் சிறுமியை நினைத்தபடியே நின்றிருந்தேன். காவல்காரர் நாங்கள் படைத்த பொருட்களை ஒரு துண்டில் எடுத்து மூட்டை கட்டத் துவங்கினார். ஒரேயொரு சிவப்பு நிற ரிப்பன் மட்டும் காற்றில் பறந்து போகத் துவங்கியது.

காவலாளி தனது துண்டை மடித்து வைத்துவிட்டு, ரிப்பனைப் பிடிப்பதற்காகத் துரத்தி ஓடினார். அந்த நிமிடத்தில், அந்த ரிப்பனை அந்த வயதானவர் கொண்டு போய்க் கொடுக்கப்போகும் அவரது பேத்தி நினைவுக்கு வந்தாள். அவருக்காகவும் ஒரு நிமிடம் மனது வேதனைப்பட்டது.

அறைக்குத் திரும்பியபோது, நண்பர் குளித்துக்கொண்டு இருந்தார். அன்றிரவு புறப்பட்டு, நாங்கள் இருவரும் சிருங்கேரிக்குச் சென்றோம். ஸ்படிகம் போன்று ஓடிக்கொண்டு இருந்த ஆற்று நீரில் நண்பர் இறங்கிக் குளித்தார். ஈர உடலோடு அவர் கரையேறி நின்றபோது, முகத்தில் ஒரு சாந்தி தெரிந்தது. ஆனால், தண்ணீருக்குள் நான் இறங்கி முழுகும்போது, துயரம் உடலை விட்டுப்போக மறுத்தது.

எல்லா சாலைகளும் சந்தோஷத்தை நோக்கி நம்மை அழைத்துப் போவதில்லை. துக்கமும் வேதனையும் ரகசிய

வலிகளும்கூட பயணத்தின் பகுதி தான் என்பதை அப்போது தான் தெரிந்து கொண்டேன். இனி, சிக்மகளூருக்கு ஒரு பயணியாக மட்டும் நான் போக முடியாது என்ற உண்மை மனதில் உறுத்தத் தொடங்கியது. ஆனாலும், சந்தோஷத்தைப் பகிர்ந்து கொள்வதை விடவும், வேதனையைப் பங்கு போட்டுக்கொள்வது வாழ்வின் அரிய நிமிடமல்லவா?

❍

33

சீர்திருத்தச் சாமியாட்டம்!

கை இல்லாமல்
கால் இல்லாமல்
உறுப்புகள் கோரப்பட்டு
மனுசங்க இருக்காங்க
வயிறு இல்லாத மனிதன்
இல்லவே இல்லை.

- மு.சுயம்புலிங்கம்

இலக்கற்ற பயணங்களின்போது ஏதேதோ பெயர் தெரியாத ஊர்கள் என்னைத் தன்வசம் இழுத்து இறங்க வைத்திருக்கின்றன. அப்படி 1980-களின் மத்தியில், ஓர் இரவில் தென்காசியிலிருந்து திரும்பும்போது, சிவகிரி என்ற ஊரில் நடைபெற்ற ஒரு கிராமியக் கலை நிகழ்ச்சி, பேருந்தை விட்டு என்னை இறங்கவைத்தது.

வெடிச் சிரிப்பும் பாட்டுமாக அந்த இடமே களைகட்டியிருந்தது. பேருந்தின் ஓட்டுநர் ஓரமாகப் பேருந்தை நிறுத்திவிட்டு, கிராமியப் பாட்டை ரசித்தபடியே, 'ஐந்து நிமிடம் கழித்துப் புறப்படலாம் என்று சொன்னார். அது கடைசிப் பேருந்து என்பதால், அதிகக் கூட்டம் இல்லை.

பேருந்தை விட்டு இறங்கினேன். கூட்டத்தின் நடுவே ஒரு ஆள். கறுப்பு பேன்ட், கூலிங் கிளாஸ், ஓலைத் தொப்பி அணிந்து, இடுப்பில் ஒரு குவாட்டர் பாட்டில் தொங்க, நடனமாடிக்கொண்டு இருந்தான். 'என்ன நிகழ்ச்சி இது?' என்று கேட்டதும், ஒட்டப்பிடாரம் கணபதி புலவர் நடத்தும் சீர்திருத்தச் சாமியாட்டம் என்று சொன்னார்கள்.

கிராமத்தில் வழக்கமாகச் சாமியாடும் ஒருவனுக்கும், அவனைக் கேலி செய்து சீர்திருத்தச் சாமியாட்டம் ஆடும் ஒருவனுக்கும் நடக்கும் போட்டியே அந்த நிகழ்ச்சி.

ஒரு நபர் விநாயகரை வணங்குவதற்காக தேங்காய் உடைக்கப் போகும்போது, இன்னொரு ஆள் அதே விநாயகருக்கு மாங்காய் உடைக்க வருகிறான். 'என்ன இது புதுப் பழக்கம்?' என்று பழைய ஆள் கேட்க, 'தேங்காயை ஏத்துக்கிற பிள்ளையார், மாங்காயை ஏத்துக்க மாட்டாரா?' என்று கேலி செய்தபடியே, சிதறு தேங்காய் உடைப்பது போன்று மாங்காயை வீசி உடைக்கிறான். அந்த நகைச்சுவையை மக்கள் கை தட்டி ரசித்தார்கள்.

ஐந்து நிமிடம் எப்படிப் போனது என்றே தெரியவில்லை. பேருந்து கிளம்புவதற்காக ஹாரன் அடித்தார்கள். நடத்துனரிடம், 'நான் வரவில்லை' என்று சொன்னேன். 'இனிமேல் காலை வரை பேருந்து கிடையாது' என்று அவர் விடுத்த எச்சரிக்கையைப் பொருட்படுத்தாமல் நிகழ்ச்சியைக் காணச் சென்றேன். ஒருவேளை, பேருந்தில் கிளம்பிப் போயிருந்தால், மிகச் சிறந்த ஒரு கிராமியக் கலை நிகழ்ச்சியைக் காணத் தவறியிருப்பேன். மிகக் கூர்மையான சமூக விமர்சனத்தை எளிமையான நகைச்சுவையுடனும் பாடல்களுடனும் ஒரு நபர் நடத்தியது ஆச்சர்யமாக இருந்தது.

ஆட்டம் அதன் கதியில் உயர்ந்து கொண்டே போய் உச்சநிலையை அடைந்தது. சிரிப்பை அடக்க முடியாமல் பார்வையாளர்கள் திணறும் நிலை ஏற்பட்டது. மொத்தமே நாலைந்து நடிகர்கள். அவர்களின் உடையில் துவங்கி, அங்க அசைவுகள் வரை யாவும் கேலியை வெளிப்படுத்துவதாக இருந்தன. கிராமத்து மக்கள் உறக்கம் மறந்து அந்த நிகழ்ச்சியில் தங்களைக் கரைத்துக்கொண்டு இருந்தார்கள்.

பரம்பரை பரம்பரையாகச் சாமியாடுகிறவன் மீது சாமி வருகிறது. அவன் சாமிக்குப் படையல் வைப்பதற்காக கறிச் சோறு, சாராயம், சுருட்டு, பட்டுத்துண்டு, காணிக்கை என பெரிய பட்டியலை முன் வைக்கிறான். அதைக் கண்டதும் சீர்திருத்தச் சாமியாட்டம் ஆடுபவன் தனக்கும் சாமி வந்துவிட்டது என்று குதிக்கத் துவங்குகிறான்.

'அது எப்படி ஒரே சாமி ரெண்டு பேருக்கும் வர முடியும்?' என்று ஊர்ப் பெரியவர் விசாரிக்கவே, 'ஊரில் ஒரு சாமி மட்டும்தானா இருக்குது. ஆயிரம் சாமி இருக்குல்ல? அதில் நான் ஒரு சாமி' என்று பதில் தருகிறான் அவன்.

இரண்டில் எது உண்மையான சாமி என்று விசாரணை நடைபெறுகிறது. பரம்பரை சாமியாடுபவன் தான் 'கருப்பசாமி' என்பதற்காக நாக்கைத் துருத்திக்காட்டி, ஆவேசமாக ஒரு பாடலைப் பாடுகிறான். சீர்திருத்தச் சாமியாடுபவன் தான் 'சிவப்புசாமி' என்றபடியே கொச்சையான ஆங்கில வார்த்தைகளைக் கலந்து, கேலி பேசுகிறான். பழைய சாமியாடி, 'நான் சுடுகாட்டுக்குத் தனியே போய் மயானத்துச் சாம்பலைப் பூசிக்கொண்டு வருகிறேன். அப்படி நீ செய்யத் தயாரா?' என்று கேட்கிறான். உடனே, சீர்திருத்தச் சாமியாடி, 'அதுக்கென்ன, போயிட்டாப் போகுது! ஆனா, சுடுகாட்டுக்குப் போய் வர்றதுக்கு புல்லட் வேணுமே!' என்கிறான்.

'சாமிக்கு எதுக்கு பைக்?' என்று கேட்க, 'மயில் வாகனம், எலி வாகனம் இருக்கலாம். புல்லட் இருக்கக் கூடாதா?' என்று கேலி செய்கிறான். இப்படி வாதம் எதிர்வாதமாக நீள்கிறது. கிராமத்தின் மீது காலம் காலமாகப் படிந்திருந்த மூட நம்பிக்கைகள், சடங்குகள் மற்றும் வன்முறை பற்றிய விமர்சனமாக நீண்டது நிகழ்ச்சி. முடிவில் சீர்திருத்தச் சாமியாடியைச் சமாளிக்க முடியாத பரம்பரை சாமி, தனியே கூட்டிப்போய் பேரம் பேசி பாதித் தொகையை அவனுக்குத் தருவதாகச் சொல்கிறான். அதற்கு ஒப்புக்கொள்ளாமல் போனதும் குவாட்டரும் பிரியாணியும் வாங்கித் தருவதாகச் சொல்கிறான். அதற்கும் சரிவரவில்லை என்றதும் பரம்பரை சாமியாடி இனி சமாளிக்க முடியாது என்று தெரிந்து, 'சாமி மலையேறிவிட்டது' என்று ஊர்க்காரர்கள் மீது குற்றம் சொல்கிறான்.

சீர்திருத்தச் சாமியாடி கடைசியில் பொதுமக்களைப் பார்த்து, 'எந்தக் காலத்திலும் இப்படி அது வேண்டும், இது வேண்டும் என்று சாமி கேட்பதே இல்லை. சாமியைச் சொல்லி இது போல ஏமாற்றுபவர்களிடம் எச்சரிக்கையாக இருக்க வேண்டும். நல்ல மனசுதான் சாமி, கோயில் எல்லாமும்' என்று சில கருத்துக்களைச் சொல்லி நிகழ்ச்சியை முடிக்கிறான்.

பாரம்பரியமான கிராமியக் கலைகள் புராணங்களையும், கற்பனைக் கதைகளையும் நடத்திக்கொண்டு வந்த சூழலில், சமூக விழிப்பு உணர்வை முதன்மைப்படுத்தி ஒரு கிராமியக் கலை வடிவம் இருப்பதை அன்றுதான் முதன்முதலாகக் கண்டேன். விடிகாலை வரை நீண்ட அந்த நிகழ்ச்சி முடிந்த பிறகு, பேருந்து நிலையத்தில் காலை முதல் பேருந்துக்காகக் காத்திருந்தபோது, உறக்கமற்ற பயணிகள் அந்த நிகழ்ச்சியின் வேடிக்கைகளைத் தங்களுக்குள்ளாகவே பேசி சந்தோஷம் கொண்டனர்.

சுதந்திரப் போராட்ட காலத்தில் விஸ்வநாத தாஸ், முருகன் வேடமிட்டு வந்து மயில் மேல் அமர்ந்தபடியே ஜாலியன் வாலாபாக் படுகொலையை விமர்சித்து பாடல் பாடியிருக்கிறார். 'வள்ளித் திருமணம்' என்ற பெயரில் சுதந்திர முழக்கமிட்ட கலைஞர்கள் நமக்கு முன் வாழ்ந்திருக்கிறார்கள் என்ற நினைவு அந்த இரவில் எழுந்தது.

ஒட்டப்பிடாரம் கணபதி புலவர் போன்றவர்கள் எளிமையான கிராமத்துவாசிகள். ஆனால் அவர்கள் மனதில், கிராமத்தின் மீது படிந்திருக்கும் கறைகளைப் போக்க வேண்டும் என்ற ஆதங்கம் உருவாகியிருக்கிறது. எல்லா கிராமியக் கலை வடிவங்களைப் போலவும் நகைச்சுவையும் கேளிக்கையும் இதிலும் பிரதானமாக இருந்தபோதிலும், அதைத் தாண்டிய சமூக விமர்சனமும் முக்கியமானதாக இருந்தது.

இந்த நிகழ்ச்சிக்கு இணையான நிகழ்ச்சி ஒன்றை கர்நாடகாவில் உள்ள ஹூப்ளி பகுதியின் கிராமம் ஒன்றுக்குச் சென்றிருந்தபோது கண்டேன். அது ஒரு பொம்மலாட்ட நிகழ்ச்சி. அதை நடத்தும் நபர், மேடையின் முன்பாகத் தோன்றி, காந்தியின் வாழ்க்கை வரலாற்றை பொம்மலாட்டமாக நடத்தப்போவதாக அறிவித்தார். எனக்கு ஆச்சர்யமாக இருந்தது.

‘வந்தே மாதரம்’ பாடல் இசைக்கப்பட்டது. கோட் அணிந்த காந்தி, வக்கீல் உடை அணிந்த காந்தி, சட்டை இல்லாத காந்தி, வயதான காந்தி என வெவ்வேறு விதமான பொம்மைகள் திரையில் தோன்றின. ஒரு பெண் குரலும், ஆண் குரலும் காந்தியின் வாழ்க்கை வரலாற்றை விவரிக்கத் துவங்கின. மெய் மறக்கும்படியான வர்ணனைகள், பாடல்கள் மக்களை அப்படியே கட்டிப்போட்டன.

காந்தியை தென்னாப்பிரிக்காவில் ரயிலை விட்டு வெளியே தள்ளும் காட்சிதான் உச்சபட்ச அற்புதம்! திரையில் ஒரு ரயில் மெதுவாக ஊர்ந்து செல்கிறது. அதன் சத்தம் கூடவே பின்தொடர்கிறது. கோட் அணிந்த காந்தி உருவம் கையில் பேப்பருடன் உட்கார்ந்திருக்கிறது. ஒரு வெள்ளைக்காரன் காந்தியை வெளியே போகச் சொல்கிறான். ரயில் வேகம் எடுக்கிறது. திரைப்படங்களில் மட்டுமே சாத்தியமான், காட்சிகளை முன்பின்னாக மாற்றியெடுக்கும் உத்தி அங்கே சாத்தியமாகி இருந்தது.

வேகமாக ஓடும் ரயிலுக்கு இணையாக மரங்கள் பின்னோக்கி ஓடுகின்றன. ஆறு, பாலம் என யாவும் கடந்து போகின்றன. ரயிலின் சத்தம் அதிகரிக்கிறது. காந்தி, வெள்ளைக்காரனால் இழுக்கப்பட்டுத் தடுமாறுகிறார். சிறிது நேரத்தில், ஒரு ரயில் நிலையத்தில் வந்து ரயில் நிற்கிறது. காந்தி தூக்கி எறியப்படுகிறார். திரும்பவும் ரயில் கிளம்பிப் போகிறது. கீழே விழுந்து கிடக்கும் காந்தி அப்போது என்னவெல்லாம் நினைத்திருப்பார் என்று ஒரு பாடல் எழுகிறது.

இரண்டு மணி நேரத்துக்குள் காந்தியின் வாழ்வைச் சொல்லிய அரிய நிகழ்ச்சி அது. பெரிய பாராட்டைப் பெற்ற அந்த பொம்மலாட்ட நிகழ்வைக் கண்டபோது, வில்லுப்பாட்டில் காந்தி கதையைச் சொல்லிய கொத்தமங்கலம் சுப்புவின் நினைவு வந்தது.

எத்தனை இரவுகள் இப்படி எவ்வளவு மக்கள் இந்த கிராமியக் கலைகளைக் கண்டிருப்பார்கள்! ஏன் இன்று அந்த எளிய கலை வடிவங்கள் முழுமையாக மறைந்துபோயின? விஞ்ஞான சாதனங்களின் வளர்ச்சி மரபுக் கலைகளை வளர்த்து எடுப்பதற்குத் துணை நிற்காமல், ஏன் அவற்றை அழித்து

ஒழித்தது? திரைப்படமும் தொலைக்காட்சியும் தவிர்த்த வேறு கலை வடிவங்கள் யாவும் முற்றாக விலக்கப்பட்டுவிட்டனவா?

கலை இலக்கிய இரவுகள் போன்ற ஒரு சில நிகழ்ச்சிகளைத் தவிர, பாரம்பரியமான கிராமிய இசைக் கலைஞர்கள், பொம்மலாட்டக்காரர்கள், பாடகர்கள், நடனமாடுபவர்கள் என யாவரும் அன்றாடப்பாடுகளில் சிக்கி ஒடுங்கிப் போய் விட்டார்கள்.

இன்றும் சீர்திருத்தச் சாமியாட்டம் நடைபெறுகிறதா என்று தெரியவில்லை. ஆனால், எங்காவது ஒரு பேருந்து நிலையத்தில், பின்னிரவில் நாடகம் பார்த்துவிட்டு வரும் மக்கள் காத்திருக்க மாட்டார்களா என இன்றும் என் மனது தேடிக்கொண்டே இருக்கிறது. கலை நிகழ்ச்சிகள் மட்டுமல்ல, சாதாரண மனிதர்களின் மனதும் கூட பெரிதும் ஒடுங்கிப் போய்தான் இருக்கிறது. யாரைக் காரணம் சொல்வது என்றுதான் தெரியவில்லை!

❍

34

விண் பருந்து

பேசும் பார் என் கிளி என்றான்
கூண்டைக் காட்டி
வாலில்லை, வீசிப் பறக்கச் சிறகில்லை
வானம் கைப்பட வழியில்லை
பேசும் இப்போது பேசும் என
மீண்டும் மீண்டும் அவன் சொல்ல
பறவையென்றால்
பறப்பதெனும்
பாடம் முதலில் படியென்றேன்

- கல்யாண்ஜி

ஜனவரி மாதத்தில் அதிகமான பனி மூட்டம் காரணமாக விமானம் தரையிறங்க முடியாமல் டெல்லியின் மீது அரை மணி நேரம் சுற்றியபோது, விமானத்தில் இருந்து டெல்லியைப் பார்த்தேன். தரையே தெரியவில்லை. நகரை விழுங்கியிருந்தது பனி.

எல்லா நகரங்களும் உயரத்திலிருந்து பார்க்கும்போது மிக அழகாகவே தெரிகின்றன. அதிலும் பின்னிரவில் மின்மினி பறப்பது போல ஆங்காங்கே

வெளிச்சம் கலைந்து சிதறிக்கிடக்க, மொத்த நகரமும் துயிலின் கரங்களுக்குள் ஒடுங்கியிருக்கும். சிவப்பு எறும்புகள் ஊர்ந்து செல்வதைப் போல வெளிச்சத்தை உமிழ்ந்தபடியே செல்லும் வாகனங்கள், காலியான சாலைகள், சோடியம் விளக்குகள், சலனமற்ற அடுக்குமாடிக் குடியிருப்புகள், நட்சத்திரங்கள் நிரம்பிய ஆகாசம் என புறத் தோற்றம் மயக்கமூட்டுவதாக இருக்கும்.

அன்றைக்குப் பனி மூட்டத்தின் நடுவில் நிறம் மங்கிப்போன கோட்டோவியம் போல இருந்தது டெல்லி. மைல் கணக்கில் விரிந்துகிடக்கும் சாலைகளோ, புராதனக் கட்டடங்களோ, அரசுக் குடியிருப்புகளோ, பரபரப்பான வாகன நடமாட்டமோ எதுவுமே தெரியவில்லை.

ஒரு மாயக்காரன் உருவாக்கிய விந்தையைப் போல் நகரை, தன் பனிப் புகையால் மூடியிருந்தது இயற்கை. வானுக்கும் தரைக்கும் இடையில் அலைந்து கொண்டு இருந்தது பனி. விமானம் தரையிறங்கும்போது, காலை மென் வெளிச்சத்தில் வீடுகளும் கட்டடங்களும், சிதறிய விளையாட்டுச் சதுரங்களைப் போலத் தென்படத் துவங்கின. அடர்த்தியான மரங்களும், புல்வெளிகளும், மைதானங்களும், சிவப்பு நிறக் கோட்டை மதில்களும் கடந்து மறைந்தன. விமானம் மிக மெதுவாகவே தரை இறங்கியது. நகரங்கள் எவ்வளவு பெரியவை என்று அதன் உள்ளே இருக்கும்போது தெரிவதில்லை.

ஏதேதோ காரணங்களுக்காக பல முறை டெல்லிக்குச் சென்றிருக்கிறேன். அப்போதெல்லாம் காலத்தின் மாறாத சாட்சியைப் போன்ற முகலாயக் கல்லறைகள், பழைய மசூதிகள், கோட்டை மதில்களைக் காணும்போது, டெல்லி இன்றைக்கும் முகலாயர் காலத்திலேயே வாழ்கிறதோ என்று ஒரு மயக்கம் உண்டாகும். உண்மையில் டெல்லி ஓரே காலத்தில் பல நூற்றாண்டுகளில் வாழ்கிறது. டெல்லியின் ஒவ்வொரு பகுதியும் ஒரு நூற்றாண்டில் தங்கிவிட்டது என்றுகூட சொல்லலாம்.

டெல்லி ஒரு பக்கம் இன்றைய அரசியலின் மையம் என்றால், இன்னொரு பக்கம் கடந்த கால இந்தியாவின் அழியா சாட்சி. பழைய டெல்லிக்கும் புது டெல்லிக்கும் இடையில் சில நூற்றாண்டு இடைவெளி இருக்கிறது. பழைய டெல்லியின் தெருக்களும் வீடுகளும் அங்கு வாழும் மனிதர்களும்

நான்கு நூற்றாண்டுகளுக்குப் பின்னால் இருப்பது போன்றே தோன்றுகிறது. டெல்லி, தன் பூர்வ நினைவுகளை இங்கே சேகரித்து ஒளித்து வைத்திருக்கிறது.

பழைய டெல்லியின் வாசனையை நுகர்வதற்கு செங்கோட்டையைச் சுற்றிலும் உள்ள தெருக்களில் அலைந்து திரிந்தால் போதும். சீக்கியர்களின் குருத்துவாரா, சமண மதத்தைச் சேர்ந்தவர்களின் ஜெயின் கோயில், பதினேழாம் நூற்றாண்டின் ஹவேலிகள், சிறிதும் பெரிதுமான கல் பாவிய சந்துகள், செம்பு, பித்தளைப் பொருட்கள் விற்பவர்கள். கவரிங் நகைக் கடைகள், சிவன் கோயில்கள், தெருவில் அலையும் பசுக்கள், குடை ரிப்பேர் செய்பவர்கள், விதவிதமான வளையல்கள் விற்பவர்கள், பான் கடைகள், பழைய முகலாய ருசி கொண்ட உணவகங்கள், சூரியனைக்கூட உள்ளே பிரவேசிக்கவே விட மாட்டார்களோ எனும்படியான இருட்டுப் படிந்த குடியிருப்புகள், குறுந்தாடி மனிதர்கள், பருத்த குள்ளமான பெண்கள், மலிவான இந்திப் பாடல்கள், சூடான டீ கிளாஸ்களைக் கையில் ஏந்தியபடி அலையும் வேலைக்காரச் சிறுவர்கள், விதவிதமான அளவுகளில் உள்ள சமோசா, பால்திரட்டு, மசூதியின் ஒலிபெருக்கிக் குரல், புகைப்படம் எடுக்கும் வெளிநாட்டு முகங்கள் என அந்தத் தெருக்களில் நடந்து போகும் போது காலம் கரைந்து பின்னோடிக்கொண்டு இருப்பதை உணர முடிகிறது.

டெல்லியில் வாழ்பவர்களைவிடவும் ஏதேதோ காரணங்களுக்காக வந்து போகிறவர்கள் அதிகம். பரபரப்பான டெல்லியின் அரசியல் வாழ்க்கைக்குத் தொடர்பில்லாத, புராதனத் தோற்றம் கொண்டது பழைய டெல்லி. சுற்றுலாப் பயணிகளைச் சார்ந்தே அவர்களின் பெரும்பான்மையினருக்கு வாழ்க்கை இருக்கிறது.

பாடப் புத்தகங்களில் டெல்லியைப் பற்றி வாசித்தபோது அது ஏற்படுத்தியிருந்த பிம்பத்துக்கும் உண்மையான டெல்லியின் பிம்பத்துக்கும் தொடர்பே இல்லை. நாம் காணாத நகரங்களைப் பற்றி நம் மனது கற்பனை செய்து ஒரு உருவத்தை உண்டாக்கி வைத்துக் கொள்கிறது. அந்த உருவம் நாள் பட மிகத் துல்லியமாகிவிடுவதால், நேரில் அந்த நகரங்களைக் காணும்போது அதே வசீகரம் உருவாவதில்லை.

எனது கிராமத்துக்கு மிக நெருக்கமான ஊர் டெல்லி. காரணம், டெல்லியில் பல்வேறு சிறிய உணவகங்கள் நடத்துபவர்கள், அவற்றில் வேலை செய்பவர்கள் பலரும் என் ஊரைச் சேர்ந்தவர்கள். வாரத்துக்கு ஒருவர் ஊரிலிருந்து கிளம்பி டெல்லிக்குச் செல்வார். அல்லது டெல்லியிலிருந்து ஒருவர் ஊர் வந்து சேர்வார்.

ஆனால், டெல்லியில் அவர்களைக் காணும் போதுதான் அவர்கள் அந்த மகா சமுத்திரத்தில் ஓர் அடையாளமற்ற துளியைப் போல, கிடைத்த இடத்தில் தங்கிக்கொண்டு, உணவகத்தின் பெரிய பெரிய சமையல் பாத்திரங்களைக் கழுவிக்கொண்டு, குளிரில் விரல்கள் மரத்துப்போக, ரத்தம் வெளிறிய முகமும், பாஷை வசப்படாத திகைப்புமாக தங்கள் வாழ்வை நடத்தி வருகிறார்கள் என்பதை உணர்ந்தேன். பீகாரிலிருந்தும், கேரளாவிலிருந்தும், உ.பி - யிலிருந்தும், ஆந்திராவிலிருந்தும் பிழைப்புக்காக வந்த ஆயிரக்கணக்கானவர்கள் நிலையும் இதுதான். தலைநகரில் வசிக்கிறோம் என்று அவர்கள் ஒருபோதும் உணர்வதே இல்லை. பசியை எப்படியோ போக்கிக் கொள்கிறார்கள். தவிர, ஐம்பதோ நூறோ தினமும் கிடைத்துவிடுகிறது. எப்போதாவது சொந்த ஊர் திரும்பும் நாளில் அவர்கள் பேச்சில் தென்படும் டெல்லியைப் பற்றிய பெருமிதங்களைத் தவிர, அவர்கள் வேறு எந்த நற்பேறையும் அந்த நகரில் அடைந்துவிடவில்லை.

டெல்லியில் கோடையும் உக்கிரமானது. குளிரும் உக்கிரமானது. இரண்டையும் தவிர, காவல் துறையும் அரசும் தரும் கெடுபிடிகளும் மிக மிக உக்கிரமானவை. சில நேரங்களில் டெல்லி மாபெரும் ஒரு பறவைக் கூண்டைப் போன்று தோன்றுகிறது. அந்தக் கூண்டுக்குள் அடைக்கப்பட்டு விட்ட ஆயிரக்கணக்கான பறவைகளைப் போல மக்கள் ஒடுங்கிக் கிடக்கிறார்களோ என்று படுகிறது.

இன்னொரு சாராருக்கு டெல்லி ஒரு சொர்க்கபுரி. உலகின் எந்த நாட்டில் கிடைக்கும் உணவோ, மதுவோ, கேளிக்கையோ எதுவாக இருந்தாலும் அதை டெல்லியிலேயே அடைய முடியும். வேலையாட்கள், அதிகாரம், பணம், பதவி என்று அந்த நகரின் இன்னொரு பக்க வாழ்க்கை, ராஜபோகமுடையது. அரசு உயர் பதவியில் வசிப்பவர்களின்

வீடுகள் இன்றும் வெள்ளைக்காரர்களின் அதே அதிகாரமும் கெடுபிடியும், சுத்தமும், அழகும், தனிமையுமாக இருக்கின்றன. சில தடவைகள் டெல்லியில் தங்குவதற்கு இடமின்றி நாடாளுமன்ற உறுப்பினர்களுக்கு ஒதுக்கப்பட்ட வீடுகளில் தங்கியிருந்திருக்கிறேன். ஒவ்வொரு வீட்டுக்குப் பின்னும் நூற்றுக்கணக்கான கதைகள் இருக்கின்றன. இந்த வீடுகள் கண்ணுக்குத் தெரியாத பல வாசல்களுடன் இருக்கின்றன. ஒவ்வொரு வீடும் ஒரு மாய மாளிகை.

சமீப காலமாக டெல்லியில் உள்ள ஒவ்வொரு மனிதனும் தன்னை யாரோ கண்காணிக்கிறார்கள் என்று உணரத் துவங்கி யிருக்கிறான். யார் கண்காணிக்கிறார்கள் என்று அவனுக்குப் புரிவதில்லை. ஒரு வேளை அது உண்மை இல்லாமலும் கூட இருக்கக்கூடும். ஆனால், அந்த மன நெருக்கடிக்கு உள்ளாவதிலிருந்து எவரும் தப்ப முடிவதே இல்லை.

விமானத்தில், ரயிலில் போவதை விடவும் டெல்லிக்கு லாரியில் ஒருவன் பயணம் செய்து பார்த்தால்தான் இந்தியா எவ்வளவு பெரியது என்ற விஸ்தீரணத்தைக் கண்கூடாகத் தெரிந்துகொள்ள முடியும். இதற்காகவே ஒரு முறை சிவகாசியிலிருந்து தீப்பெட்டி ஏற்றிச் செல்லும் லாரியில் டெல்லி வரை பயணம் செய்திருக்கிறேன். ஆறு நாட்கள் பகலும் இரவுமாகப் பயணம் நீண்டு சென்றுகொண்டே இருந்தது. முடிவற்றுக் கிளைவிடும் சாலைகளையும், சிறு கிராமங்களையும் விதவிதமான பாலங்களையும் காற்றோடிக்கிடக்கும் ஆள் அரவமற்ற நிலப்பரப்புகளையும் காணும் சந்தர்ப்பம் கிடைத்தது.

அந்தப் பயணத்தின்போது பரந்த நிலப்பரப்பில் தோன்றும் சூரிய உதயமும் அஸ்தமனத்தையும் கண்ட அனுபவம் போன்று பின் ஒருபோதும் வாய்க்கவே இல்லை. எத்தனை ஆறுகள், மலைகள், சிறிதும் பெரிதுமான சாலைகள், கிராமங்கள், நகரங்கள். இந்தியா,

வரைபடத்தில் கண்டதிலிருந்து முற்றிலும் மாறுபட்டது. வரைபடம் இந்தியாவைப் பற்றி உருவாக்கியுள்ள சித்திரம் நீர்வீழ்ச்சியைப் புகைப்படத்தில் பார்ப்பது போன்றதே.

நீர்வீழ்ச்சியின் முன் நிற்கும்போது ஏற்படும் சிலிர்ப்பும், பிரமாண்டமான அதன் விசையும், ஈரக் காற்றும் எப்படி நேரில்

காணாமல் உணர முடியாதோ, அது போல், இந்தியாவின் குறுக்கும் நெடுக்குமாகப் பயணம் செய்யாமல் ஒருவன் இந்தியாவைப் பற்றிய சித்திரத்தை மனதில் உருவாக்கவே முடியாது.

பயணம் கற்றுக்கொடுப்பது எல்லாம் நம் காலடியில் உள்ள அற்புதங்களைக் காணாமல் எங்கெங்கோ சுற்றிக்கொண்டே இருக்கிறோம் என்பதைத்தான். தலை நகரப் பயணமும் அதையே உறுதி செய்கிறது!

○

35

ஒளிரும் எண்கள்

குழந்தை என்னிடம் கேட்டது
மீன் உடம்பிற்குள் ஈரமாக இருக்குமா?
இல்லை என்றேன் நான்
அப்படியென்றால் வேறு எப்படியிருக்கும்
சிவப்பாகவும் இளஞ்சிவப்பாகவும்
காலை நேரத்துக் கல்லறையைப் போல
குளிர்ச்சியாகவும் இருக்கும் என்றேன்
குழந்தை மறுபடியும் கேட்டது
உனக்கு எப்படித் தெரியும் அது
இறந்து போனாலன்றி?

- பிரெய்ன் டர்னர்.
தமிழில்: எஸ்.பாபு

கும்பகோணத்தில் உள்ள கணித மேதை ராமானுஜத்தின் நினைவு இல்லத்துக்குச் சென்றிருந்தேன். கும்பகோணம் சாரங்கபாணி கோயில் தெருவில் உள்ள ராமானுஜம் வாழ்ந்த வீடு, அதன் பழைமை மாறாமல் அப்படியே பாதுகாக்கப்பட்டு வருகிறது. சொருகு ஓடுகள் வேய்ந்த தாழ்வான வீடு. சிறிய திண்ணையும், ரேழியும், தெரு பார்த்த

ஜன்னலும் கொண்ட படுக்கையறையும், காலத்தின் கறை படிந்த கட்டிலுமாக உள்ளது.

குனிந்து செல்ல வேண்டிய அளவு மிகத் தாழ்வான கூரை அமைப்பு. சிறிய சமையல் அறை, பூஜை அறை. வீட்டில் ராமானுஜத்தின் வாழ்வை விவரிக்கும் சிறிய புகைப்படங்கள் காட்சிக்கு வைக்கப்பட்டு உள்ளன. அதில் ஒன்று, 160 ரூபாய்க்கு அவர் இந்த வீட்டை விலைக்கு வாங்கிய பத்திரம்.

வீட்டில் யாரும் இல்லை. ராமானுஜத்தின் மூச்சுக் காற்றும் விரல் ரேகைகளும் மட்டுமே மீதம் இருக்கின்றன. விஞ்ஞான உலகம் இன்று வரை வியந்து போற்றும் ஒரு மேதையின் வீடு என்பதற்கான எந்தச் சிறப்பும் அதற்கு இல்லை. ஒரு எளிய மனிதனின் வாழ்விடம் போலவே உள்ளது.

நூறு வருடங்களுக்கு முன்பு மின்சார வசதி இல்லாமல், அகல்விளக்கின் வெளிச்சத்தில் கையில் பனையோலை விசிறியை வீசியபடி, இந்த அறையில் ராமானுஜம் படித்துக்கொண்டு இருந்திருப்பார் என்கிற காட்சி மனதில் கடந்து போனது.

வாழ்வில் உன்னத நிலைக்கு வந்தவர்கள் பலரும் இப்படி எளிமையான இடத்திலிருந்துதான் துவங்கி இருக்கிறார்கள். ராமானுஜம் 1887-ல் ஈரோட்டில், பாட்டியின் வீட்டில் பிறந்தார். அப்போது அவரது அப்பா கும்பகோணத்தில் ஜவுளிக் கடையில் வேலை செய்துகொண்டு இருந்தார். மிக எளிமையான குடும்பம்.

ராமானுஜத்தின் பள்ளி வாழ்வும் கல்லூரிப் படிப்பும் இதே வீட்டில் தான். இந்த வீதிகளில் அவர் உலவித் திரிந்திருக்கிறார். இந்தத் திண்ணையில் கையில் சிறிய நோட்டுடன் கணிதச் சிக்கல்களுக்குள் மூழ்கிக் கிடந்திருக்கிறார். இதே சாரங்கபாணி கோயில் மணியோசை அவர் காதிலும் விழுந்து இருக்கும்.

இந்த நினைவு இல்லம், சாஸ்திரா என்கிற தனியார் கல்லூரி ஒன்றின் பராமரிப்பில் இயங்கி வருகிறது. வீட்டை அவர்கள் பராமரித்து வரும் பாங்கு மிகுந்த பாராட்டுக்கு உரியது.

ஒரு மனிதனின் வாழ்விடம் என்பது அவனது நினைவுகள் படிந்திருக்கக் கூடியது. அந்த வீட்டை இடித்து உருமாற்றாமல் அப்படியே வைத்திருப்பதுதான் அதன் சிறப்பு. ருஷ்ய

எழுத்தாளர் மாக்ஸிம் கார்க்கியின் வீடும் இது போல அப்படியே பாதுகாக்கப்பட்டு வருகிறது என்றும், கார்க்கி எப்போதும் வீட்டின் பின்வாசலைத்தான் உபயோகிப்பார் என்பதால், இப்போதும் பின்கதவு வழியாகவே பார்வையாளர்களை உள்ளே நுழைய அனுமதிக்கிறார்கள் என்றும் ஒரு செய்திக் குறிப்பை வாசித்து, வியந்திருக்கிறேன்.

ராமானுஜத்தின் நினைவு இல்லத்துக்கு தினமும் எவ்வளவு பேர் வந்து போகிறார்கள் என்று அங்குள்ள நிர்வாகியிடம் கேட்டேன். 'நாலைந்து பேர் வருகிறார்கள். அதுவும் சில நாள் யாருமே வருவதில்லை' என்றார். நெருக்கடியும் பரபரப்பும் இழுத்துச் செல்லும் வாழ்வில், இதெற்கெல்லாம் ஏது நேரம் என்று ஒதுங்கிவிட்டார்கள் போலும்! நம் குழந்தைகள் அறிவாளிகளாக, பெரிய மேதைகளாக வர வேண்டும் என்று ஆசைப்படுகிறோம். அதற்காக எவ்வளவோ பணம் செலவழிக்கிறோம். ஆனால், அந்த மேதைகள் எங்கிருந்து எப்படி உருவானார்கள் என்பதை நாம் குழந்தைகளுக்கு அறிமுகப்படுத்துவது இல்லை.

நவக்கிரக ஸ்தலங்களைத் தரிசிப்பதற்காக எங்கெங்கிருந்தோ கும்பகோணத்துக்குத் தினமும் வரும் பார்வையாளர்களின் எண்ணிக்கை பல ஆயிரம். ஆனால், இதே கிரகங்களைப் பற்றிய விஞ்ஞானத்தையும் கணித நுட்பங்களையும் ஆராய்ந்த கணிதமேதையின் நினைவு இல்லத்தைப் பார்க்க வருபவர்கள் ஐந்து பேர்.

இன்றைய அறிவியல் வளர்ச்சியின் அடிப்படைகள், இந்திய சமூகத்தில் பல ஆயிரம் வருடங்களுக்கு முன்னதாகவே சிந்திக்கப்பட்டு இருக்கின்றன. ஆய்வுகள் மேற்கொள்ளப்பட்டு இருக்கின்றன. வானவியலிலும் கணிதத்திலும் இந்தியா மிகப் பாரம்பரியமான அறிவுத்திறன் கொண்டது. ஆயிரம் ஆண்டுகளுக்கு முன்பு இந்தியா வந்த அல்பெரூனி என்ற யாத்ரீகர், இந்த உண்மையைத் தனது பதிவேடுகளில் முழுமையாகப் பதிவு செய்திருக்கிறார். குறிப்பாக, கிரகணங்கள் ஏற்படுவதைப் பற்றிய இந்தியர்களின் கணிப்பு மிகத் துல்லியமானது என்று வியந்து பாராட்டுகிறார்.

கணிதத்தின் அடிப்படைகள் ஒரு மனிதனுக்குள் முறையாகப் பதிந்து விட்டால், பிறகு கணித ருசி அவனை இழுத்துக்கொண்டு

போய்விடும். கல்லூரி நாட்களுக்குப் பிறகு கணிதத்தின் வரலாறு பற்றிய ஒரு நூலை வாசித்தபோதுதான், கணிதம் மீதான விருப்பம் உண்டானது. தேடித் தேடி ஒவ்வொரு சிறு விஷயமாகத் தெரிந்து கொள்ளத் துவங்கினேன்.

எண்கள் இன்று எளிமையாக எல்லோராலும் பயன்படுத்தப் படுகின்றன. ஆனால், எண்களை எப்படி உருவாக்கியிருப்பார்கள், எப்படி ஆரம்ப காலத்தில் பயன்படுத்தி இருப்பார்கள் என்று யோசிக்கும்போது ஆச்சர்யமாக இருக்கிறது. ஆதிவாசிகள் வேட்டைக்குச் செல்லும்போது தொலைவில் மான்கள் வருவதைக் கண்டால், ஒரு மான், இரண்டு மான், மூன்று மான் என்று வகைப்படுத்துவார்கள். அதற்கு மேல் மான்கள் வரத் துவங்கினால், உடனே கூட்டமாக வருகிறது என்று பொதுமைப்படுத்திவிடுவார்கள். அவர்களிடம் துல்லியமாக எண்களைப் பகுத்துச் சொல்லும் முறை கிடையாது. நாமும் அப்படித்தான் ஒரு காலத்தில் இருந்திருப்போம். எண்களின் வருகையும் பயன்பாடுமே நம் அன்றாட வாழ்வை எளிமையாக்கி வைத்திருக்கிறது.

எண்களைப் பற்றிய ராமானுஜத்தின் பார்வையும் ஆய்வும் மிக முக்கியமானது. அவர் 3,000-க்கும் அதிகமான தியரிகளை உருவாக்கியிருக்கிறார். 1900-களில் கேம்பிரிட்ஜ் பல்கலைக்கழகத்துக்குச் சென்று கணிதம் குறித்த ஆய்வுகளை மேற்கொண்டார். கணிதத்தில் அது வரை தீர்க்கப்படாத முக்கிய சிக்கல்களை ராமானுஜம் மிக எளிதாகத் தீர்த்து வைத்து இருக்கிறார்.

அவர் எண்களை உயிருள்ளவையாகக் கருதினார். எண்களுக்குள் ஏற்படும் இணக்கமும் உறவும் மிக ஆழமான அர்த்தம் கொண்டது என்று வெளிப்படுத்தினார். அவரது குறிப்பேட்டினையும் கடிதங்களையும் வாசிக்கும்போது, ராமானுஜம் எந்த அளவு ஆவேசத்துடன் தனது மன ஓட்டங்களைப் பதிவு செய்திருக்கிறார் என்பதைப் புரிந்து கொள்ள முடிகிறது.

உலகமே மெச்சும் அறிவுத் திறனும் கூர்ந்த பார்வையும் இருந்த போதும் லண்டன் வாழ்க்கை ராமானுஜத்துக்கு சரிப்படவில்லை. குறிப்பாக லண்டன் குளிரும், அந்தக்

கலாசாரமும் அவர் மனதில் சொந்த ஊரைப் பற்றிய ஏக்கத்தை உருவாக்கிக்கொண்டே இருந்தன. குளிர் அதிகமாகி, அதனால் நோய்வுற்று, நுரையீரல் பாதிப்புக்கு உள்ளானார். தொடர்ந்து சில ஆண்டுகள் காச நோய்க்கான சிறப்பு சிகிச்சைகள் எடுத்துக்கொண்ட போதும் பலனின்றி, 1920-ல் தனது 33-வது வயதில் மரணமடைந்தார்.

ராமானுஜம் முன்வைத்த கணித ஆய்வுகள் இன்றும் தொடர்ந்து நடந்துகொண்டே இருக்கின்றன. தமிழில் ராமானுஜம் வாழ்க்கை வரலாறு சிறிய நூலாக வெளிவந்து இருக்கிறது. தற்போது அவரது வாழ்வு ஒரு திரைப்படமாக பிரிட்டிஷ் - இந்தியக் கூட்டுத் தயாரிப்பில் உருவாகி வருகிறது. என்றாலும் எளிய மனிதர்கள் அவரை இன்னமும் முழுமையாக அறிந்துகொள்ளவில்லை. தமிழில் ராமானுஜத்தைப் பற்றிய முழுமையான விவரங்கள் அடங்கிய ஆவணப் படங்களும் ஏதும் இல்லை.

ராமானுஜம் வீட்டில் இரண்டு, மூன்று மணி நேரம் இருந்தேன். அந்த வீடு சொல்லும் பாடம் ஒன்றுதான்... அது வாழ்வின் எளிய நிலையில் நாம் பிறந்திருந்தாலும்கூட, அறிவும் தொடர்ந்த உழைப்பும் நிச்சயம் நம்மை உலகின் உச்சிக்குக் கொண்டு செல்லும் என்பதே!

○

36

உறங்கும் கடல்

இன்று ஏழாவது முறையாக
பேனாவைத் திருடும்
குழந்தையே
திருடு இம்முறை
இந்த எழுத்தை
இந்த எழுத்து
நகரும் புற்றுகளை
இந்தப் புற்றுகள்
வளரும் நிலங்களை
இந்த நிலத்தில் தலை சாய்க்க
முடியாத ஒருவனை
இந்த ஒருவனை இன்னும்
வாழத் தூண்டும்
நம்பிக்கைகளை
இந்த நம்பிக்கைகளை
விதைக்கும் பேனாவை!

- மனுஷ்யபுத்திரன்

புது வருடம் பிறக்கப்போகும் இரவில், தனுஷ்கோடியின் கடல் அருகே நின்றிருந்தேன். கடல் சீற்றமற்று ஒடுங்கியிருந்தது. தனுஷ்கோடியில் கடல்

உறங்கிக்கொண்டு இருக்கிறது என்கிறார்கள். நிஜம்தான் அது! ஒரு நகரையே விழுங்கி விட்டு, இன்று சலனமற்று இருக்கிறது ராமேஸ்வரத்திலிருந்து பத்து நிமிடப் பயணத்தில் இருக்கிறது தனுஷ்கோடி.

ஒரு காலத்தில் ரயிலோடிய தண்டவாளங்கள் இன்று தண்ணீருக்குள் மூழ்கிக் கிடக்கின்றன. சிதிலங்களுடன் அந்த ரயில் நிலையத்தின் மிச்ச சொச்சங்கள் ஆங்காங்கே சிதறிக் கிடக்கின்றன. அழிவின் வாசனை எங்கும் அடிக்கிறது. மனிதர்கள் வாழ்ந்த சுவடுகள் கடல் கொண்ட பின்னும் நினைவுகளாக கொப்பளித்துக்கொண்டே தான் இருக்கின்றன.

1964-ம் ஆண்டில், இதே டிசம்பர் மாதத்தில் அடித்த பெரிய புயலும் கடல் கொந்தளிப்புமாக தனுஷ்கோடி நகரை கடல் கொண்டுவிட்டது. சுற்றுலாவுக்காக பள்ளி மாணவ, மாணவிகளை ஏற்றிக்கொண்டு வந்த கடைசி ரயில் இந்தப் புயலின் ஊடாகச் சிக்கிக்கொண்டு, அப்படியே கடலால் விழுங்கப்பட்டுவிட்டது. பயணிகள் எவரும் உயிர் தப்பவில்லை. *15* கி.மீ சுற்றளவு கடல் கொண்டு விட்டது என்றார்கள். இந்த விபத்து குறித்த பல சோகக்கதைகளை எனது சிறு வயதில் கேட்டிருக்கிறேன். இன்றைக்கும் கடலின் அடியில் அந்த ரயில் போய்க்கொண்டே இருக்கும் சப்தம் கேட்கிறது என்ற நம்பிக்கை கிராமவாசிகளிடம் இருக்கிறது.

கடல் கொண்ட பூம்புகார் பற்றியும் துவாரகையைப் பற்றியும் கேள்விப்பட்டிருக்கிறோம். ஆனால், அதைப் பற்றிய நேரடி நினைவுகள் அதிகம் இல்லை. தனுஷ்கோடி, நம் காலத்தில் கடல் விழுங்கிய நகரம். அதன் வீடுகள், வங்கி, ரயில் நிலையம், அங்கு சென்று வந்த பயணிகளின் நினைவுகள் யாவும் இன்றும் திரும்பத் திரும்பப் பேசப்படுகின்றன. ராமநாதபுரம் மாவட்டத்து மக்களுக்கு தனுஷ்கோடி அழிந்தது மாபெரும் சோகம்! அந்த அழிவை நாட்டார் பாடலாக்கி கிராமம் கிராமமாகப் பாடுகிறார்கள். இன்றைக்கும் அந்தப் பாடல்களைக் கேட்கும் போது துக்கம் கொப்பளிக்கிறது.

ராமாயணத்துடன் தொடர்புடைய தனுஷ்கோடி, வழிபாட்டுக்கு உரிய புண்ணிய ஸ்தலங்களில் ஒன்று. காசியில் துவங்கும் புனித யாத்திரை தனுஷ்கோடியில்

முடிவடைய வேண்டும் என்பது இந்துக்களின் நம்பிக்கை. தனுஷ்கோடியிலிருந்துதான் ராமன் சேது பாலம் அமைத்து இலங்கைக்குச் சென்றான் என்கிறது ராமாயணம்.

தனுஷ்கோடி, ஓர் அழகான சிறிய துறைமுகம். 1914-ல் இது கடல் வாணிபத்துக்கான வழியாகத் திறக்கப்பட்டது. பாம்பன் பாலம் கட்டப்பட்ட பிறகு இலங்கையிலிருந்து வரும் கப்பல்களுக்கு, இந்த வழி மிகவும் உறுதுணையாக இருந்தது. தனுஷ்கோடியிலிருந்து தலைமன்னாருக்கு தினசரி கப்பல் போக்குவரத்து இருந்திருக்கிறது. ராமநாதபுர மாவட்டத்தில் பலரும் மிக எளிமையாக நட்பும் இணக்கமுமாக இலங்கைக்கு போவதும் வருவதுமாக இருந்திருக்கிறார்கள். இலங்கையிலிருந்து வரும் மக்களுக்காகவே போட் - மெயில் என்று ஒரு சிறப்பு ரயில் ஓடிய காலம் உண்டு. இன்றைக்கு அந்தக் கடல் வழியாக, அகதிகளாக நம் மக்கள் இலங்கையிலிருந்து வரும் காட்சியைக் காணும்போது, மனது தாளமுடியாத வேதனை அடைகிறது.

இருட்டில் கடலைப் பார்த்தபடியே ஏதேதோ யோசனையில் இருந்தேன். புது வருடக் கொண்டாட்டத்தின் கூச்சல்கள், ஆர்ப்பாட்டங்கள் எதுவும் இல்லை. பாறைகளும் மணல் திட்டுகளும் டிசம்பர் மாதத்துப் பனியில் நனைந்திருந்தன. ஒன்றிரண்டு பயணிகளைத் தவிர, அதிக ஆட்களும் இல்லை. சிதிலமும் இருளும் சுற்றியிருக்க வானம் பார்த்தேன்.

டிசம்பர் மாதத்து இரவுகள் மிக அற்புதமானவை. வசந்த காலத்தில் பூமியெங்கும் பூக்கள் நிரம்புவது போல டிசம்பர் மாதத்து இரவுகளில் நட்சத்திரங்கள் பூத்துச் சொரிகின்றன. அன்றைக்கும் வான் நிறைய நட்சத்திரங்கள், தொலைவில் கேட்கும் நாய்க் குரைப்பின் ஓசையும் மெல்லிய கடலின் சப்தமும் விட்டுவிட்டுக் கேட்டுக்கொண்டு இருந்தன.

தனுஷ்கோடிக்கு வருவதற்கு முறையான வழித் தடங்களோ, பேருந்து வசதியோ இல்லை. ஜீப்பில் கூட்டி வந்து திரும்ப அழைத்துப் போகிறார்கள். இந்து மகா சமுத்திரமும் வங்காள விரிகுடாவும் சங்கமிக்கும் இடம் தனுஷ்கோடி என்கிறார்கள். இரண்டு கடல்கள் ஒன்றையொன்று சந்தித்துக்கொள்வதால் தானோ என்னவோ, ஒரு ஆழ் நிசப்தம் கூடியிருக்கிறது.

1964-ம் ஆண்டு புயலில் சிக்கி உயிர் பிழைத்தவர்களில் சிலர் இப்போதும் அருகில் உள்ள ஊர்களில் வசிக்கிறார்கள்.

ஒன்றிரண்டு நபர்களை நானும் சந்தித்திருக்கிறேன். அவர்கள் நினைவில் தனுஷ்கோடி மிக அழகான ஒரு வாழ்விடம். இலங்கைக்கும் தமிழகத்துக்கும் பாலமாக இருந்த ஒரு கடற்கரை.

தனுஷ்கோடியில் தாங்கள் எடுத்துக்கொண்ட புகைப்படங்கள் மற்றும் அங்கு குடியிருந்த சான்றுகளைக் காட்டுகிறார்கள். பேசிக்கொண்டு இருக்கும்போதே குரல் உடைந்து விடுகிறது. தங்களை அறியாமல் கண்ணீர் விடுகிறார்கள். நேற்று நடந்த சம்பவத்தை நினைவு கொள்வதைப் போன்று விசும்புகிறார்கள். 40 வருடம் கடந்தபோதும் இன்னும் அவர்களின் மனது ஆறுதல் அடையவில்லை. நினைவில் தனுஷ்கோடியின் கடல் உக்கிரமாக இருந்து கொண்டே இருக்கிறது.

கடற்காற்று சற்றே வேகமாக இருந்தது. பெரிய நகரங்களில் இரவெல்லாம் நீளும் புத்தாண்டுக் கொண்டாட்டங்களை விடவும், இந்தத் தனிமையும், ஏகாந்தமும், புரிந்து கொள்ள முடியாத கடலும் மனதுக்கு மிக விருப்பமாக இருந்தன.

இருட்டுக்குள் யாரோ நடந்து வருவது தெரிந்தது. அந்த வயதானவர் அதிகம் குடித்திருந்தார். அவர் என்னைக் கடந்து கடலின் மிக நெருக்கத்துக்குச் சென்று தனியே ஏதோ சப்தமாகப் பேசிக்கொண்டு இருந்தார். சில நிமிடங்களுக்குப் பிறகு விடுவிடுவென நடந்து மணலில் போய்ப் படுத்துக்கொண்டார். புத்தாண்டு துவங்குவதற்கு இன்னும் சில நிமிடங்கள் இருந்தன.

நட்சத்திரங்கள் அதிக பிரகாசத்துடன் இருப்பதைப் போன்று தோன்றியது. வானம் கொண்டிருந்த கருமை... அதைக் கருமை என்று சொல்ல முடியாது; அடர்ந்த ஊதாவும் கறுப்பும் கலந்தது போன்ற ஒரு நிறம். மிகத் தாழ்வாக ஆகாசம் வந்துவிட்டதோ எனும்படியான நெருக்கத்துடன் இருந்தது.

இந்த நகரின் மீதிருந்த நட்சத்திரங்கள் நகரில் வாழ்ந்தவர்கள், வந்து போனவர்கள் யாவரையும் அறிந்திருக்கும்தானே? கடல் கொண்டு அழிந்த பிறகு நட்சத்திரங்களைக் காணக்கூட யாருமற்றுப் போன துக்கத்தில் அவை புலம்பியிருக்கும்தானே?

காற்றின் கதி மாறிக்கொண்டே இருந்தது. புத்தாண்டு துவங்கும் நிமிடம் வந்தது. என்னோடு புத்தாண்டைக் கொண்டாடுவதற்கு அங்கிருந்த ஒரே நண்பன் கடல் மட்டும்தான். கடலிடம்

பேசுவதற்கு என்ன கூச்சம் என்று தோன்றியது. சற்று முன்பு ஒரு நண்பன் பேசவில்லையா? கடலிடம் என்ன பேசுவது? எப்படிப் பேசுவது? அழிந்த தனுஷ்கோடியும் கடலும்தான் புத்தாண்டின் எனது இரண்டு தோழர்கள். இருவரிடமும் ஏதேதோ பேசினேன். சில நிமிடங்களுக்குப் பிறகு, அந்த சந்தோஷமும் வடிந்து போனது.

மணலில் உட்கார்ந்தபடி இரவைப் பார்த்துக்கொண்டு இருந்தேன். கடலின் சரித்திரம் வியப்பானது. அது எத்தனையோ கடலோடிகளைக் கண்டிருக்கிறது. எத்தனையோ சாகசக்காரர்கள் அதன் வழியாக வந்திருக்கிறார்கள். எவரெவரது கனவுகளையோ அது விழுங்கியிருக்கிறது. கடலைப் புரிந்து கொள்வது எளிதில்லை என்று அந்த நிமிடத்தில் தோன்றியது.

விடியும் வரை அங்கேயே இருந்தேன். விடிகாலையில் ஒரு மென் வெளிச்சம் பரவத் துவங்கியது. அந்த வெளிச்சம் திரவம் போல ஓடிக்கொண்டே இருந்தது. விடிகாலையின் ரம்மியத்தை அங்குதான் முழுமையாகக் கண்டேன். பிறகு, ராமேஸ்வரம் நோக்கிப் புறப்பட்டேன்.

அதிகாலையில் பயணிகளை ஏற்றிக்கொண்டு இரண்டு ஜீப்கள் வந்து நின்றன. இருபதுக்கும் மேற்பட்ட பயணிகள். பெரும்பாலும் வட இந்திய முகங்கள். அவர்கள் இடிபாடுகளை நோக்கி நடந்து செல்லத் துவங்கினார்கள். குழந்தைகள் மிக ஆர்வமாகப் புகைப்படங்கள் எடுத்துக் கொண்டார்கள்.

மணலில் கிடந்த மீன் முள் ஒன்றை சிறுவன் கையில் எடுத்து காட்டிக் கூச்சலிட்டான். ஒரு வழிகாட்டி அவர்களிடம் தனுஷ்கோடியின் கதையைச் சொல்லிக்கொண்டு போனான். காற்றில் அவர்களின் கேசம் அலைந்து கொண்டு இருக்க, அவர்கள் முன்னே நடந்து போனார்கள். காலை வெளிச்சத்தில் முந்திய இரவின் சுவடே இல்லை.

எல்லா நாட்களையும் போலவே புத்தாண்டின் காலையும் வெயிலும் பரபரப்பும் நிரம்பியதாக இருந்தது. நகரை நோக்கி வந்து கொண்டு இருந்தபோது, தொலைவில் தனுஷ்கோடியின் வாசனை காற்றில் மிதந்தது. ஊர் திரும்புகையில், மண்டபம் முகாமில் தங்கியுள்ள தாயகம் திரும்பிய இலங்கைத் தமிழர்களைக் கண்டேன்.

எத்தனை எத்தனையோ இலங்கைத் தமிழ் குடும்பங்கள் தங்களின் வேர்களை இழந்து, கனவுகள் சிதறிப்போய் கடலின் கருணையை மட்டுமே நம்பி நாட்டுப்படகுகளில் ஏறி தமிழகத்துக்கு வந்து சேர்கிறார்கள்.

கடல் அவர்களின் மீது கருணை கொண்டு இருக்கிறது. கரைதான் பரிவு காட்டவில்லை!

○

37

காலத்தின் வேர்கள்

ஏதோ சின்னஞ்சிறு விதை
ஊசிமுனை அளவு இடமும் தவறாமல்
அதன் மேல் வண்ணம் மிளிர்கிறது.
விதையின் மேல் மரம் ஒரு லிபியால் சொல்கிறது
'உடைக்கவோ, நசுக்கவோ செய்யாதீர்கள்
ஏனெனில் உள்ளே பல குழந்தைகள் தூங்குகின்றன.'

- ஞானக்கூத்தன்

திண்டிவனத்திலிருந்து இருபது கிலோ மீட்டர் தூரத்தில் உள்ள திருவக்கரை என்ற ஊருக்குப் போயிருந்தேன். அதைப் பற்றி நண்பரிடம் சொன்னதும், "காளி கோயிலைப் பார்த்தீர்கள் அல்லவா?" என்று கேட்டார். அதைப் பார்க்கவில்லை. ஆனால், அங்கே உள்ள தேசியக் காப்பகம் ஒன்றைப் பார்த்து வந்தேன்" என்று சொன்னேன். அவருக்குப் புரியவில்லை. "அங்கே என்ன காப்பகம் இருக்கிறது?" என்று கேட்டார்.

"மரம் காலப்போக்கில் கல்லாகி விடும் என்று கேள்விப்பட்டு இருக்கிறீர்களா?" என்றதும், "ஆமாம்! அதற்குப் பல

ஆயிரம் வருடங்கள் ஆகும். மியூஸியத்தில் கூட கல்மரம் பார்த்திருக்கிறேன்” என்றார். “அப்படிக் கல்லாக உருமாறிய மரங்களுக்கான தேசியக் காப்பகம் திருவக்கரையில்தான் இருக்கிறது. அங்கு கல்லாகிக் கிடக்கும் மரங்கள் 20 மில்லியன் வருடங்களுக்கு முற்பட்டவை” என்று சொன்னேன்.

நண்பர் புரியாதவரைப் போலக் கேட்டார். “ஒரு மரத்தைப் பார்ப்பதில் என்ன இருக்கிறது? இதற்காகவா இவ்வளவு தூரம் போய் வந்தீர்கள்?” இந்தக் கேள்வி அவருக்கு மட்டுமல்ல, நம்மில் பலருக்கும் எழும் கேள்வியே! ஒரு மரத்தில் பார்ப்பதற்கு என்ன இருக்கிறது? எதற்காக இப்படிக் கவிஞர்களும் எழுத்தாளர்களும் மரத்தைப் பற்றி பக்கம் பக்கமாக எழுதித் தள்ளுகிறார்கள்?

நிஜத்தில், ஒரு மரத்தைப் பற்றித் தெரிந்துகொள்வது என்பது மரத்தைப் பற்றி மட்டுமல்ல; அதன் வழியாக நம்மைப் பற்றி, நம் வாழ்வுடன் ஒன்றிணைந்த இயற்கை பற்றி, அதன் கடந்த காலம் பற்றி, அந்த மரம் கண்ட நம் மூதாதையர்கள் பற்றி, மரம் வேர் ஊன்றியுள்ள நிலம் பற்றி, நீரின் சுவை பற்றி, மரத்தில் வந்தமரும் பறவைகள் பற்றி, மரம் பார்த்த மழை, வெயில், காற்று, ஆகாசம் என அந்த ஒன்றின் வழியாக எவ்வளவோ தெரிந்துகொள்ள முடியும்.

போதி விருட்சத்தின் அடியில் புத்தனுக்கு ஞானம் வந்தது என்கிறார்கள். ஒவ்வொரு கடவுளும் ஒரு விருட்சத்தின் அடியில் அமர்ந்திருக்கிறார். அல்லது ஒவ்வொரு கோயிலிலும் ஒரு ஸ்தல விருட்சம் இருக்கிறது என்றால், விருட்சங்களை நாம் எப்படிப் புரிந்து கொள்வது?

மனிதர்கள் வாழ்ந்த சுவடுகளை விடவும் விருட்சங்கள் வாழ்ந்துபோன சுவடுகள்தான் இன்று உலகின் பழைமைக்குச் சான்றாக இருக்கின்றன. திருவக்கரையில் உள்ள கல்மரங்களின் காப்பகமானது (The National Fossil Park) தேசிய அளவில் முக்கியத்துவம் வாய்ந்தது. திருவக்கரை, திண்டிவனத்தின் அருகில் இருக்கிறது.

திருவக்கரையில் சங்கராபரணி என்ற ஆறு ஓடுகிறது. இங்கு 11-ம் நூற்றாண்டைச் சேர்ந்த கோயில் உள்ளது. இவை யாவையும் விட இங்குள்ள கல் மரங்களுக்கான காப்பகத்தில் சிறிதும் பெரிதுமாக கல்மரங்கள் எவ்வளவோ வருடங்கள்

கடந்தும், அதன் உரு சிதையாமல் அப்படியே பாதுகாக்கப்பட்டு வருகின்றன. கிராமவாசிகள், இந்தக் கல்மரங்கள் யாவும் ராட்சசர்களின் எலும்புகள் என்று நம்புகிறார்கள்.

30 அடி உயரமுள்ள மரம் முதல் அரை அடி, ஒரு அடி துண்டுகளாகக் கிடக்கும் மரங்கள் வரை பலவகைப்பட்ட மரங்கள் காலத்தின் பழைமையேறி ஆங்காங்கே விழுந்து உறைந்து கல்லாகி இருக்கின்றன. அந்த மரங்களைத் தொட்டுப் பார்க்கையில், அவற்றை மரம் என்று நம்ப முடியவில்லை. காலம் உயிர்ச் சத்து முழுவதையும் தின்று செரித்துவிடவே, மரம் கொஞ்சம் கொஞ்சமாக மணலேறி முழுவதும் கல்லாகி இருக்கிறது.

இந்தக் கல்மரங்கள் எகிப்திய மம்மிகளை விடவும் காலத்தில் முந்தியவை. பிரமிடுகளையும் மம்மிகளையும் பற்றி ஆர்வமாகத் தெரிந்து கொள்ளும் நமக்குக் கை தொடும் அருகில் உள்ள கல்மரங்களைப் பற்றித் தெரியவில்லை.

முன்பு ஒரு முறை என் பையனைப் பள்ளிக்கு அழைத்துப் போய்க்கொண்டு இருந்தபோது சாலையில் ஒரு மரம் விழுந்து கிடப்பதைப் பார்த்து, 'சென்னையில் எவ்வளவு மரங்கள் இருக்கும்?' என்று கேட்டான்.

மக்கள் தொகை எவ்வளவு என்று கேட்டால், ஒரு கோடி என்று உத்தேசமாகச் சொல்லிவிட முடியும். எவ்வளவு மரங்கள் இருக்கின்றன என்று நான் யோசித்ததே இல்லை. அதைவிடவும் யாராவது அப்படி மரங்களை எண்ணிக்கணக்கு வைத்திருப்பார்களா என்று சந்தேகமாக இருந்தது.

அந்த நிமிடத்தில் அவனது கேள்விக்கு என்னிடம் பதில் இல்லை.

அவன் திரும்பவும் கேட்டான்... "சென்னையில் உள்ள மரங்களில் மிக வயதான மரம் எது? அதற்கு எவ்வளவு வயதாகிறது?" இந்தக் கேள்விக்கும் என்னிடம் திட்டமான பதில் இல்லை. எதையாவது சொல்லிச் சமாளிக்க வேண்டியதுதான் என்று "அடையாறு ஆலமரம். அதற்கு 450 வயதாகிறது" என்று சொன்னேன். அவன் அந்த பதிலால் சமாதானமாகிவிட்டான்.

'ஆனால், அந்தப் பதில் சரியானது தானா? உண்மையில் சென்னையில் எந்த மரம் மிக வயதானது? அது எங்கே

இருக்கிறது?' என்ற கேள்விகள் மனதை அழுத்திக்கொண்டே இருந்தன.

பத்து ஆண்டுகளுக்கு முன்பு வரை சென்னைக்கு வரும் சுற்றுலாப் பயணிகளின் பட்டியலில் கடற்கரை, மியூஸியம், கோல்டன் பீச் வரிசையில் அடையாறு ஆலமரமும் சேர்ந்தே இருந்தது. அந்த மரத்தைப் பார்த்துவிட்டு ஊர் போய் பல நாட்கள் அதைப் பற்றிப் பேசிக்கொண்டு இருப்பார்கள். அப்படிப் பள்ளி நாட்களில் சுற்றுலாப் பயணியாக வந்து அடையாறு ஆலமரத்தைப் பார்த்திருக்கிறேன்.

இவ்வளவு பெரிதாகக் கூட ஒரு மரம் இருக்குமா என்று ஆச்சர்யமாக இருந்தது. விழுதுகளைப் பிடித்தபடியே, வெயில் தரை இறங்கிக்கொண்டு இருந்த அந்த மாபெரும் விருட்சம் கண்கொள்ள முடியாததாக இருந்தது. ஏதேதோ ஊர்களில் பார்த்த ஆலமரங்கள் அத்தனையும் அதன் முன்பு போன்சாய் போல் சுருங்கிப் போய்விட்டன.

அடையாறு ஆலமரம் நிசப்தமாக சென்னையின் வாழ்வை அவதானித்துக் கொண்டு இருக்கிறது. நூறு வருடங்களுக்கு முன்பான சென்னையில் அடையாறு படகுத்துறை கொண்டது. போக்குவரத்துக்காக நாட்டுப் படகுகள் விடப்பட்டிருக்கின்றன. ஆற்றின் கரையை ஒட்டி பெரிய வனம் போல் விரிந்திருக்கிறது.

1882-ல் அந்த இடத்தை தியோசோ ஃபிகல் சொசைட்டி விலைக்கு வாங்கி, 'ஹடில் ஸ்டோன் தோட்டம்' என்று பெயரிட்டுப் பாதுகாத்திருக்கிறார்கள். இந்த ஹடில் ஸ்டோன் ஒரு வெள்ளைக்கார ராணுவ அதிகாரி. அவர் அடையாற்றின் கரையில் வனக்குடில் அமைத்து வாழ்ந்திருக்கிறார்.

அடையாறு ஆலமரம், 40 ஆயிரம் சதுர அடி பரப்பில், நாற்பது அடி உயரமும், நானூறு டன் எடையுள்ள விழுதுகளுமாக, ஆயிரம் கை வீசி விரிந்திருக்கிறது. அந்த மரத்தின் அடியில் எவ்வளவோ முக்கிய சொற்பொழிவுகள், சந்திப்புகள் நடந்திருக்கின்றன. ஜே.கிருஷ்ணமூர்த்தியும், அன்னி பெசன்ட் அம்மையாரும், மரியா மாண்டிசோரியும் அங்கே சொற்பொழிவாற்றி இருக்கிறார்கள். மூவாயிரம் பேர் அமர்ந்து கேட்கக்கூடிய அளவு பெரிய இடம் அது. இன்று சென்னை வரும் பயணிகளும், உள்ளூர்வாசிகளும் அடையாறு ஆலமரத்தைக் கொஞ்சம் கொஞ்சமாக மறந்துவிட்டார்கள்.

ஒரு மரம், உண்மையில் ஒரு பேரியக்கம்! இயற்கையின் புரிந்து கொள்ளப்பட முடியாத அம்சம். எந்த மரத்தையும் நாம் முழுமையாகப் பார்க்க முடியாது. சுற்றிச் சுற்றி ஒரு மரத்தைப் பார்த்தால்கூட அதன் வேர்கள் எவ்வளவு தூரம் சென்றிருக்கின்றன என்று காண முடியாது. மரத்தின் இலைகள், பூக்கள், கனிகள் நமக்குத் தெரிந்தாலும்கூட மரத்தின் நிசப்தத்தை நம்மால் முழுமையாகப் புரிந்து கொள்ள முடியாது.

'கடவுள் எப்படி இருப்பார்?' என்று கேட்கையில், தேவாரப் பாடல் ஒன்று... 'கோடைக் காலத்தில் வெயிலின் கொடுமை தாளாமல் வந்து நிற்பவனுக்கு மரத்தின் நிழல் தரும் குளிர்ச்சி போன்றதே கடவுள்?' என்று சொல்கிறது. எனில், ஒவ்வொரு மரமும் ஒரு வகையில் கடவுள்தான் இல்லையா? அதிலும் சைவ சமயத்தில் ஆலமரத்தை சிவனின் உருவமாகவே கருதுகிறார்கள். அதனால் ஆலமரத்தை வழிபடுவது என்று ஒரு வழக்கம் இருக்கிறது.

ஒவ்வொரு முறை காகிதத்தைக் கசக்கி குப்பைக்கூடையில் எறியும்போதும், அதில் ஒரு மரத்தின் கிளை முறிக்கப்படும் ஓசைதான் கேட்கிறது. காரணம், ஏதோ விருட்சம் தன்னை அழித்துக்கொண்டுதான் இந்தக் காகித வடிவம் கொண்டு இருக்கிறது. ஒரு வகையில் விருட்சத்தின் மீதுதான் எழுதிக்கொண்டு இருக்கிறோம்.

கல்லாகிப் போன மரமும் சரி, நம் காலத்தின் ஊடாக வாழும் மரமும் சரி, நம் கண்களை விட்டு நழுவிப் போய்க்கொண்டே இருக்கின்றன. முன்பு மாலை நேரங்களில் சென்னையின் பல பகுதிகளிலும் பறவைகள் தனது கூடு தேடி வந்து அடையும் சப்தம் இடைவிடாமல் கேட்டுக்கொண்டே இருக்கும். அதிலும் அடையாறு போன்ற பகுதிகளில் உள்ள ஒன்றிரண்டு மரங்களில் நூற்றுக்கணக்கில் பறவைகள் அமர்ந்து, மாறி மாறி சப்தமிட்டுக்கொண்டு இருப்பதைக் கேட்டிருக்கிறேன். இன்று அந்தப் பறவைகளின் சப்தம் அப்படியே துண்டிக்கப்பட்டுவிட்டது. வாகனங்களின் ஓசையைத் தவிர பறவைகளின் ஓசையைக் கேட்பதே மிக அரிதாகிவிட்டது.

சகாரா பாலைவனத்தின் நடுவில் ஒரேயொரு மரம் இருக்கிறது. அந்த மரம்தான் உலகிலேயே மிகத் தனிமையான மரம். அதைச் சுற்றி 400 கிலோமீட்டர் தூரத்துக்கு வேறு

மரங்களே இல்லை. கடுமையான பாலையின் நடுவே அந்த ஒரு மரம் எப்படி உருவானது? அந்த மரம் தனியே நின்றபடி துளிர்ப்பதும் பூப்பதும் இலை உதிர்ப்பதுமாக எல்லையற்ற மணல்வெளியைப் பார்த்தபடியே உள்ளது. பாலையைக் கடந்து செல்பவர்களுக்கு அந்த ஒற்றை மரம் வாழ்வின் மீது அதிக நம்பிக்கையை ஏற்படுத்துகிறது என்கிறார்கள்.

பாலையின் தனி மரம் மட்டுமல்ல; நம் வீட்டு வாசலில் நிற்கும் மரமும் கூட வாழ்வின் மீதான பெரும் நம்பிக்கையை ஏற்படுத்துகிறது. காரணம், எந்த மரமும் எவ்வளவு கடுமையான தண்ணீர் பஞ்சத்திலும் தன் இருப்பிடம் விட்டு வேறு ஊர்களுக்கு ஓடிப்போவது இல்லை. தனது வேதனைகளைச் சொல்லிச் சொல்லிப் புலம்புவதில்லை. எல்லா மரங்களும் வாழ்வின் கடினத்தை மௌனமாக எதிர்கொண்டு ஜெயிக்கின்றன. உதிர்ப்பதையும் துளிர்ப்பதையும் ஒன்று போலவே கருதுகின்றன. உயர் தத்துவங்கள் சொல்வதும் இதைத்தானே?

○

38

எட்டிப் பார்க்கும் மேகம்

நீ இருக்கும்
திசைக்கு முகம்காட்டி
உன் சதுரமான
எதிர்பார்ப்பின் மேல்
பூக்காது
தொட்டிப்பூ
பூப்பூத்தல் அதன் இஷ்டம்
போய்ப் பார்த்தல் உன் இஷ்டம்

- கல்யாண்ஜி

பயணங்களில் எதிர்ப்படும் ஊர்களைவிடவும் அதிகம் என்னை ஈர்த்தது ஆகாசமும் மேகங்களும்தான். ஏதேதோ ஊர்களில் மயக்கமூட்டும் மேகக் கூட்டங்களைக் கண்டிருக்கிறேன். வெளிர் ஊதா நிற ஆகாசத்தில் திட்டுத் திட்டுகளாக மேகங்கள் மிதந்துகொண்டு இருப்பதைக் காணும்போது, அப்படியே வாகனத்தைவிட்டு இறங்கி, அந்த மேகங்களைப் பார்த்துக்கொண்டே இருக்கக் கூடாதா என்று ஆதங்கமாக இருக்கும். சில நேரம், இதற்காகவே

சில சிற்றூர்களில்கூட இறங்கி நின்றிருக்கிறேன். பயணம் கற்றுக்கொடுத்த எத்தனையோ விஷயங்களில் ஒன்று, மேகம் பார்த்தல்!

கை தொடும் நெருக்கத்தில் மேகங்களைக் காண வேண்டும் என்பதற்காகவே மூணாறு சென்றிருக்கிறேன். எப்போதாவது மனது சோர்வுகொள்ளும் நாளில், மூணாறை நோக்கிக் கிளம்பிவிடுவேன். கேரளாவின் பசுமைச் சிகரம் அது. மூணாறு பச்சைச் சாறு வழியும் பிரதேசம். அங்கே காற்றுகூட பச்சை நிறத்தில்தான் இருக்கிறது. அங்கு சென்று இறங்கியதும், அடர்பசுமையும் குளிர்ச்சியும் உடல் முழுவதும் பற்றிக்கொள்ள, நாமே ஒரு நீர்த்தாவரம் போல் ஆகிவிடுகிறோம்.

மூணாறு கடல் மட்டத்திலிருந்து 8,000 அடி உயரத்தில் இருக்கிறது. கேரளாவின் பகுதியாக இருந்தபோது, அங்கே உள்ள தேயிலைத் தோட்டத்தில் வேலை செய்வதற்காகச் சென்ற தமிழ்க்குடும்பங்கள் இன்று மூணாறின் நிரந்தர வாசிகளாகிவிட்டார்கள். ஆதியில் இந்தப் பகுதி முழுவதும் பழங்குடியினர்தான் வசித்து வந்தார்கள் என்றும், அவர்கள் தான் நிலத்தைப் பண்படுத்தி விளைநிலமாக்கினார்கள் என்றும், அவர்களை விரட்டியடித்து இந்த இடங்களைக் கண்காணிகள் கைப்பற்றி கொண்டார்கள் என்றும் உள்ளூர்வாசிகள் சொல்கிறார்கள். ஆயிரம் கைகளின் உழைப்பு இந்த பசுமைக்குப் பின்னால் ஒளிந்திருக்கிறது என்பது பார்த்ததுமே தெரிகிறது.

மூணாறு இயற்கையின் வளம் மிக்க இடங்களில் ஒன்று பரபரப்பான நமது நகர வாழ்விலிருந்து துண்டித்துக்கொண்டு இது போன்ற இடங்களுக்குச் செல்லும்போது நாம் முதலில் உணர்வது அதன் மாபெரும் தனிமையை!

யாரோ நம்மைப் பசுமையின் கோப்பை ஒன்றுக்குள் தூக்கிப் போட்டுவிட்டது போன்றும், ஒரு மீன் குஞ்சு தண்ணீருக்குள் மிக ஆசுவாசமாக நீந்திக்கொண்டு இருப்பது போன்றும் நாம் அந்தப் பசுமை வெளிக்குள் அலைந்து திரியத் துவங்குவதும் நடந்தேறுகிறது.

இயற்கையை நாம் தொட்டிச் செடிகளிலும், அலங்காரப் பூக்களிலும் மட்டுமே காண்கிறோம். நகரில் உள்ள மரங்கள் இலை அசைப்பதைக்கூட நிறுத்தி உறைந்து போய் விட்டன.

சாலையோரத்தில் உள்ள அரசமரம் ஒன்று இலை முழுவதும் வாகனப் புகையின் கருமையும் தூசியும் படிந்து, ஒரு நோயாளியைப் போல பலவீனமாக மூச்சு விட்டுக்கொண்டு இருந்ததைக் கண்டேன். வாகனங்களின் புகை கேட்டிலிருந்து நம்மைப் பாதுகாத்துக்கொள்ளவே நமக்குத் தெரியவில்லை. பின் எப்படி இந்த மரங்களை, செடிகளை, பறவைகளைப் பாதுகாப்பது?

பெருநகரில் அலுவலகச் சுவரின் வால்பேப்பர்களில் மட்டுமே நீர்வீழ்ச்சி வழிந்து கொண்டு இருக்கிறது. வரவேற்பறையில் பிளாஸ்டிக் பூக்கள் வாசனை அற்று, பிரேதம் போல வெறித்துக்கொண்டு இருக்கின்றன. வீட்டுச் செடிகள்கூடத் தயங்கித் தயங்கித்தான் காற்றில் அசைகின்றன.

நகர வாழ்வில் இயற்கை என்பது மிகப் பெரிய ஆடம்பரம். தோட்டம் உள்ள வீடும், பறவைகள் சப்தம் கேட்கும் குடியிருப்பும் மிக வசதியான வாழ்வின் அடையாளம்.

ஆனால், மூணாறில் இயற்கை தன் எல்லையற்ற பெரும்பரப்பில் கண்ணில் கொள்ள முடியாதபடி விரிந்துகிடக்கிறது. அதிலும், டிசம்பர் மாதத்தில் மூணாறு கொள்ளும் அழகு மிக விந்தையானது. அது ஒரு பசுமை சொர்க்கம். கண்ணுக்கு எட்டிய தூரம் வரை தேயிலைத் தோட்டங்களும், வளைந்து வளைந்து செல்லும் சாலைகளும், நீர்நிலைகளும், மலை முகடுகளும், ஒளிந்து சப்தமிடும் பறவைகளும், மூணாறில் மட்டுமே காணமுடிகிற வரையாடுமாக அது ஒரு தனியுலகம். ஆதியில் உலகம் இப்படித்தான் இருந்திருக்க வேண்டும் என்பதற்கான சாட்சி போல் இருக்கிறது!

வெள்ளைக்காரர்கள் மூணாறை இடம் பெயர்ந்து வந்துவிட்ட ஸ்விட்சர்லாந்து என்றே நினைத்துக்கொண்டு இருந்தார்கள். அவர்களது குடியிருப்புகள் மற்றும் தங்கும் விடுதிகள் தான் ஆரம்ப நாட்களில் மூணாறின் அடையாளமாக இருந்திருக்கின்றன. இன்றும் அவர்களது பங்களாக்கள் காலத்தின் சாட்சியைப் போல ஆங்காங்கே தென்படுகின்றன.

டிசம்பர் மாதத்தில், பனிப்புகை மூணாறின் சாலைகளையும், மரங்களையும் விழுங்கிவிடுகிறது. மெல்ல பனியின் ஊடாகவே பயணம் செய்து மலையின் முகடுகளை அடைந்தால், சூரிய

வெளிச்சம் ஆகாசத்திலிருந்து சொட்டிச் சொட்டி பூமிக்கு வருவதைக் காண முடிகிறது. அதோடு, மேகக்கூட்டங்கள் பள்ளத்தாக்கின் மீது ஊர்ந்துகொண்டு இருப்பதையும், அது மெல்ல நம் கைகளை நோக்கி நகர்ந்து வருவதையும் காண முடிகிறது.

தென்னிந்தியாவின் மிகப் பெரிய சிகரமான ஆனைமுடி இங்கேதான் இருக்கிறது. மலையேறுபவர்களுக்கு மிகப் பிடித்தமான இடம் அது. மூணாறின் இன்னொரு சிறப்பு இங்கு பூக்கும் நீலக்குறிஞ்சி. 12 ஆண்டுகளுக்கு ஒரு முறை பூக்கும் மலர் இது. நீலக்குறிஞ்சி பூக்கும் காலத்தில் மூணாறு முழுவதும் வர்ணஜாலமாகவே இருக்கும்.

மலை நகரங்களில் சுற்றித் திரியும்போது விதவிதமான மேகங்களைக் காண முடியும். சில வேளைகளில் எங்காவது சாலையின் சரிவில் இறங்கி வரும்போது, மேகங்கள் நமக்காகவே காத்துக்கொண்டு இருப்பதைப் போல் தனியே சோபையுடன் இருக்கும். மலைப் பிரேதசங்களில் உள்ள மேகங்கள் யாவும் ஒன்று போலவே இருக்கின்றன.

வெக்கையும் கோடையுமே வாழ்வின் பகுதியாக அறிந்திருந்த எனது பால்யத்தில் கண்ட மேகங்கள் யாவும் வறண்டவை. அவை முரட்டுக் குணம் மிக்கவை. சில நேரம் உருவிய வாளைப் போன்ற ஒற்றை மேகம் ஒன்று பனைகளுக்கு நடுவில் நின்றபடியே ஊரை வெறித்துப் பார்த்தபடி இருக்கும். அந்த மேகம் என்ன வேண்டுகிறது, எதை கண்டுகொண்டு இருக்கிறது என எப்படித் தெரிந்து கொள்வது என்று தெரியாமல், அதைப் பார்த்தபடியே இருந்திருக்கிறேன்.

மேகங்களைப் பார்ப்பது என்பது ஒரு விளையாட்டைப் போன்றது. சொல்லிப் புரியவைக்க முடியாதது. சிறு வயதில் பள்ளியின் ஜன்னலுக்கு வெளியே தெரியும் மேகங்களைப் பார்த்துக்கொண்டு இருக்கும்போது, சிறுவர்களாகிய நாங்கள் மனதுக்கு உள்ளாகவே அந்த மேகத்தை வலது பக்கம் போ, இடது பக்கம் போ என்று முணுமுணுத்துக் கொண்டு இருப்போம். அதற்கு செவி சாய்த்தது போல மேகமும் வலது பக்கம் நகரும். நாம் சொல்வதை மேகம் கேட்கக்கூடியது என்று நம்பிய நாட்கள் அவை.

அந்தப் பழக்கம் கொஞ்சம் கொஞ்சமாகப் பயணத்தில் வளர்ந்தது. நிறைய பயணங்களில் ரயிலில், பேருந்தில் ஜன்னல்களின் வழியாக ஏதேதோ வர்ணங்களில் மேகத்தை பார்த்தபடியே இருந்திருக்கிறேன். எதையும் பேசிக்கொள்ளாமலே மேகங்களுடன் சிநேகித்து இருக்கிறேன்.

ஒரு முறை செங்கோட்டை அருகில் உள்ள கிராமத்திலிருந்து திரும்பி வந்து கொண்டு இருந்தபோது மேகக் கூட்டங்களைக் கண்டேன். அது அலை புரள்வது போல ஒன்றோடு ஒன்று புரண்டபடியும் கொந்தளித்தபடியும் இருந்தது. இரண்டு மூன்று சிறுவர்கள் ஒருவர் மீது ஒருவர் கட்டிப் புரண்டு சண்டையிடுவது போல மேகங்கள் பிணைந்து கிடந்தன. என்ன விளையாட்டு அது என்று புரியவில்லை. யாரோ துரத்துவது போன்றும், தப்பி ஓடுவது போன்றும் அந்த மேகங்கள் கலைவதும் கூடுவதுமாக இருந்தன.

மேகங்களில் கட்டற்ற கேளிக்கையை அங்கு தான் கண்டேன். மனது மிக நீண்ட நாட்களுக்குப் பிறகு எல்லையற்ற சந்தோஷம் கொண்டது. அரை மணி நேரம் இருக்கும்... மேகங்கள் ஓடி மறைந்தன. வானம் மேகங்கள் அற்ற துல்லியத்திற்கு வந்து சேர்ந்தது. வானில் மென் ஒளியைத் தவிர, எதுவுமே இல்லை. மேகங்கள் அலைந்து திரிந்த சுவடுகள் கூட இல்லை.

மனது சிறு பிள்ளையைப் போல வலி கொள்ளத் துவங்கியது. அந்த மேகங்களைத் திரும்பக் காண வேண்டும் போல் இருந்தது. ஆனால், ஆகாசத்தில் அதன் சிறு துளிகூட மிச்சமில்லை. ஒவ்வொரு நாளும் ஆகாசம் ஒரு தோற்றம் கொள்கிறது. எங்கிருந்தோ மேகங்கள் வந்து நிறைகின்றன. எதையோ காண்கின்றன. கலைந்துவிடுகின்றன.

இடிபாடுகளாகிக் கிடக்கும் ஹம்பிக்குப் போயிருந்த நாளில், காலம் தின்றது போக மிச்சமிருக்கும் சிதிலங்களுக்கு நடுவில் ஒரு மேகம் எட்டிப் பார்த்துக் கொண்டு இருந்ததைக் கண்டேன். அந்த ஒரு நிமிஷத்தில் அந்த மேகமும் பல நூற்றாண்டுகளுக்குப் பின்னிருந்து எட்டிப் பார்க்கிறதோ என்று தோன்றியது. ஹம்பியின் ஆகாசமும் மேகமும் தெளிவற்றே இருந்தன.

கண்ணுக்குத் தெரியாத ஓர் ஒழுங்குக்குள்தான் இந்த மேகங்கள் இருக்கின்றன. அது போல ஒவ்வொரு ஊருக்கென்றும் ஒருவிதமான மேகங்கள் இருக்கின்றன என்றும் தோன்றுகிறது.

ஒரு முறை, அம்பாசமுத்திரம் அருகே உள்ள சாலையில், ஒரு தாமரைக் குளத்தைக் கண்டதும், இறங்கித் தாமரை பறிக்கலாம் என்று குனிந்தபோது பின்னாலிருந்து ஒரு மேகம் என்னையும் குளத்தையும் தாமரையையும் எட்டிப் பார்ப்பதைக் கண்டேன். அந்த மேகம் மிக மெதுவாக தண்ணீரின் மீது ஊர்ந்து, நனையாமல் கடந்து சென்றது. நான் நிமிர்வதற்குள், எட்டிப் பார்த்த அந்த மேகம் கடந்து போய்விட்டது. மிக அபூர்வமான அந்தத் தருணம் இன்றும் மனதில் அப்படியே தேங்கி நிற்கிறது.

சிறு வயதில், நட்சத்திரங்கள் கைக்கு மிக நெருக்கமாக இருந்தன. வயது ஏற ஏற, நட்சத்திரங்கள் மிகத் தொலைவுக்குப் போய்விடுகின்றன. 'பால்யம் என்பது உலகம் நமக்கு மிக நெருக்கமாக இருந்த காலம்' என்கிறார் ருஷ்ய இயக்குநர் டவ் சென்கோ. அப்படித்தான் உணர்கிறேன் நானும்!

❍

39

நிறம் அழிந்த பூக்கள்

புலியைப் போல் பயமுறுத்துகிறது
முதுமை
விரோதியைப் போல
உடலைத் தாக்குகிறது வியாதி
உடைந்த பானையிலிருந்து வழியும்
நீர் போல்
ஒழுகுகிறது ஆயுள்
இருந்தும் மனிதன்
நற்செயல்கள் செய்யாதிருக்கிறான்
இது அதிசயமே!

- பர்த்ருஹரி (தமிழில்: மதுமிதா)

காவிரி ஆறு ஓடும் பாதையைப் பற்றிய சுவர் ஓவியங்களைப் பார்க்க வருகிறீர்களா என்று நண்பர் அழைத்த போது ஆச்சர்யமாக இருந்தது. தஞ்சை மாவட்டத்தில் பல முறை சுற்றி அலைந்த போதும் என் கண்ணில் படாமல் இருந்த அந்த சுவரோவியங்களைக் காண்பதற் காகவே திருவலஞ்சுழிக்குச் சென்றேன். கும்பகோணத்தில் இருந்து 15 கி.மீ.

தூரத்தில் உள்ள சிற்றூர் அது. பாடல் பெற்ற ஸ்தலம். மிகப் பழைமையான ஆலயங்கள் உள்ள ஊர்.

கோயிலில் அம்மன் சந்நிதிக்குள் நுழைந்தால், அங்குள்ள பிராகார வடக்குப் பகுதியின் மேற்கூரையில் காவிரி ஆறு ஓடும் பாதையைப் பற்றிய புராணக் கதை சித்திரமாகத் தீட்டப்பட்டிருக்கிறது. அகத்தியர் கையிலிருந்த கமண்டலத்தைக் காகம் தட்டி விட, அதிலிருந்து காவிரி உற்பத்தியாவதில் தொடங்கி, அது கடலில் கலக்குமிடம் வரை சித்திரமாகத் தீட்டப்பட்டு இருக்கிறது. காவிரியைப் பற்றிய பாடல்களும் இலக்கியச் சான்றுகளும் எவ்வளவோ இருந்தபோதும் அதைச் சித்திரங்களாகக் காண்பது மிகவும் ஈர்ப்புடையதாக இருந்தது.

பல நூறு வருடங்களைக் கடந்த அந்தச் சித்திரங்கள், தற்போதைய கட்டடப் பராமரிப்புப் பணியின் காரணமாக முற்றிலும் உரித்து எடுக்கப்பட்டு, சிதிலமான நிலையில் உள்ளது. சித்திரங்களின் முக்கியத்துவம் குறித்து எவரும் கண்டுகொள்ளவில்லை.

இன்னும் இரண்டு மாதங்களில் அந்தச் சித்திரங்கள் யாவும் உரித்து எடுக்கப்பட்டுச் சுத்தம் செய்யப்பட்டுவிடும் என்று கட்டடப் பணிகள் செய்து கொண்டு இருந்தவர் சொன்னார். அநேகமாக இன்னொரு முறை இந்த சித்திரங்களைக் காண முடியாது. மிக அழகான வர்ண ஓவியங்கள். ஆறு செல்லும் பாதையையும், அதன் வழியில் உள்ள சிவ ஆலயங்களையும், கிளைப் பாதைகளையும் துல்லியமாகச் சித்திரிக்கும் ஓவியங்கள். புராணக் காட்சிகள் என்று ஒதுக்க முடியாதபடி உண்மையான காவிரி ஆற்றின் பாதை தெளிவாக வரையப்பட்டு உள்ளது.

தமிழர்கள் வாழ்வில் காவிரி ஆறும், அது சார்ந்த வாழ்வும் ஏற்படுத்தியுள்ள தாக்கம் மிகப் பெரிது. அதற்குச் சாட்சி சொல்வது போல இருந்தது இந்தச் சுவரோவியங்கள். ஆனால், கோயில் பணியாளர்களுக்கோ, உள்ளூர்வாசிகளுக்கோ அது பற்றிய எவ்விதமான தகவல்களும் தெரியவில்லை.

இந்த நிலை திருவலஞ்சுழி கோயில் சுவரோவியங்களுக்கு மட்டுமில்லை. பெரும்பான்மையான தமிழகக் கோயில்களின் சித்திரங்களில் பெரும்பகுதி அழிந்துவிட்டன. மீதம் இருக்கும் ஓவியங்கள் கொஞ்சம் கொஞ்சமாக உதிர்ந்தும் கருமை படிந்தும் கைவிடப்பட்ட நிலையில் உள்ளன.

எஸ்.ராமகிருஷ்ணன்

தமிழகக் கோயில்களில் உள்ள சுவரோவியங்கள் வெறும் புராணக் காட்சிகள் மட்டுமல்ல; அவை, கடந்த காலத் தமிழ் வாழ்வின் சாட்சிகள் தமிழ்மக்களின் நுண்கலை வெளிப்பாட்டுக்கான ஆதாரங்கள்.

தமிழகத்தின் சுவரோவியங்களில் நான் மிக முக்கியமானதாகக் கருதுபவை சித்தன்னவாசல், தஞ்சை பெரிய கோயில், சிதம்பரம், ஸ்ரீரங்கம், அழகர் கோயில், ராமநாதபுரம், திருக்கோகர்ணம், ஆவுடையார்கோயில், திருவில்லிபுத்தூர் மடவார் வளாகம், திருப்புடைமருதூர் ஆகியவற்றில் உள்ள சுவரோவியங்களே. ஒவ்வொரு கோயிலின் சித்திரங்களும் ஓவிய மரபில் மிக முக்கியமானவை. ஆயிரம் வருடங்களுக்கு முற்பட்டவை.

சமணர்களுக்கும் சைவர்களுக்கும் நடந்த வாதங்கள் மற்றும் சமணர்கள் கழுவேற்றப்பட்டதற்கு இன்றும் சாட்சியாக இருப்பவை இந்தச் சித்திரங்கள்தான். ஆவுடையார் கோயிலில் சமணர்கள் கழுவேற்றப்பட்ட சித்திரங்கள் துல்லியமாகச் சித்திரிக்கப்பட்டு உள்ளன. அதுபோலவே சமணர்களுக்கும் சைவர்களுக்கும் நடந்த வாதங்களைச் சித்திரிக்கும் ஓவியங்கள் திருப்புடைமருதூரில் காணப்படுகின்றன.

கோயில்களைப் பராமரிக்கும்போது அல்லது புதுப்பிக்கும் போது அங்குள்ள முக்கிய கலைப்பொருட்களைப் பற்றி எவ்விதமான கவனமும் இருப்பதில்லை. எந்தக் கோயிலில் என்ன ஓவியங்கள் உள்ளன, அவை எந்த நூற்றாண்டைச் சேர்ந்தவை, அது என்ன வகையான ஓவிய பாணியைச் சேர்ந்தது என்பதற்கும் எந்தக் கையேடுகளும் இல்லை.

கோயில்களில் தினசரி ஆராதனைகளை முறையாக நடத்துவது மட்டுமே அறநிலையத் துறையின் பணி அல்ல. கோயில் சார்ந்த கலைகளையும் அதன் நுட்பங்களையும் சேர்த்துப் பராமரிக்க வேண்டும்.

ஐரோப்பிய நாடுகளில் உள்ள எந்தவொரு தேவாலயத்துக்குச் சென்றாலும், அங்குள்ள சிற்பங்கள் மற்றும் ஓவியங்கள் குறித்த கையேடுகளும், தேசம் முழுவதும் எங்கெங்கே என்ன சிற்பங்கள் உள்ளன, அதைப் பார்ப்பதற்கு என்ன செய்ய வேண்டும் என்ற உதவி நூல்களும் ஏராளமாகக் கிடைக்கின்றன. தமிழகத்தில் மிகப் பிரபலமான பல கோயில்களில் கூட அங்குள்ள கலைச்

சிற்பங்கள், இசைத் தூண்கள் பற்றிய அறிமுகப் புத்தகங்கள் கூட கிடையாது. அவ்வளவு ஏன், ஓவியங்கள் கோயிலின் எந்த இடத்தில் உள்ளது என்ற தகவலைப் பெறுவதுகூட எளிதானதாக இல்லை.

இந்தச் சித்திரங்கள், கலை நுட்பங்கள் காரணமில்லாமலே புறக்கணிக்கப்பட்டு, கொஞ்சம் கொஞ்சமாக அழிந்து வருகின்றன. அழகர் கோயிலில் உள்ள மண்டபத்தில் ராமாயணம் ஓவியமாகச் சித்திரிக்கப்பட்டு இருக்கிறது. இந்த ஓவியங்களின் நகல் பிரதிகள் வேண்டும் என்று எவராவது அணுகினால் அப்படி எதுவும் தங்களிடம் இல்லை என்ற பதிலே காப்பாளர்களிடமிருந்து வருகிறது. நுண்கலையை வாழ்வின் பிரதான வெளிப்பாட்டு வடிவமாகக் கொண்டு இருந்த தமிழ்ச் சமூகத்தின் சமகால நிலை இதுதான்.

திருவலஞ்சுழி கோயிலின் காவிரி ஓவியங்களைப் பார்த்துவிட்டு நாங்கள் வெளியே வந்து ஆதங்கப்பட்டபோது, அங்கு இருந்த கோயில் பணியாளர் ஒருவர், "இங்காவது சித்திரங்கள் இருந்த இடம் கண்ணில் தெரிகிறது. வேணுகோபாலசாமி கோயிலில் நாயக்கர் கால ஓவியங்கள் நிறைய இருந்தன. இன்று அதில் ஒன்றுகூட இல்லை. கோயிலே உடைந்து தரை மட்டமாகிவிட்டது" என்றார். உடனே கிளம்பி, அருகில் இருந்த வேப்பத்தூருக்குச் சென்றேன்.

அவர் சொன்னது நிஜம். செங்கல் செங்கலாகப் பிளந்து கிடக்கிறது கோயில். சுற்றிலும் புல் முளைத்துப் போயிருக்கிறது. உள்ளே சென்றால் சுவர் முழுவதும் ஓவியங்கள் இருந்த சாட்சியாக வர்ணங்கள் திட்டுத் திட்டாகத் தெரிகின்றன. சித்திர உருவங்கள் இருந்ததற்கான அடையாளம் போல முகத் தோற்றமும் வர்ணப் பூக்களும் ஆங்காங்கே காணப்படுகின்றன. பராமரிப்பு இல்லாததால் எல்லாம் அழிந்துபோயிருக்கிறது. ஆனாலும், இவ்வளவு வருடங்கள் கடந்தும் அதன் வர்ணம் மங்கவில்லை.

20 வருடங்களுக்கு முன்பு, ராமேஸ்வரம் போய் வந்ததை வாழ்நாளின் பெரிய பாக்கியமாகக் கருதுவார்கள். இன்று காசியும், பத்ரிநாத்தும் கூட அடுத்த ஊரைப் போல எளிமையாகி விட்டன. வழிபாட்டுக்காக அவ்வளவு தூரம் செல்லும் மக்கள், தங்கள் அருகில் உள்ள கோயில்களில் உள்ள ஓவியங்களையும்

இசையையும் மறந்துவிட்டார்கள் என்பது புரிந்து கொள்ள முடியாததாக உள்ளது.

அண்டை மாநிலமான கர்நாடகாவிலும், கேரளாவிலும் இன்றும் கோயில் கலைகள் அப்படியே பராமரிக்கப்படுகின்றன. அந்தக் கலைஞர்கள் இன்றும் கௌரவிக்கப்படுகிறார்கள். ஆனால், நம்மிடமோ செழுமையாக உள்ள கோயில் கலை என்று இன்று எதுவுமே இல்லை.

அஜந்தா, எல்லோராவுக்கு நிகரானது என்று நாம் கொண்டாடும் சித்தன்ன வாசல் கூட அந்த நிலையில்தான் உள்ளது. புதுக்கோட்டையில் இருந்து 25கி.மீ. தூரத்தில் உள்ள சித்தன்னவாசல், அஜந்தா பாணி ஓவியங்களுடன் உள்ளது. ஆனால், அஜந்தா அடைந்த புகழை அடையவில்லை. காரணம், அந்த ஓவியங்களின் முக்கியத்துவம், அதைப் பற்றிய அறிமுகம் நமக்கு ஏற்படவே இல்லை. சரித்திரப் பாடப் புத்தகங்களைத் தாண்டி அவற்றை நாம் கண்டுகொள்ளவே இல்லை.

சித்தன்னவாசல் ஓவியங்கள் 9-ம் நூற்றாண்டைச் சேர்ந்தவை. சமண மதத்தைச் சார்ந்த தீர்த்தங்கரர்களின் பிரதிமைகளும் இங்கே காணப்படுகின்றன. இங்குள்ள தாமரை ஏந்திய பெண்ணின் ஓவியம் மிகச் சிறப்பானது. இந்த ஓவியங்கள் யாவும் இயற்கையாகக் கிடைக்கும் வர்ணங்களைப் பயன்படுத்தி வரையப்பட்டவை. அந்த ஓவியங்களிலிருந்து நாம் அன்றைய மக்களின் உடை, நகை அலங்காரங்கள் மற்றும் வாழ்க்கைத் தரங்களை அறிந்து கொள்ள முடியும்.

தமிழகத்தின் சிற்றூர்களில் உள்ள கோயில்களில் கூட மிக அழகான சிற்பங்களும், சுவரோவியங்களும் இருக்கின்றன. ஆனால், எதையும் பராமரிப்பதற்கோ, மக்களிடம் கவனப்படுத்துவதற்கோ நம்மிடையே அதிக முயற்சிகள் இல்லை.

யாரோ ஒரு பெயர் தெரியாத சித்திரக்காரனின் விரல் வழியாகக் காலம் தன்னைத் தக்கவைத்துக்கொண்டு இருக்கிறது. அந்தச் சித்திரங்கள் ஆயிரம் வருடங்களைக் கடந்து நம் காலத்துக்கும் வந்துள்ள நிலையில் துளி அக்கறையும் இன்றி அதை அழித்து ஒழிப்பது நமது அறியாமையும் மன்னிக்க முடியாத குற்றமுமேயாகும்!

40

உலகு அறிதல்

ராமச்சந்திரனா
என்று கேட்டேன்
ராமச்சந்திரன் என்றார்
எந்த ராமச்சந்திரன்
என்று நான் கேட்கவுமில்லை
அவர் சொல்லவுமில்லை.

- நகுலன்

ஊர் சுற்றித் திரியும் இடங்களில் எல்லாம், அங்குள்ள கல்வி நிலையங்களைக் காண்பது எனக்கு விருப்பமான ஒன்று. கல்லூரியும் பள்ளியும் எல்லா ஊர்களிலும் ஒன்று போலத்தான் இருக்கிறதா என்று தேடித் தேடிப் பார்த்திருக்கிறேன். எத்தனையோ விதமான பள்ளிக் கட்டடங்கள், வகுப்பறைகள், சீருடை அணிந்த மாணவர்கள், விளையாட்டு மைதானங்கள். நூற்றாண்டைத் தாண்டிய கல்வி நிலையங்களாகக் கணக்கில் எடுத்தால்கூட, அதுவே பெரிய பட்டியலாகிவிடும். மரத்தடியில் நடக்கும் பள்ளியில் துவங்கி மாதம் இரண்டு லட்சம்

எஸ்.ராமகிருஷ்ணன்

பணம் கட்டிப் படிக்கும் பள்ளி வரை, அத்தனை விதங்களிலும் கல்வி நிலையங்கள் இருக்கின்றன.

எல்லா வகுப்பறைகளும் ஒன்று போலத்தான் இருக்கின்றன. எல்லா பள்ளியும் வெளியிலிருந்து பார்க்க மிக அழகாகத்தான் இருக்கிறது. விளையாட்டு மைதானங்களில் உற்சாகமாக விளையாடும் சிறார்களின் முகத்தில் உள்ள சந்தோஷம் இந்தியா முழுவதும் ஒன்று போலத்தான் இருக்கின்றன. ஆனால், நாம் கவலைப்படவேண்டிய ஒன்று, கல்வியின் தரம் மட்டுமே!

ஒரே நகரில், ஒரே வகுப்புப் படிக்கும் ஒவ்வொரு மாணவரும் தங்கள் கல்வி நிலையங்களுக்கு ஏற்ப தரம் கொண்டிருக்கிறார்கள். கல்வி நிலையங்களுக்கு ஏற்ப மாதச் சம்பளம் கட்டுகிறார்கள். அடிப்படைக் கல்வியில் உள்ள இந்த பேதம், மாணவர்களிடையே ஆழ்ந்த மனப் பாதிப்பை உருவாக்குவதாக உள்ளது.

எந்த நகரில் போய் இறங்கினாலும், காலை வேளைகளில் பள்ளி மாணவர்களை ஆட்டோக்களிலும் வேன்களிலும் காய்கறிக் கூடைகளைப் போல அடைத்து ஏற்றிக்கொண்டு செல்வதைக் காண முடிகிறது.

பெரும்பான்மை சிறார் பள்ளிகளில் முறையான கழிப்பறைகள்கூட இல்லை. கழிப்பறைகள் உள்ள பள்ளிகளில் தண்ணீர் கிடையாது. யூத முகாம்களைப் போல் இருட்டறைகளை பாலர் பள்ளிகளில் சர்வ சாதாரணமாகக் காணமுடிகிறது. பீகாரில் சிறார் பள்ளிகள் மட்டுமல்ல, ஒரு மருந்தாளுநர் கல்லூரியே லாட்ஜ் ஒன்றில் நடந்து கொண்டு இருக்கிறது.

கல்வி நிலையங்கள் குறித்த நமது ஆதங்கங்கள் பெரும்பாலும் குழந்தைகளைப் பள்ளியில் சேர்க்கும் நாளோடு முடிந்து போய்விடுகிறது. அதன் பிறகு நாம் கல்வி நிலையங்களைப் பற்றி யோசிப்பதில்லை. பையனோ, பெண்ணோ ரேங்க் வாங்குகிறார்களா என்பதைப் பற்றி மட்டுமே கவலைப்படுகிறோம்.

எந்தப் பெற்றோரும் தங்கள் பையன் படிக்கும் பள்ளியின் கழிப்பறையைச் சென்று பார்ப்பது இல்லை. 'பள்ளி நூலகம் எங்கே உள்ளது? காட்டுங்கள்!' என்று நிர்வாகிகளிடம் கேட்பதே இல்லை. கல்வித் தரம் மிகவும் குறைந்து போனதற்கு முக்கிய காரணம், நமது இந்த அக்கறையின்மையே!

டீக்கடைகளை விடவும் அதிகமாக பாலர் பள்ளிகள் பெருகிவிட்டிருக்கின்றன, கோழிப் பண்ணைகளைவிட அதிகமாக பொறியியல் கல்லூரிகள் உருவாகியிருக்கின்றன என்றால், கல்வி வளர்கிறது என்று அதற்கு அர்த்தம் இல்லை. டீக்கடையைவிட, கோழிப் பண்ணையைவிட கல்வி அதிக வருமானம் தரும் வணிகமாகிவிட்டது என்பதே பொருள். நம் கண் முன்னே கொஞ்சம் கொஞ்சமாக நடந்து கொண்டு இருக்கும் இந்தக் கல்விச் சீர்கேடு, நோய்க்கிருமியை விடவும் மிக ஆபத்தானது.

இரண்டு வருடங்களுக்கு முன், 'நாலந்தா'வுக்குச் சென்றிருந்தேன். பாட்னாவிலிருந்து ஒன்றரை மணி நேர பஸ் பயண தூரத்தில் உள்ளது நாலந்தா. இன்று அது ஒரு சிறிய ஊர். ஒரு காலத்தில், நாலந்தா இந்தியாவின் மிக முக்கியமான பல்கலைக்கழகம். 30 ஏக்கர் பரப்பில் உள்ள நாலந்தாவில், இன்று எங்கு திரும்பினாலும் இடிபாடுகளையே காண முடிகிறது.

இடிபாடுகளைக் காணும்போதே அந்தப் பல்கலைக்கழகம் எவ்வளவு பெரியதாக இருந்திருக்கும் என்பதைப் புரிந்து கொள்ள முடிகிறது. எவ்வளவு ஆயிரம் மாணவர்கள் கல்வி பயின்ற இடம் இது! புத்தரின் காலடி பதிந்த மண் அல்லவா? இன்றும் நாலந்தாவின் காற்றில் அந்தப் பாடங்கள் நம் காதுகளுக்குக் கேட்காமல் ஒலித்துக்கொண்டேதான் இருக்கின்றன.

மாணவர்கள் தங்கிப் படித்த அறைகள் இடிந்து கிடக்கின்றன. பழைமையான அந்த வகுப்பறைகளில் கால் வைக்கும்போது, எந்த நூற்றாண்டிலோ படித்து போன மாணவரின் கால் ரேகை மீது நாம் கால்வைக்கிறோம் என்ற உணர்வு ஏற்படுகிறது.

கிறிஸ்துவுக்கு ஐந்து நூற்றாண்டுகளுக்கு முன்பாக அமைக்கப்பட்ட கல்வி நிலையம் அது. 10,000 மாணவர்கள் கல்வி பயின்றிருக்கிறார்கள். 1,000-க்கும் மேற்பட்ட ஆசிரியர்கள் கற்றுத் தந்திருக்கிறார்கள். உலகின் பல்வேறு பகுதிகளில் இருந்தும் மாணவர்கள் அங்கே வந்து தங்கிக் கல்வி பயின்றிருக்கிறார்கள். புத்தர் இந்தக் கல்வி நிலையத்துக்கு வருகை தந்திருக்கிறார்.

யுவான் சுவாங் இங்கே தங்கி, பௌத்த சமய ஏடுகளை ஆராய்ந்திருக்கிறார். உலகிலேயே முதன்முறையாக, மாணவர்கள் தங்கிப் படிக்கும் கல்வி நிலையம் என்ற சிறப்பு பெற்றது இது. இங்கு ரத்ன சாகரா, ரத்ன மிதி மற்றும் ரத்ன

ரஞ்சனா என்ற மாபெரும் மூன்று நூலகங்கள் உள்ளிட்ட ஏழு நூலகங்கள், ஒன்பது தளங்கள் கொண்ட கட்டடத்தில் செயல்பட்டிருக்கின்றன.

தத்துவம், வானவியல், தர்க்கம், மருத்துவம், நுண்கலைகள், மொழியியல் என்று துறை பிரித்துக் கற்றுத் தந்த மாபெரும் கல்வியகம் மொகலாயர் படையெடுப்பின் போது இடித்துத் தள்ளப்பட்டிருக்கிறது. இங்கிருந்த பௌத்த துறவிகள் தீக்கிரையாக்கப்பட்டிருக்கிறார்கள். ஆயிரக்கணக்கான ஏடுகள் தீ வைத்துக் கொளுத்தப்பட்டிருக்கின்றன. 2,000 ஆண்டுகளைக் கடந்த அந்தச் சுவர்களைத் தொட்டுப் பார்க்கையில் கற்றுத் தருதல் காலத்தை மீறியது என்பதை அறிந்து கொள்ள முடிகிறது.

பண்டைய இந்தியாவில் ஆறு முக்கிய பௌத்த பல்கலைக் கழகங்கள் இருந்திருக்கின்றன. நாலந்தா, விக்ரமசீலம், உடந்தாபுரி, சோம்புரம், ஜகத்தாலம் மற்றும் வல்லபி என்று இந்த ஆறும் முக்கியமானவை. இவற்றில், நாலந்தா மிக முக்கியமானது.

இன்றைய பீகார், அந்த நாளில் மகத நாடாக இருந்திருக்கிறது. பீகார் என்று பெயர் வரக் காரணமே, அதிகமான பௌத்த விகாரைகள் இருந்ததுதான். புத்தரின் சீடரான சாரிபுத்ராவின் சொந்த ஊர் நாலந்தா. அவர் இறந்த பிறகு அவரது நினைவாக அந்த ஊரில் பெரிய ஸ்தூபி ஒன்றை அசோகர் நிறுவியிருக்கிறார். குப்த அரசனான குமாரகுப்தன்தான் நாலந்தா பல்கலைக்கழகத்தை நிறுவியவர் என்று தெரிகிறது. பிறகு வந்த மன்னர்கள் பலரும் இந்தக் கல்வி நிலையத்துக்குப் பெரிய கொடை அளித்திருக்கிறார்கள்.

நாலந்தா பல்கலைக்கழகத்தில் மாணவர்கள் சேர்க்கை அன்றைக்கே வாய்மொழித் தேர்வின் வழியாக நடைபெற்றிருக்கிறது. அயல் நாட்டு மாணவர்கள் இந்தப் பல்கலைக்கழகத்தில் சேர்க்கப்படுவதற்கு முன்பாக, பயிற்று மொழியாக உள்ள சம்ஸ்கிருதத்தைக் கற்றுக்கொள்வதற்காக ஜாவா தீவுக்கு அனுப்பப்பட்டு, அங்கு அந்த மொழியைக் கற்று, அதற்கு உரிய பரீட்சையில் தேறிய பிறகே நாலந்தாவில் அனுமதிக்கப்பட்டிருக்கிறார்கள்.

நாலந்தாவின் இடிபாடுகளையாவது நாம் கண்ணால் காணமுடிகிறது. நாலந்தாவைப் போலவே புகழ்பெற்ற பௌத்த

பல்கலைக்கழகம் ஒன்று காஞ்சிபுரத்தில் இருந்திருக்கிறது. இங்கேயும் சீனாவில் இருந்து மாணவர்கள் வந்து, கல்வி கற்றுச் சென்றிருக்கிறார்கள். ஆனால், இன்று அதற்கான சுவடுகள் உருத்தெரியாமல் அழிந்து போயிருக்கின்றன. காஞ்சிபுரத்துக்குப் பட்டுத் தொழில் அறிமுகமானது, சீனாவிலிருந்து வந்த பௌத்த துறவிகளின் மூலமே என இன்றைக்கும் சொல்லப்பட்டு வருகிறது.

நாலந்தாவும் பண்டைய பல்கலைக் கழகங்களும் நமக்குக் கற்றுத்தரும் பாடம் ஒன்றுதான். கற்றுத் தருவதிலும், கற்றுக் கொள்வதிலும் முன்னோடியாக எப்போதும் இருந்த நாடு இந்தியா என்பதே அது!

இன்றுள்ள கல்விச் சீர்கேடுகள் அந்த மரபைக் கண்முன்னே அழித்துக்கொண்டு இருக்கின்றன. அதிலிருந்து விடுபடுவதற்கு முன் முயற்சியாக, கல்வி நிலையங்கள் யாவும் கணிப்பொறியின் வழியாக ஒன்றிணைக்கப்பட வேண்டும். அதன் மூலம் ஒருமித்த கற்றுத்தருதல் சாத்தியமாகக் கூடும். அதோடு பாடத் திட்டங்களும் பயிற்று முறைகளும் நவீனமயமாக்கப்படுவதோடு, அதற்கான அடிப்படை வசதிகள், முறையான வகுப்பறைகள் உருவாக்கப்படுதலும் வேண்டும். கல்விக் கட்டண முறைகள் ஒரே சீராக்கப்பட்டு, அதற்கான உச்ச வரம்பும் நிர்ணயிக்கப்பட வேண்டும்.

இடிபாடுகளின் ஊடாக நாலந்தாவும், இன்று நம் கண்முன்னே நிகழ்ந்த கும்பகோணம் பள்ளித் தீ விபத்தும் காட்டும் உண்மை இதுதானே!

○

41

நோக்கும் திசையெல்லாம்

வானகமே, இளவெயிலே, மரச்செறிவே
நீங்களெல்லாம் கானலின் நீரோ?
வெறும் காட்சிப் பிழைதானோ?

- மகாகவி பாரதி

இமயமலையில் சூரிய உதயம் காண்பதற்காக நேபாளத்தில் உள்ள நாகர்கோட்டுக்கு வந்திருந்தேன். காட்மாண்டுவிலிருந்து 30 கி.மீ. தூரத்தில் உள்ள மலை நகர் இது. வளைந்த பாதைகளும் சரிவில் ஒட்டிக்கொண்டு இருக்கும் வீடுகளுமாக அந்தப் பிரதேசமே கனவின் ஒரு பகுதியைப் போல் இருந்தது. விடிகாலையின் இருள் முழுமையாகக் கலையவில்லை. என்னைப் போலவே சூரியோதயம் காண்பதற்காக வந்திருந்த அமெரிக்கப் பயணிகள் இருவர் வெகு ஆசையாக கையில் கேமராவுடன் காத்திருந்தனர். சூரிய உதயம் தெரியாதபடி மெல்லிய புகைமூட்டம் போல் பனி நிரம்பி இருந்தது. கிழக்கைப் பார்த்தபடியே இருந்தோம்.

ஊரைச் சுற்றிலும் பிரமாண்டமான தன் கைகளை விரித்த படி இருந்த இமயமலையின் தோற்றமே தெரியவில்லை. இன்னும் கொஞ்ச தூரம் நடந்து பார்க்கலாம் என்று சரிவின் ஊடாகவே நடந்தேன். குளிர், உடலை நடுங்கச் செய்தபடி இருந்தது. இரவு, குத்துச் செடிகளின் இலைகளில்கூட அப்பிக் கிடந்தது.

இரவும் பகலும் பெரிய விந்தையில்லையா? அது ஏன் நமக்கு அன்றாடமாகப் பழகிவிட்டது. இதோ விடியவிருக்கும் காலையில் இரவு கொஞ்சம் கொஞ்சமாகத் தன்னைக் கரைத்துக்கொண்டு இருக்கிறதே, என்ன மாயம் இது? இருளும் ஒளியும் சேர்ந்து ஆடும் விளையாட்டுதானா உலகம்?

உலகில் ஒவ்வொரு நாளும் இதே போலத்தான் இரவு விடைபெறுகிறது. ஒரு மாபெரும் தொடர் ஓட்டத்தில், சரியாக ஒருவர் கையில் இருந்து மற்றவர் கைக்கு மாற்றிவிடுவது போல பகலும் இரவும் ஓடிக்கொண்டு இருக்கின்றன. உலகம் மிக வனப்பானது. மிக சுகந்தமானது. இயற்கையின் மாயக் கரங்கள் விதவிதமான நிறங்களை உருவாக்கி, சித்திரங்களைத் தீட்டிக்கொண்டு இருக்கின்றன.

ஒரு சிறுவனைப் போல அந்த ஆகாசத்தையும் என்னைச் சுற்றிய இருட்டையும் பார்த்துக்கொண்டு இருந்தேன். அந்த நிமிடத்தில் உலகம் எனக்குப் பரிச்சயமற்ற ஒன்றைப் போல், இருந்தது. எங்கிருந்தோ ஒரு கூர்மையான அம்பு பாய்வது போல வானிலிருந்து வெளிச்சம் கிழித்துக்கொண்டு வெளிப்படத் துவங்கியது.

பின்வாங்கியோடும் அலையைப் போல இரவு, தன் இருப்பிடம் திரும்பத் துவங்கி இருந்தது. சில நிமிடங்களில் வெளிச்சம் உலகின் மீது தன் நிறத்தைத் தீட்டத் துவங்கியது. பனி படர்ந்த இமயமலை கண்ணில் படத் துவங்கியது.

மலை என்றதும் நம் நினைவில் எழும் சித்திரம் மெல்ல அழிகிறது. சிறியதும் பெரியதுமான சிகரங்களுடன் உயர்ந்தும் வடிந்தும் செல்லும் அலை போல நீண்டு போய்க்கொண்டே இருக்கும் மாபெரும் மலைத் தொடர் இமயமலை என்பது புரியத் துவங்குகிறது. ஆகாசம் கலங்கிய நிலையில் இருக்கிறது. பின்னிரவின் மீதமான நட்சத்திரம் ஒன்று, வானில் கடைசியாகக்

கண் சிமிட்டியபடியே தானும் சூரிய உதயத்தைக் காண்பதற்காகக் காத்திருப்பது போல் ஒரு வெளிச்சம் மினுக்குகிறது.

பனி மூட்டம் அடங்கிய வானில் சூரியன் தகதகவென வெளிப்படுகிறது. இன்று மிக அதிர்ஷ்டமான நாள். அதனால்தான் உதயம் மிகத் தெளிவாகத் தெரிகிறது என்றார் ஒரு பயணி. வாழ்வில் முதன்முறையாகக் காண்பது போல சூரியனைப் பார்த்துக் கொண்டு இருந்தேன். காலையின் முதல் ஒளி எத்தனை பிரகாசமாக உள்ளது. உலகின் மீது வெளிச்சம் உருகியோடத் துவங்குகிறது. மலையும் மேகங்களும் பள்ளத்தாக்குகளும் சிகரங்களும் புலப்படத் துவங்குகின்றன.

இதே சூரியனைத்தான் இத்தனை வருடங்களாகக் காண்கிறேனா? ஏன் இந்தப் பிரமாண்டம், வசீகரம் என் ஜன்னலைத் திறந்து பார்க்கும்போது கிடைக்கவே இல்லை. இந்த நிமிடத்தில் என் முன்னே நடந்து கொண்டு இருந்த அந்த ஜாலம், ஏன் என் இருப்பிடத்தில் சாத்தியமற்றுப்போனது?

சூரியனைப் பார்ப்பது ஏன் இத்தனை ப்ரீதியாக உள்ளது? ஒருவேளை நான் இன்னும் குகை மனிதன்தானா? உலகம் எனது கண்களுக்கு இன்னமும் முழுமையாகப் பழகவில்லையா? சூரியன் கொஞ்சம் கொஞ்சமாக வானைவிட்டு நகர்ந்து என் இதயத்தில் ஏதோ ஒரு மூலையில் ஒளிரத் துவங்கியது. நான் சூரியனையே விழுங்கிவிட்டது போன்ற சந்தோஷம் கொண்டேன். உலகெல்லாம் ஒரே சூரியன் என்ற வார்த்தையின் அர்த்தம் அந்த நிமிடத்தில்தான் பூரணமாகப் புரியத் துவங்கியது.

சூரியனைப் பார்த்தபடியே முன் நடந்து செல்லத் துவங்கினேன். உலகின் மொத்தக் காட்சியையும் கண்டுவிட வேண்டும் என்று நினைத்த ஒரு நத்தை, வேகவேகமாக ஊர்ந்து செல்வதைப் போலிருந்தது எனது செயல். இமயமலையின் மீது சூரியன் தன் சிறகுகளை அசைத்தபடியே விரிந்து கொண்டு இருந்தது. இமயமலையின் கம்பீரமும் அழகும் சிங்கத்தை நேரில் காணும்போது ஏற்படும் பரவசத்துக்கு நிகராக இருக்கிறது.

எத்தனை ஆயிரம் வருடங்கள், எத்தனை கோடி மனிதர்கள் கண்ட காட்சி என்றாலும், இன்றும் அலுக்காத அதிசயம் சூரியோதயம்!

மனிதர்கள் எவரைப் பற்றியும் கவலைப்படாமல் உலகம் தன் ஒழுங்கில் இயங்கிக்கொண்டே இருக்கிறது. எவ்வளவு பெரிய சக்ரவர்த்திக்காகவும் சூரியன் காத்திருப்பதில்லை. எந்த கைகளும் இரவைத் தடுத்து நிறுத்திவிட முடிவதில்லை. உலகின் இயக்கம் ஒரு மாயப் பின்னல், அதன் ஒவ்வொரு புள்ளியாகக் கண்டு வருவதைத் தவிர, வேறு வழியில் அதைப் புரிந்துகொள்ளவே முடியாது.

காலை இயக்கம் துவங்கியது. அது வரை சூரியனைப் பார்த்துக் கொண்டு இருந்தவர்கள் அறைகளுக்குத் திரும்பியிருந்தார்கள். பசியும் அன்றாட கடமைகளும் ஒவ்வொருவரையும் தன் கைகளில் உருட்டத் துவங்கியது. அதே சூரியன் இப்போது வானில் ஒளிர்ந்து கொண்டு இருக்கிறது. ஆனால், இப்போது நிமிர்ந்து பார்ப்பதற்கு யாரும் இல்லை.

சூரியன் ஒளி பட்டு இமயமலையின் சிகரங்கள் மினுமினுக்கின்றன. அந்த பனிச் சிகரங்களில் யாரும் இல்லை. அங்கு பூக்கும் பூக்களைக் காற்று மட்டுமே கண்டு செல்கிறது. அந்தப் பாறைகள் எதற்கோ தனக்குள்ளாகச் சிரித்துக்கொண்டு இருக்கின்றன. இரவின் கடைசித் துளியைக்கூட விட்டு வைக்காமல் குடித்துத் தீர்த்த சூரியன் ஆவேசமாகப் பனியில் நடந்து சென்றுகொண்டு இருந்தது.

இமயமலையின் அடிவாரத்தில் வந்து நிற்கும்போதுதான் நான் எவ்வளவு தூரத்தில் இருந்து வந்திருக்கிறேன் என்பது புரியத் துவங்கியது. எங்கோ வெகு தொலைவில் ஒரு தாமரையைப் போல மலர்ந்திருக்கிறது என் ஊர். வரைபடத்தில் புரியாத இந்தியாவின் பிரமாண்டம் அந்த நிமிடத்தில் புரியத் துவங்கியது. இந்தியா எவ்வளவு பெரியது. எத்தனை விதமான நதிகள், மலைகள், காடுகள், நகரங்கள் எனக் கடக்கக் கடக்க வந்து கொண்டே இருக்கிறது நிலம்.

இயற்கையின் வனப்பும் பேரழகும் கொண்ட இந்த நிலப்பரப்பிலா நான் வாழ்ந்துகொண்டு இருக்கிறேன். நெருக்கடியும் பரபரப்பும் கொண்ட எனது நகரங்கள் யாவும் இந்தப் பெருவெளியின் முன்பாக சிறு கடுகுதானா?

உலகின் எல்லா மேடுபள்ளங்களையும் சாலைகள் ஒன்றிணைக்கின்றன. ஏதோ ஒரு மனிதனின் கால் இந்த எல்லா மலைச்சிகரங்களின் மீதும் ஏறி இறங்கியிருக்கிறது.

வாழ்க்கைப் போராட்டம் மனிதனைக் கூண்டுப் புலிகளைப் போல அடக்கிவைத்திருக்கிறது. இல்லாவிட்டால் ஒவ்வொரு மனிதனின் பலமும் விருப்பமும் ஏதேதோ சாதனைகளை உருவாக்கியிருக்கக்கூடும்.

எனது பயணம், இலக்குகள் அற்றது. அது ஒரு தீராத வேட்கை. வீட்டு ஜன்னலின் வெளியே தென்படும் சூரியனைக் காண்பதற்குப் பதிலாக அது என்னை இத்தனை ஆயிரம் மைல்கள் தாண்டி இழுத்து வந்திருக்கிறது. ஒரு இலை ஆற்றில் மிதந்து செல்வது போல இயற்கையின் பேராற்றில் நான் மிதந்து சென்றுகொண்டு இருக்கிறேன்.

காற்றில் விதைகள் அடித்துக்கொண்டு செல்வதைப் போல மனிதர்களும் இயற்கையின் பெருங்கரத்தால் கொண்டு செல்லப்பட்டு, ஏதேதோ நிலங்களில் விதைக்கப்படுகிறார்கள். முளைத்து வளர்கிறார்கள்.

எல்லா பயணங்களும் ஏதோ ஒரு முனையில் வீடு நோக்கித் திரும்பிவிடுகின்றன. எல்லா பயணிகளும் ஒரு நாள் வீடு திரும்புகிறார்கள். அந்த நாளில் உலகின் எந்த அதிசயத்துக்கும் சற்றும் குறைவில்லாத அதிசயமாக உள்ளது வீடு.

இந்த இமயமலையின் உயரத்தில் இருந்து நான் தொட ஆசைப்படுவது எனது வீட்டைத்தான். ஆம்! நண்பர்களே, உலகின் எல்லா அதிசயங்களும் எனது வீட்டின் வாசல் படியில் இருந்துதான் துவங்குகிறது. உலகம் என் வீட்டு வாசல்படியில் துவங்கி, பின் எங்கெங்கோ முடிவற்று நீண்டு செல்கிறது. பயணம், ஒரே நேரத்தில் உலகைப் புரிந்து கொள்ளச் செய்வதுடன் வீட்டையும் புரிந்து கொள்ளச் செய்கிறது.

முழு வெல்லக்கட்டியைத் தன் இருப்பிடத்துக்குள் இழுத்துப் போய்விட முயற்சிக்கும் எறும்பின் ஆசையைப் போலத்தான் இருக்கிறது எனது வேட்கையும்.

உலகம் பெரியது எனினும் உலகை அறிய நினைக்கும் மனித ஆசை, அதைவிடப் பெரியது. எல்லா இரவு பகலிலும் யாரோ ஒரு மனிதனின் கால்கள் நடந்து கொண்டே இருக்கின்றன. எல்லா பக்கமும் திறந்துகிடக்கிறது உலகம். விருப்பமும் தேடலும் நம்மைக் கொண்டு செல்ல அனுமதிப்பது மட்டுமே நமது வேலை!

தேசாந்திரி பதிப்பகம்

உபபாண்டவம்	ரூ.375
நெடுங்குருதி	500
யாமம்	400
துயில்	525
சஞ்சாரம்	340
இடக்கை	375
பதின்	235
நிமித்தம்	450
கடவுளின் நாக்கு	350
உலக இலக்கியப் பேருரைகள்	325
எழுத்தே வாழ்க்கை	175
சிவப்பு மச்சம்	250
பதினெட்டாம் நூற்றாண்டின் மழை	230
தாவரங்களின் உரையாடல்	150
வெயிலைக் கொண்டு வாருங்கள்	140
விழித்திருப்பவனின் இரவு	225
காற்றில் யாரோ நடக்கிறார்கள்	325
கோடுகள் இல்லாத வரைபடம்	75
மலைகள் சப்தமிடுவதில்லை	250
வாசகபர்வம்	210
காண் என்றது இயற்கை	115
செகாவின் மீது பனி பெய்கிறது	150
கூழாங்கற்கள் பாடுகின்றன	75
எனதருமை டால்ஸ்டாய்	100
ரயிலேறிய கிராமம்	150
உலகை வாசிப்போம்	200
நாவலெனும் சிம்பொனி	140

இலக்கற்ற பயணி	175
செகாவ் வாழ்கிறார்	150
தனிமையின் வீட்டிற்கு நூறு ஜன்னல்கள்	150
காட்சிகளுக்கு அப்பால்	75
கால் முளைத்த கதைகள்	100
எலியின் பாஸ்வேர்டு	35
சிரிக்கும் வகுப்பறை	110
விலங்குகள் பொய் சொல்வதில்லை	225
நிலம் கேட்டது கடல் சொன்னது	125
பறந்து திரியும் ஆடு	100
சாக்ரடீஸின் சிவப்பு நூலகம்	70
நகுலன் வீட்டில் யாருமில்லை	150
என்ன சொல்கிறாய் சுடரே	250
நம் காலத்து நாவல்கள்	350
கலிலியோ மண்டியிடவில்லை	125
ஆயிரம் வண்ணங்கள்	140
அயல் சினிமா	150
நான்காவது சினிமா	140
ஏழு தலைநகரம்	200
நூறு சிறந்த சிறுகதைகள்	1000
எஸ்.ராமகிருஷ்ணன் நேர்காணல்கள்	250
காஃப்கா எழுதாத கடிதம்	250
ரயில் நிலையங்களின் தோழமை	125
கதைகள் செல்லும் பாதை	150
தேசாந்திரி	275
கேள்விக்குறி	100
கதாவிலாசம்	
துணையெழுத்து	
எனது இந்தியா	
மறைக்கப்பட்ட இந்தியா	
உறுபசி	
எஸ்.ராமகிருஷ்ணன் கதைகள்	
நடந்துசெல்லும் நீரூற்று	

அப்போதும் கடல் பார்த்துக்கொண்டிருந்தது
புத்தனாவது சுலபம்
வெளியில் ஒருவன்
காட்டின் உருவம்
பால்ய நதி
மழைமான்
குதிரைகள் பேச மறுக்கின்றன
காந்தியோடு பேசுவேன்
நீரிலும் நடக்கலாம்
இலைகளை வியக்கும் மரம்
என்றார் போர்ஹே
ஆதலினால்
வாக்கியங்களின் சாலை
சித்திரங்களின் விசித்திரங்கள்
சிறிது வெளிச்சம்
குறத்திமுடுக்கின் கனவுகள்
சாப்ளினுடன் பேசுங்கள்
பிகாசோவின் கோடுகள்
பதேர் பாஞ்சாலி நிதர்சனத்தின் பதிவுகள்
உலக சினிமா
பேசத்தெரிந்த நிழல்கள்
இருள் இனிது ஒளி இனிது
பறவைக் கோணம்
சாமுராய்கள் காத்திருக்கிறார்கள்
கிறுகிறு வானம்
சைக்கிள் கமலத்தின் தங்கை
குற்றத்தின் கண்கள்
சிறிது வெளிச்சம்
இந்தியவானம்
வீடில்லா புத்தகங்கள்